AF659458

आपल्या स्नेहीजनांना पुस्तके भेट द्या

पुणं एक साठवण

प्रा. श्याम भुर्के

मेहता पब्लिशिंग हाऊस

All rights reserved along with e-books & layout. No part of this publication may be reproduced, stored in a retrieval system or transmitted, in any form or by any means, without the prior written consent of the Publisher and the licence holder.
Please contact us at **Mehta Publishing House,** Pune 411030.
✆ +91 020-24476924 / 24460313 / Mob. No. 9545000513
Email : production@mehtapublishinghouse.com
Website : www.mehtapublishinghouse.com

- *या पुस्तकातील लेखकाची मते, घटना, वर्णने ही त्या लेखकाची असून त्याच्याशी प्रकाशक सहमत असतीलच असे नाही.*

PUNE EK SATHVAN by PROF. SHYAM BHURKE

पुणं एक साठवण : प्रा. श्याम भुर्के / ललित

© प्रा. श्याम भुर्के

Email : author@mehtapublishinghouse.com

प्रकाशक : सुनील अनिल मेहता, मेहता पब्लिशिंग हाऊस,
१९४१ सदाशिव पेठ, माडीवाले कॉलनी, पुणे ४११०३०.

मुद्रक : ट्रिनिटी ॲकॅडमी फॉर कॉर्पोरेट ट्रेनिंग लिमिटेड

मुखपृष्ठ व
आतील चित्रे : घन:श्याम देशमुख

प्रकाशनकाल : १९९४ / १९९८ / २००४ /
मेहता पब्लिशिंग हाऊस यांची चौथी आवृत्ती मे, २०१७ /
सप्टेंबर, २०१८ / पुनर्मुद्रण : मार्च, २०२१

किंमत : ₹ १८०

P Book ISBN 9789386454997
E Book ISBN 9789386745637
E Books available on : amazonkindle Apple Books Google Play Books

---

* पायरेटेड पुस्तकांची खरेदी-विक्री हा कायद्याने गुन्हा आहे आणि अशा गुन्ह्याविरोधात कायदेशीर कारवाई होऊ शकते.

मॅजेस्टिक गप्पा,
वसंत व्याख्यानमाला,
सवाई गंधर्व महोत्सव,
टिळक स्मारक मंदिर,
भरत नाट्य मंदिर
बालगंधर्व रंगमंदिर

अशा पुण्यातील सांस्कृतिक ऐश्वर्यास
सविनय सादर!

प्रा. श्याम भुर्के

मनोगत

लकडी पुलावरून जाताना 'हा तर सिमेंटचा पूल! मग याला लकडी पूल का म्हणायचं?', 'पुस्तकं मिळणाऱ्या चौकास अप्पा बळवंतांचं नाव का?', 'नागनाथ पारातला हा नागनाथ कोण?' असे असंख्य प्रश्न पुण्यात फिरताना माझ्या मनात येऊ लागले. गप्पांच्या ओघात अन् पुस्तकांच्या पानांत त्यांची उत्तरंही सापडली. एकदा ही माहिती मिळाली की मग पुन्हा त्या ठिकाणापासून चाललं की आठवणींच्या तारका मनात लुकलुकायला लागल्या.

कुठं ऐतिहासिक घडामोडी असतील, तर कुठं साहित्यविश्व असेल. इथं पु.ल. राहतात, इथं ग.दि.मां.नी गीतरामायण लिहिलंय, तर कुठं अत्र्यांचं भाषण गाजलं असेल. याही जागा अगदी गवयाच्या सुराप्रमाणे आळवत मनात येतात.

पुण्यात बँकेतील नोकरी असल्यानं त्या क्षेत्रातील किंवा आवडीमुळं नाट्य, सांस्कृतिक कार्यक्रम यांच्या संदर्भातल्या आठवणीही मनात रुंजी घालतात.

अशा आठवणीत राहिलेल्या आठवणींचं हे शब्दांकन! पुण्यातल्या त्या त्या ठिकाणी ते आठवलं की आनंदाची दामदुप्पट होते. या आठवणींच्या बगिच्यातून आपण फेरफटका मारलात की मग पुणं आणखीनच झकासपैकी जगायला मिळतं. ते भावतं.

आमच्या बँकेतील सहकारी श्री. मोरेश्वर जोशी यांनी वसुली अधिकाऱ्याप्रमाणे पाठपुरावा इतका जबरदस्त ठेवला तो लिखाण पूर्ण होईपर्यंत! या पुस्तकाचं बारसंही त्यांनीच केलंय.

प्रा. श्याम भुर्के

मम सुखाची ठेव

'पेन्शन घ्यावं अन् पुण्यात राहावं'- अशा सुखकल्पनेतलं हे गाव. इंग्रजीमध्ये म्हण आहे, 'वेल बिगन इज हाफ डन'. तसं पुण्यात राहायला मिळालं म्हणजे सुखाचा अर्धा टप्पा गाठल्यासारखाच आहे. शिवरायांनी सोन्याच्या नांगरानं भूमिपूजन केलेली ही पुनवडी! निसर्गानं मुळा-मुठेसारख्या नद्या बहाल करून पुण्याला देखणं केलं तर पर्वती, हनुमान टेकडी, वेताळ टेकडी अशा मध्यमवर्गीय टेकड्यांनी या गुलजार पुण्यात सकाळ-संध्याकाळ स्वच्छ हवेचा आस्वाद घ्यायची सोयही केली. या टेकड्यांना मध्यमवर्गीय म्हणण्याचं कारण म्हणजे त्या एकदम महाकाय पर्वतासारख्या नाहीत की 'आम्ही मधूनच परत आलो' असं खचून जाणारं कोणी बोलेल. त्या इतक्याही लिंबू-टिंबू नाही की थोडीसुद्धा धाप लागत नाही. पुणेकरांच्या तब्येती चांगल्या राहव्यात यासाठी किती उंचीवर चढून आलं म्हणजे माफक व्यायाम होईल याचा हिशेब करूनच अगदी 'मेड टू ऑर्डर' अशा या टेकड्या निसर्गानं बनविल्या. 'ॲटॅच्ड गार्डन' असं फ्लॅटवाले जसं कौतुकानं सांगतात तसं पुणेकर 'अगदी घराजवळ पर्वती' असं भरल्या मनानं सांगतात. 'पंधरा वर्षांपूर्वी रुपया फुटानं जागा घेतली; आता विकायला काढली तर दहा लाख रुपये सहज येतील' हे सुखही बऱ्याच पुणेकरांच्या वाट्याला आलं हे त्यांनी होऊन दिलेल्या माहितीमुळं कळतं.

विद्येच्या या माहेरघरात एक नव्हे तर दोन विद्यापीठे आहेत. शिवाय एक एक शिक्षण संस्था म्हणजे एका एका विद्यापीठासारखीच. शाळेत जर्मन विषय घेतात हे मी इथंच पाहिलं. आमच्या लहानपणी ॲल्युमिनिअमच्या भांड्यांना जर्मनची भांडी म्हणायचे, तेवढाच या शब्दाशी आलेला माझा संबंध. मी मुलीला म्हटलं, 'तू 'जर्मन' घेतलंस ना?' जसं काय ती आता जर्मनीला जाणार अशा कौतुकानं भारावलेलं ते वाक्य. त्यावर ती म्हणाली, 'जमन' म्हणायचं. आपल्याकडे जशी सरस्वती नदी गुप्त आहे तसा हा 'र' म्हणे सायलेंट असतो. आता मी मनातच म्हटलं, 'अरेरे!' हे मी मनातच म्हटल्यामुळं त्यातले बहुसंख्येनं असलेले 'र' हे शांतच बसले असणार. पुण्यात जेवढे म्हणून अभ्यासक्रम शिकवले जातात त्या सर्वांची एकत्र माहिती घेण्याचा एखादा अभ्यासक्रम आहे का याची तेवढी चौकशी करायची बाकी आहे.

पुणं म्हणजे सुखाची गुरुकिल्ली म्हणायचं कारण म्हणजे इथं कोणाला कशामुळं आनंद होईल सांगता येत नाही. पण आनंदच होतो. रडगाणी कमी.

जीवनगाणी, आनंदगाणीच जास्त. कुणाला हवा चांगली म्हणून पुणं आवडेल तर कुणाला टेल्को, बजाज, कमिन्ससारखी आधुनिक तीर्थक्षेत्रं आहेत म्हणून आवडेल. ऐतिहासिक, सांस्कृतिक स्थळांशिवाय लग्नासाठी भरपूर स्थळं मिळणारं गाव म्हणजे पुणं. आमच्या सातारच्या बहुतेक मुली पुण्यात लग्नानंतर लहान मुलांना घेऊन फिरताना दिसायच्या. एखादी पुढ्यातच भेटली तर त्या मुलाला 'हा तुझा मामा बघ' अशी ओळख करून देणार आणि आपला भर रस्त्यात मामा करणार. ओळखीची माणसं दिसणारं गाव म्हणूनही कुणाला पुणं आपलंसं वाटत असणार.

दूरदर्शनवर मराठी बातम्यांत 'जिल्हा वार्तापत्र' असा दूरदर्शनच्या प्रतिभेला साजेलसा कंटाळवाणा भाग असतो. त्यामध्ये पाणीटंचाई, लोकन्यायालये, रोजगार योजना, विंझणविहिरी असल्या उजाड बातम्या असतात. पण पुणे जिल्ह्याच्या वार्तापत्रात मात्र साहित्यिक गप्पा, व्याख्यानमाला असा आनंददायी भागही आढळतो. पुणेकर म्हणजे आनंदयात्री. मुंबईत दंगलीनं संचारबंदी होते तर त्याच वेळी पुण्यात सवाई गंधर्व संगीत महोत्सवासाठी पंधरा हजार लोक एकत्र गाण्याच्या मैफिलीत रंगलेले असतात. गणेशोत्सव पाहावा तर पुण्याचाच. व्याख्यानं, चर्चामंडळं, गप्पांचे कार्यक्रम, हास्य कविसंमेलन, रोषणाई, श्रीमंत दगडूशेठ गणपतीजवळ नारळाचे डोंगर. सारा गावच या उत्सवात सामावलेला. पुण्याची लांबी- रुंदी जशी वाढलीय तशी उंचीही. इमारतींनाही अरोरा टॉवर्स, पर्वती टॉवर्स, इंदिरा हाइट्स अशी नावं आलीत.

तरीही जरा आतल्या बाजूला नजर वळली की 'श्रमसाफल्य', 'लताविश्व' अशी बिनगर्दीच्या भागात निवांतपणा अनुभवणारी निवासस्थानं आहेतच. मुख्य रस्त्यावर आलं की सिटी दिसणारं हे शहर, कॉलनीत गेलं की निसर्गरम्य, चार-चौघांची विचारपूस करणारं पुणं वाटतं. जगाच्या गतीत आपणही मागं नाही हे दाखवून देणारं हे पुणं वेगवान झालंय. पूर्वी घरोघरी सायकली होत्या. आता मोपेड्स व स्कूटर्सची गर्दी झालीय. रस्ता क्रॉस करायलाही रिक्षा करायला हवी असं मजेनं म्हणायची वेळ आलीय. पूर्वी दुकानदार समोरच्या हॉटेलातून बोटांच्या इशाऱ्यावर चहा मागवायचे. आता इशारे ऐकू जात नाहीत अन् दिसूही शकत नाहीत. रस्ता क्रॉस करून सांगायला जायची कसरत केली तरी चहावाला मुलगा इकडे येईपर्यंत चहा थंडगार व्हायचा. यावर उपाय म्हणून आपल्या दुकानाच्या बाजूचाच चहावाला शोधायचा.

अशा कितीही अडचणींचे डोंगर असले तरी 'पुण्यावाचून जमेना, पुण्यावाचून करमेना' अशीच स्थिती होते. 'कोल्ह्याला द्राक्षे आंबट' या न्यायाने पुण्याबाहेरचे लोक पुणेकरांची अगदी चवीनं थट्टा करीत असतात.

'पुण्याचे लोक इतके चेंगट की, 'या हं एकदा चहाला!' असं आमंत्रण करतात पण नक्की केव्हा यायचं हे सांगत नाहीत.'

यावर दुसरा म्हणाला,

‘अहो, पुण्यात नेने आणि लेले नावाचे दोन गृहस्थ आपण कसे काटकसरीनं राहतो ते सांगत होते. नेने म्हणाले, ‘मी सुपारी बरेच दिवस वापरता यावी म्हणून ती न कापता दोरीने टांगून ठेवली आहे. सुपारी खावी वाटली, तर मी फक्त चाटतो.’

यावर लेले म्हणाले, ‘मी माझ्या नावाचा शिक्का बनविताना फक्त ‘ले’ या एकाच अक्षराचा बनविला व तोच दोनदा वापरतो.’

तिसऱ्याने लगेच सरसावून एक किस्सा सांगितला,

‘एका गृहस्थाकडे एक पुणेकर गप्पा मारत असताना बाहेर जोराचा पाऊस पडायला लागला. पाऊस थांबायची चिन्हे दिसेना. अंधार पडायला लागलेला. तेव्हा मित्र म्हणाला, आता जेऊनच जा. नंतर त्यानं आत जाऊन बायकोला जरा दचकतच सांगितलं, “अगं मी त्याला जेवायला थांबवून घेतलंय. बाहेर जोराचा पाऊस पडतोय, तेव्हा तयारी कर हं!” बायकोच्या पूर्व संमतीशिवाय मित्राला जेवायला थांबविल्यामुळे बायकोची आत समजूत काढून तो बाहेरच्या खोलीत आला. तर या पुणेकर मित्राचा पत्ताच नाही! हा गेला कुठं? अशा विचारात असतानाच हा पठ्ठ्या धापा टाकत पूर्ण भिजलेला असा आला. कुठं गेला होता विचारताच, ‘घरी जेवायला येणार नाही हे सांगून आलो!’ असा खुलासा त्यानं केला.’

अशी पुणेकरांची थट्टा करण्याची हॅटट्रिक पूर्ण झाली असतानाही एकानं आणखी एक चौकार ठोकला, एकदा नागपूरच्या गृहस्थांना आपल्या मुलानं उधळेपणा कमी करावा, काटकसरीनं राहावं असं वाटल्यानं त्यांनी मुलाला काही दिवस पुण्याला काकांकडे जाऊन राहायला सांगितलं. मुलगा पुण्याला आला. काकांच्या घराशी आल्यावर दारावर बेल दिसली नाही. कडी वाजवावी तर लक्षात आलं की, दार काही लावलेलं नाही. नुसतंच लोटलेलं आहे. त्यानं दार ढकललं. आत काका बसलेलेच होते. ते म्हणाले, ‘ये बाळ. मी कडी का लावली नाही माहीत आहे? ती

झिजेल, म्हणून कमीत कमी वेळा लावतो!' थोड्या वेळात वीज गेल्यामुळं त्यांनी मेणबत्ती लावून त्या प्रकाशात दोघांनी भोजन घेतलं. भोजनानंतर आता तर नुसतेच ऐकण्याचे काम आहे म्हणून त्यांनी मेणबत्ती विझवली. पुतण्या त्यांना म्हणाला, 'आता अंधार असल्यामुळे मी पंचाही काढून ठेवला आहे, तोही झिजायला नको!'

अशी पुण्याला नावं ठेवणारी माणसं जेव्हा पुण्यात येऊन काही दिवस राहतात तेव्हा मात्र त्यांना पुण्यातच स्थायिक व्हावं असं वाटतं. पुण्यात राहायला जागा मिळणं व मुलांना शाळेत प्रवेश मिळणं हे महाकठीण काम. पण एकदा का ते जमलं की मग अगदी 'पुणं तिथं काय उणं' अशीच प्रचिती यायला लागते.

पुण्याचा इतिहास प्रेरणादायी आहे. इथं साहित्यिकांची मांदियाळी आहे. यशस्वी उद्योजकांचं कर्तृत्वपूर्ण वास्तव्य आहे. एकाहून एक सरस नाट्यगृहं आहेत, क्रीडासंकुलं आहेत. अशा पुण्याचा फेरफटका मारायचा आहे आपल्याला. सुरुवात करू या लकडी पुलावरून!

पाणीवाली गवळण

पुण्याच्या लकडी पुलावरून चाललं की लक्षात येतो तो पानिपतचा इतिहास. पानिपतावर सव्वा लाख बांगडी फुटली. राहिलेले थोडे दुःखित अंतःकरणानं पुण्यास परतले. तेव्हाचे मूळ पुणे म्हणजे कसबा. पराभव झाला असताना मुख्य प्रवेशद्वारानं कसं यायचं म्हणून सैनिक मागील बाजूनं आले. त्या वेळी मुठा नदीच्या पलीकडील जंगलातून, म्हणजे आत्ताच्या डेक्कन जिमखाना भागातून येऊन त्यांना नदी पार करायची होती. त्यासाठी नदीवर लाकडी फळ्या टाकण्यात आल्या. तो लकडी पूल. व्यथित पुणेकरांना आपल्या गावात जाताना ज्यानं आधाराचा हात पुढं करून आपल्या लोकांत आणलं, तो हा लकडी पूल.

इंग्रजीमध्ये वाक्य आहे-

'What appears to be the end may really be new begining.' खरोखर या पुलानं पराजयाकडून आलेली पावलं यशाकडे नेली. पर्वतीवर देवदेवेश्वर मंदिर बांधलेले श्रीमंत नानासाहेब पेशवे यांचं २३-६-१७६१ रोजी पर्वतीवर निधन झालं. दुसऱ्या दिवशी लकडी पुलाजवळ अंत्यविधी होऊन तिथं त्यांचं स्मारक म्हणून वृंदावन बांधलं. लहानपणी या पुलाचं मी जेव्हा दर्शन घेतलं, तेव्हा पुलाच्या सुरुवातीला एक छानसा गवळणीचा पुतळा होता. कमरेवर घट, त्यातून सतत वाहते पाणी. हा पुतळा पुण्यात चित्रित झालेल्या बहुतेक चित्रपटांत दिसायचाच. पुणे म्हणजे शनिवारवाडा, पर्वती तसेच हा पुतळा पाहिला की हे पुण्याचं शूटिंग आहे हे प्रेक्षक ओळखायचे. एका तमाशाच्या वगातही या गवळणीच्या पुतळ्याचा उल्लेख विनोदवीर दादा कोंडके यांनी खुमासदार पद्धतीने केला होता.

"गवळणींनो, कुठं चालला?"

"मथुरेच्या बाजाराला."

"कशाला?"

"दूध विकायला."

एका गवळणीच्या हातात घागरच नसते, तेव्हा पेंद्या म्हणतो-

"हिनं पदराआड दूध लपविलेलं असलं पाहिजे?"

"दुधावर टॅक्स आहे तो भरला पाहिजे, तशी किसनदेवाची आज्ञा हाय."

"आम्ही टॅक्स भरला नाही तर काय करशील?"

"काय करशील? एका गवळणीनं असाच कर भरायला नकार दिला तवा तिला किसनदेवानं शाप दिला तू पुतळा होऊन उभी राहशील. तुझ्या घागरीतनं दुधाऐवजी पाणी पडेल. तीच पुण्याच्या लकडी पुलावर उभी हाय बघ!"

स्त्रीप्रधान पुणं

या पुतळ्याचा उपयोग करून १९७८ मध्ये सई परांजपे यांनी 'नांदा सौख्यभरे' या नाटकात 'दोन हजार सालचं पुणं' हा प्रवेश साकारला आहे. दोन हजार साली पुरुष प्रधान संस्कृतीऐवजी स्त्रीप्रधान संस्कृती असेल. सौंदर्याचं प्रतीक म्हणून स्त्री-पात्रंच का दाखवायची? त्यासाठी प्रवेशात सुरुवातीलाच एक युवक फक्त चड्डी घातलेला व कमरेवर कळशी घेऊन गवळणीच्या पुतळ्यासारखा उभा दाखविलेला. तिथं कॉलेजच्या मुली बेदकारपणे रस्त्यावर उभ्या राहून हास्यविनोद करताहेत. मुली बोटावर तोलून वही फिरवताहेत. तेवढ्यात तिकडून एकटा बिचारा मुलगा येतो.

"अहा रे पाखरू आलं!" एक मुलगी त्याच्याकडे आडदांडपणे पुढे सरकत उद्गारते. त्याची छेड काढायचा प्रयत्न करते.

"मला एकट्या दुकट्या मुलाला पाहून माझी चेष्टा करता? तुम्हाला कोणी बाप-भाऊ आहेत का नाहीत?"

तेवढ्यात तिथं एक इन्स्पेक्टर बाई येतात.

"का हो, या वेळी तुम्ही एकटे कसे फिरता? एकट्या मुलाला घरून परवानगी दिली तरी कशी? तुम्ही आता एखादी टॅक्सीवाली गाठा आणि घरी जा बघू!"

आता तो पुतळा नारायण पेठेतल्या दुचाकी 'झेड' पुलाच्या सुरुवातीस उभा आहे.

पुण्यात प्रथम लकडी पुलावर विजेचा खांब लावला तेव्हा बघ्यांची खूप गर्दी झाली होती. आधीचा रॉकेलचा दिवाही होताच. दोन्ही दिवे पाहून राम गणेश गडकऱ्यांनी कोटी केली होती, 'विजेचा दिवा लागला का ते दिसण्यासाठी हा रॉकेलचा दिवाही ठेवला आहे!'

लकडी पुलावरून आज मी जेव्हा जातो तेव्हा अजूनही माझ्या मनात हे सारं येऊन जातं. मी एक किस्सा वाचला होता.

सामान्यज्ञानाच्या परीक्षेमध्ये मुलाला शिक्षक प्रश्न विचारत असतात,

"ट्रॅफिक सिग्नलमध्ये लाल दिवा लागला की अर्थ काय?"

"गाडी थांबवा."

"हिरवा असेल तर?"

"पुढे जा."

"बरोब्बर! पिवळा असेल तर?"

"वेगाने जा!"

या पद्धतीनंच पिवळ्या दिव्यातच गाडी वेगानं नेण्याचे प्रयत्न आज या पुलावरही होत असतात. या साऱ्या गडबडीतही कॉम्प्युटरप्रमाणे आठवणी मनाच्या पडद्यावर साकार होतात. अशीच एक लकडी पुलावरची आठवण.

ओंकारेश्वरावर आउटडोअर शूटिंग

दत्ता धर्माधिकारी हे यशस्वी चित्रपट निर्माते. त्यांचे चित्रपट हे 'स्त्री' भोवती गुंफलेले. 'बाळा जो जो रे,' 'स्त्री जन्मा ही तुझी कहाणी', 'चिमणी पाखरं'. बायकांनी भरपूर रडण्यासाठी त्यामध्ये अश्रू आणि मृत्यू असायचेच. स्त्रियांच्या अलोट गर्दीत रौप्यमहोत्सव साजरे व्हायचे. एकदा पु.ल.देशपांडे व पुण्याला बाहेरून नवीनच आलेले गृहस्थ दोघेही लकडी पुलावर उभे होते. तिथून ओंकारेश्वर स्मशानभूमीत एक प्रेत जळताना दिसत होतं. त्या नवीन गृहस्थांना ते काय आहे हे माहिती नव्हतं. त्यांनी पु.लं.ना विचारले,

"तिकडं जाळ कसला दिसतोय?"

"तसं विशेष काही नाही. ते दत्ता धर्माधिकाऱ्यांच्या चित्रपटाचे आउटडोअर शूटिंग चाललंय?"

ही दंतकथाही लकडी पुलावरच आठवते.

अस्पर्श वेश्या

लकडी पुलाकडून जिमखान्याकडे जायला लागलं की, डाव्या हाताला 'इंटर नॅशनल बुक सर्व्हिस' हे इंग्रजी पुस्तकांचा खजिना समजलं जाणारं दुकान आहे. पानशेत पुरात हे दुकान पाण्याखाली गेलं होतं. या दुकानाला पंडित जवाहरलाल नेहरूंनी भेट दिलेली. १९३८ च्या दरम्यान पुण्यातले चित्रपट निर्माते, लेखक अशी मंडळी इथं नेहमी यायची. एकदा अनंत काणेकर, काळे नि भोळे नेहमीप्रमाणे आले होते. दुकानाचे मालक विठ्ठलराव दीक्षितांनी खायला चुरमुरे व दाणे असलेला भत्ता व कॉफी मागवली. पोलिस व वेश्या यांच्या संदर्भात काही इंग्रजी कथा आहेत का, असा विषय चालला होता. व्ही. शांतारामना या विषयावर चित्रपट काढायचा होता. अनंत काणेकर कथा-पटकथा लिहिणार होते. तेवढ्यात विठ्ठलराव दीक्षित म्हणाले,

"छान कथा होणार. म्हणजे जंटलमन पोलिस नि हिरॉइन अस्पर्श वेश्या!"

या विषयावर पुढे प्रसिद्ध पावलेला 'माणूस' चित्रपट निघाला. या दीक्षितांच्या सौ.नी 'जुगार' नावाचं एक नाटक लिहिलं होतं. त्यात भीमसेन जोशींनी काम केलं होतं. कदाचित भीमसेन जोशींची नाटकातील ही एकमेव भूमिका असेल.

सुप्रसिद्ध लेखक विजय तेंडुलकर यांनीही 'इंटरनॅशनल बुक सर्व्हिस' या दुकानात काही काळ विनावेतन काम केलं होतं. पैसे मिळाले नाहीत याची त्यांना रुखरुख नव्हती. ते म्हणत, 'इथल्या पुस्तकांच्या निमित्तानं माझ्या ज्ञानात भर पडली त्यामुळं उलट मीच त्यांचं देणं लागतो.'

बाकरवडी

मला एकदा एका मित्रानं प्रश्न विचारला होता-

"एखाद्या दुकानदाराला १०० किलो मालाची रोजची मागणी असेल; कच्चा माल, भांडवल इ. भरपूर उपलब्ध असेल; तरीही तो ५० किलोच माल रोज बनवू लागला तर अशा दुकानदाराला काय म्हणायचं?"

मी गप्पच राहिलो.

"चितळे बंधू!" त्यानं हसत उत्तर दिलं. इथं बाकरवडीला एवढी मागणी आहे,

पण ती बऱ्याच वेळा मिळत नाही.

पुणेकरांना चितळ्यांच्या बाकरवडीचे फार कौतुक. त्यांचे उद्‌गार बघा-

‘अकरा वाजता रांगेत उभी राहून बाकरवडी मिळविली.’

‘लंडनला मुलाला आवडते म्हणून चितळ्यांची बाकरवडी पाठविली.’

रेशन धान्यासाठी रांगा असतात. चित्रपटासाठी किंवा चांगल्या कार्यक्रमासाठी रांगा असतात. पण बाकरवडीला रांग लावायला लावणाऱ्या चितळ्यांचं नाव खरंच गिनिज बुकात यायला हवं. पुणेकरांना एकंदरीतच चितळ्यांचं भारी कौतुक!

‘ही शेव खाऊन बघा, चितळ्यांकडची आहे.’

‘आंबा बर्फी चितळ्यांसारखी नाही जमत कोणाला.’

‘दही खायचं तर चितळ्यांकडच्या दुधाचं.’

चांदीच्या भांड्यातून चितळ्यांचं श्रीखंड सणाला वाढणं ही एक पुण्यातील स्त्रियांची सुखाची कल्पना आहे. चितळ्यांनी पुण्याला चविष्ट बनविलं. त्यांच्याबद्दल पुणेरी लोकांत खरंच आदर आहे. मी बँक ऑफ महाराष्ट्रच्या प्रभात रोड येथील ट्रेनिंग कॉलेजमध्ये शिकवायला होतो. त्या वेळी आमचे प्रिन्सिपॉल श्री. मनोहर राजे होते. ते आम्हाला सांगत-

‘‘आमच्या मिसेसला चितळ्यांच्या दुधाच्या बिलात एक चूक सापडली. ती तिनं चितळ्यांच्या नजरेस आणून दिली. तर चितळ्यांनी जादा पैसे परत तर केलेच पण एक किलो आंबा बर्फीही बक्षीस दिली.’’

चितळ्यांच्या दुधाची गाडी एकदा कात्रज घाटात बंद पडली होती. ते लक्षात येताच-जाणारे येणारे त्यातील दुधाच्या पिशव्या, दुधाचे क्रेट्स पळवू लागले. दुसरे दिवशी एक वृद्ध गृहस्थ चितळ्यांकडे आले. त्यांनी बरोबर प्लॅस्टिकचा क्रेट आणला होता. ते म्हणाले, ‘‘मुलांनी तुमचा हा क्रेट काल

पळवून आणला. ज्या चितळ्यांनी गुणवत्तापूर्ण माल देऊन पुण्याची एवढी सेवा केली. त्यांची चोरी करणे बरोबर नाही. हा क्रेट परत घ्या. माझ्या मुलाला क्षमा करा.''

पुण्याच्या खास खरेदीत चितळे प्रॉडक्ट्स हवेतच.

प्रिन्स ऑफ वेल्सची गाडी पुणेकरांकडे!

जिमखान्यावर गरवारे पुलाजवळ दिमाखात उभा आहे तो छत्रपती संभाजी महाराजांचा पुतळा. धर्मरक्षणासाठी ज्यांनी बलिदान केलं ते हे राजे. शिवाजी सावंतांचा 'छावा' डोळ्यापुढे यायला लागतो. याच पुतळ्याच्या चौथऱ्यावर दोन मराठे शूरवीरांच्या प्रतिमा आहेत- संताजी घोरपडे व धनाजी जाधव. बादशहाच्या तंबूचे कळस कापून आणणारे, शत्रूला पाण्यातही दिसतील इतके भय निर्माण करणारे हेच ते शूर सेनानी.

गरवारे पूल. जिमखान्याच्या वर्दळीच्या भागात रस्ता ओलांडायची सोय ज्यांनी पुणेकरांना करून दिली ते आबासाहेब गरवारे म्हणजे कर्तृत्ववान उद्योगपती. १९३२ मधली गोष्ट. इंग्लंडमध्ये काही ठिकाणी फलक असत, 'भारतीय व कुत्री यांना प्रवेश नाही.' हे वाचून आबासाहेब अस्वस्थ झाले. त्यांनी इंग्लंडच्या राजपुत्राची- प्रिन्स ऑफ वेल्सचीच गाडी खरेदी केली. बर्नेस्टी मलाइन नावाची ही अनेक सुविधा असलेली गाडी एका मराठी माणसानं घेतली हा चर्चेचा विषय झाला. पैसे देताना आबासाहेबांनी बकिंग हॅम पॅलेसमध्ये जाऊन फोटो काढला. ती मौल्यवान गाडी व त्याचा गोरापान शोफर घेऊन ते लंडनभर फिरले. गरवारे मोटर्स या त्यांच्या कंपनीच्या शो-रूममध्ये ठेवलेली गाडी बघायला कित्येक लोक येत. इतक्या मोठ्या कीमतीची गाडी का घेतली असं जे जे विचारत त्यांना ते सांगत, 'जिथं आम्हाला प्रवेश नाही असे फलक लावतात, त्या ब्रिटिशांच्या राजपुत्राची ही गाडी घेऊन दाखविली की नाही?'

आबासाहेबांनी नायलॉन उद्योगात अशी काही यशस्वी भरारी मारली की नायलॉन म्हणजे गरवारे असं समीकरणच जमलं. मासे धरण्याची नायलॉनची जाळी ही गरवारे यांचीच. अथक परिश्रमानं यशसिद्धी होते हे आपल्या कर्तृत्वानं सिद्ध करणाऱ्या आबासाहेबांचं आवडतं वाक्य होतं, 'There is no shortcut to success.'

गरवारे देणगी देताना आपलं नाव दिलं पाहिजे अशी अट घालतात ही त्यांच्यावर होणारी टीका. या टीकेच्या अतिरेकातून एक दंतकथा पसरली. वैशाली हॉटेलात पुण्याचा लाडका निवेदक सुधीर गाडगीळ यानं हा किस्सा सुनावला.

गरवारे यांचं लग्न ठरताना वधूपरीक्षा म्हणून मुलगी पाहण्याचा कार्यक्रम झाला. मुलगी पसंत पडली. आता देण्याघेण्याच्या गोष्टी. तेव्हा गरवारे म्हणाले,

"आम्हाला मुलीच्या बाजूकडून काहीही नको. फक्त लग्नानंतर तिनं माझं नाव लावायचं हं!"

हा भाग केवळ विनोद म्हणून पाहायचा. प्रत्यक्षात असं आबासाहेब म्हणाले असतील असं कोणाला वाटेल!

पण संस्थांना नाव देण्याच्या टीकेला उत्तर देताना आबासाहेबांनी म्हटलंय की ते फक्त चांगल्या संस्थांनाच मदत करतात. शिवाय मराठी माणूसही देणग्या देतो हे इतरांनाही त्यामुळं समजतं. गरवारे नाव असलेल्या सर्वच संस्था चांगल्या चालण्याचा प्रयत्न सर्व गरवारे कुटुंबीय करत राहणार. एकूण काय, गरवारे समूहानं पुण्याच्या वैभवात घातलेली भर उल्लेखनीय आहे.

पुण्यात हाँगकाँग

काका हलवाई यांच्या दुकानाच्या बाजूनं डेक्कन चित्रपटगृहापर्यंत जाणारी दुकानांची ओळ म्हणजे हाँगकाँग लेन. आयुष्यात हाँगकाँगला जायला मिळो वा न मिळो पण पुण्यात हाँगकाँग लेनमध्ये जाऊन आल्यावर कसं बरं वाटतं. लेनच्या सुरुवातीलाच टवटवीत सुंदर फुलांचे गुच्छ विक्रीस तयार. अगदी एक फूल भेट म्हणून द्यायचं असलं तरी ते दोन पानांसह आकर्षक कागदात बसवून देतात. कोणाला द्यायचं हे निश्चित असेल तर अगदी नावाचं लेबल लावूनसुद्धा मिळेल. मात्र आपली स्थिती राम गणेश गडकऱ्यांच्या कवितेतील ओळी-प्रमाणे फुले वेचली पण... अशी विरही प्रेमिकाची नसावी! कॉलेज युवतींना आवडणारी, जरा अँटिक-सारखी दिसणारी कर्णभूषणं मिळण्याचं ठिकाणही या लेनमध्ये आहे. इंग्रजी पुस्तकं वाचण्याचं

आपल्याला वेड आहे असं जरा चारचौघात कळावं वाटत असेल तर त्यासाठी दुकान आहेच. स्वस्तात मिळणाऱ्या पण बऱ्या दिसणाऱ्या पादत्राणांचं विक्रीकेंद्र इथंच आहे. आचार्य रजनीशांच्या प्रवचनांपासून ते समर्थ रामदासांच्या मनाच्या श्लोकापर्यंतच्या कॅसेटही विकायला ठेवलेल्या दिसतात. मी 'बाबा सैगलची रॅप साँग कॅसेट हाँगकाँग लेनमधून आणली' असं म्हणणारा कॉलेजकुमार आता अगदी मॉडर्न झालाय असं भासवत असतो.

भेटकार्डे तर किती विविध प्रकारची! खास प्रियजनांना द्यायच्या भेटकार्डातला मजकूरही खासच आहे ना हे चाळत बसलेले युवक-युवती इथंच आढळतात. भेटकार्ड पाठवायला उशीर झाला असेल तर त्यासाठीही खास मजकूर असतो. दुसऱ्यामध्ये काही चांगलं पाहण्याची वृत्ती म्हणजे भेटकार्ड पाठविणं. असं जे जे सुंदर ते ते सुंदर आहे असं प्रत्येक जण म्हणत गेला तर आनंदवनभुवनी असं होऊन जाईल. भेटकार्डांची वाढती मागणी या उत्तम गुणाचंच प्रतीक मानावं लागेल. भेटकार्डाबरोबरच कॉमिक म्हणजेच विनोदी कार्डेही पाहण्याजोगी असतात. एक कॅमेऱ्याचं चित्र असलेलं कार्ड होतं. त्यावर लिहिलं होतं, 'स्वत:कडे रोखा व फोटो काढा.' तसं केल्यावर आतल्या कार्डावरचं चित्र पाहिलं की ते माकडाचं! त्याला रबर बांधलेला असल्यानं ते पुन्हा आत जायचं. येणेकऱ्याकडून पैसे मागण्याचा अभिनव मार्ग एका कार्डावर लिहिलेला होता. ते कार्ड देणेकऱ्याला पाठवायचे. त्यावर लिहिलेले 'युवर ऑटोग्राफ प्लीज! ऑन ए चेक!' अशी दुकानं अनेक ठिकाणी असतात. पण या लेनचं हाँगकाँग लेन असं बारसं करणारा धन्य होय.

विझले रत्नदीप नगरात

'मी कसा झालो' या आचार्य अत्र्यांच्या पुस्तकातील वर्णनाप्रमाणे जिमखाना म्हणजे पूर्वी नुसत्या गवताच्या गंजी ठेवलेल्या झाडीचा भाग होता. अत्रे सासवडहून बैलगाडीनं पुण्यास आले. त्या वेळी लकडी पुलापलीकडील डेक्कन जिमखान्याचा बहुतांश भाग म्हणजे गावाबाहेर फिरण्याचा भाग. डेक्कन जिमखान्याचा बहुतांश भाग हा सरदार शितोळे यांच्या मालकीचा. आत्ताचे जिमखाना मैदानही त्यांनी भाडेपट्ट्याच्या करारानं दिलेलं आहे. सुखवस्तू लोकांनी मोकळ्या, शुद्ध हवेत गावाबाहेर म्हणून बंगले बांधले ते जिमखान्यावर. येथे बंगला असणं हे पुण्यातलं प्रतिष्ठेचं लक्षण. औंध संस्थानच्या अप्पासाहेब पंत-प्रतिनिधींचा बंगला इथंच आहे. पुण्यात फ्लॅटच्या जाहिराती येतात त्यात तो फ्लॅट डेक्कन जिमखान्यापासून किती जवळ यावर त्यांची किंमत ठरते. जिमखाना म्हणजे पुण्याची शान आहे. इथली माणसंसुद्धा कशी अपटुडेट. श्री.ज.जोशींनी त्यांच्या 'पुणेरी' या पुस्तकात म्हटल्याप्रमाणे

ना.सी.फडक्यांच्या कादंबरीतून रेखाटलेल्या नायक-नायिका या जिमखान्यावर दिसतात. अन्य पुण्यात दिसणारे तरुण-तरुणी म्हणजे ना.ह.आपट्यांच्या कादंबऱ्यातले मध्यमवर्गीय! पूर्वी सदाशिव पेठेतल्या एखाद्या सद्‌गृहस्थानं जिमखान्यावर बंगला बांधला की त्याला 'बंगलोरिया' झाला असे म्हणायचे!

एकदा जिमखान्यावर ग.दि.माडगूळकर व पु.ल.देशपांडे एका खांबाजवळ बोलत उभे होते. एवढ्यात वीज गेली. अंधार पडला. लगेच ग.दि.मां.ना काव्य स्फुरले-

विझले रत्नदीप नगरात
आता जागे व्हा यदुनाथ

पुढे हेच गीत 'सीता स्वयंवर' या चित्रपटात गाजले.

माझा एक मित्र आहे. त्यानं एकदा डेक्कन जिमखाना सोसायटीचा रौप्य की हीरकमहोत्सव साजरा करायचं कॉन्ट्रॅक्ट घेतलं होतं. जिमखान्यावरच्या समस्त सुखवस्तू नागरिकांची महोत्सव साजरा करण्याची इच्छा होती. पण समारंभासाठी करायची धडपड कोण करणार? त्यासाठी कोणाजवळ वेळ नव्हता. मग आमच्या स्नेह्यानंच लोकांची नावं गोळा केली. बरेच जण परदेशी होते. त्यांना पत्रं पाठवली. कार्यक्रम ठरवले. कार्यक्रमपत्रिका, प्रमुख पाहुणे, वृत्तपत्र प्रसिद्धी, आमंत्रणे देणे, गौरव विशेषांक, फोटो काढणे, चहापान इ. सारं कॉन्ट्रॅक्ट पद्धतीनं करून दिलं!

पुण्यातल्या एका संस्थेनं एकदा परदेशातील भारतीयांच्या ठेवी मिळविण्याच्या दृष्टीनं पाहणी केली होती. तेव्हा डेक्कन जिमखाना आणि शिवाजीनगर परिसरात प्रत्येक पाच घरांमागे एक जण परदेशात राहत असल्याचं निदर्शनाला आलं होतं. त्यामुळं प्रभात रोडला 'डॉलर कॉलनी' असंही म्हणतात.

अशा या सुखवस्तू जिमखान्याच्या पोलिस चौकीवर फारसे काम असणार नाही अशा समजुतीनं फडगेट भागातून बदलून आलेल्या इन्स्पेक्टरशी झालेला संवाद पहा-

"फडगेट म्हणजे मारामाऱ्यांचे गुन्हे! तिथून इथं आल्यावर आराम असेल नाही?"

"कुठलं आलंय! ते फडगेट परवडलं. तिथं पकडून आणलेल्याच्या एक

कानफाडात ठेवून देऊन मोकळं होता यायचं. इथं सगळी सज्जन अन् प्रतिष्ठित माणसं! परवा एक जण तक्रार घेऊन आले.''

''कोणती तक्रार?''

''कामावरच्या बाईंनी पोळ्या चोरल्या म्हणून! मी त्यांना म्हटलं, पोळ्या केवढ्याच्या होतील? तक्रारीत आर्थिक नुकसान लिहायला हवं. त्यावर त्यानं सहा रुपये सांगितले. मी त्यांना माझ्या जवळचे सहा रुपये देऊ केले तर गृहस्थ जास्तच चिडले. म्हणायला लागले, पहा चोराला पोलिस सामील. तुम्ही पैसे भरणार हे बरोबर नाही. प्रश्न पैशाचा नाही तत्त्वाचा आहे' अशा केसेस संपायच्या कशा? ते फडगेट बरं म्हणायची वेळ येते!''

प्रत्यक्ष जिमखान्यावर सुप्रसिद्ध क्रिकेटीअर दि.ब.देवधर यांनी वयाची शंभर वर्षे पूर्ण करताना क्रिकेट खेळून तो दिवस साजरा केला. त्या दिवशी त्यांनी क्रिकेटवीराचा संपूर्ण पोशाख घालून फोटो काढू दिले. आजही माझ्याकडच्या व्हिजिटिंग कार्डवरची त्यांची सही पाहिली की त्यांची आठवण येते.

वैशाली परिसर

ना.सी.फडक्यांच्या काळातले नायक- नायिका कदाचित जिमखान्यावरच्या गुडलक, लकीमध्ये जात असतील. पण आताच्या युवक- युवतींचा खरा अड्डा भरतो तो 'वैशाली' या उडप्याच्या हॉटेलात. कॉलेजच्या कार्यक्रमाची पत्रकंसुद्धा जास्तीत जास्त कॉलेज कुमारांपर्यंत पोहोचावीत म्हणून इथं लावली जातात. युवा माहेश्वरी या संघटनेने जाहीर केलेल्या 'प्रेमपत्र' या स्पर्धेची नावनोंदणीही या उपहारगृहात ठेवली होती. जास्तीत जास्त हसण्याची स्पर्धाही बरीच गाजली होती. इतकंच काय रडण्याचीही स्पर्धा होती. पुण्यात दोन वर्षांपूर्वी रस्ते फार खराब झालेले. जागोजागी खड्डे पडलेत म्हणण्याऐवजी खड्ड्यांतून रस्ता आहे असं म्हटलं जात होतं. त्या वेळी महापौर होते अंकुश काकडे. सुप्रसिद्ध वात्रटिकाकार रामदास फुटाणे यांची एक वात्रटिका बरीच गाजली होती-

रस्तोरस्ती पडती खड्डे
पाऊल पडती वाकडे
सत्तेवरती नाही अंकुश
काय करिती काकडे!

या खड्ड्यांवर टीका करण्यासाठी ठेवलेल्या एका स्पर्धेचा फलकही या वैशाली जवळ होता- 'रस्त्यातील खड्ड्यांचे छायाचित्र पाठवा. उत्कृष्ट छायाचित्रास पारितोषिक!' अन्यायाविरुद्ध मोहीम उघडण्याची पुणेकरांची ही अहिंसक पद्धत अभिनव मानली पाहिजे.

हॉटसनवर गोळ्या

अमरावती येथे महाराष्ट्र बँकेत मी शाखाधिकारी होतो. अमरावती शाखेचा रौप्य महोत्सव साजरा करायचा ठरले. जुन्या खातेदारांपैकी कोणाला तरी बोलवायचे म्हणून मी रावबहादूर अप्पासाहेब खरे यांचेकडे गेलो. वय वर्षे एकशे पाच. विविध कार्यक्रमांना नियमित उपस्थिती. मी त्यांना प्रमुख पाहुणे म्हणून येण्याची विनंती केली. ती त्यांनी त्वरित मान्य केली. कार्यक्रमाला आले. तीन तास थांबले. भीतभीतच मी त्यांना चिवडा व बर्फी चालेल ना विचारलं. तर 'हो' म्हणाले! त्यांच्या घरी त्यांनी पत्नीची ओळख करून दिलेली "ही मूळची दक्षिण साताऱ्याची. हिचं वय आहे एक्क्याण्णव."

त्यावर सौ. खरे म्हणाल्या, "मीही तुमच्या बँकेत अमरावती शाखेच्या उद्घाटनाला हजर होते. पंजाबराव देशमुख आले होते. जोगसाहेब होते. मी यांना म्हटले, माझंही एक स्वतंत्र खातं मी उघडणार. मी एक रुपया भरून माझं खातं उघडलं. मी सांगलीची. पण लोकमान्य टिळक म्हणाले, तू फर्ग्युसनला शिकवायला ये. मी गेले."

टिळकांशी बोललेल्या व्यक्तीशी मी बोलतोय याच भावनेनं मी भारावून गेलो. मी हा प्रसंग पुण्याच्या विजय टॉकीजचे मालक श्री. प्रभाकर जोशींना जेव्हा सांगितला तेव्हा ते म्हणाले,

"रावबहादूर खऱ्यांची मुलं काय करतात?"

"ती वृद्धापकाळामुळं केव्हाच गेली!' मी विनोदानं सांगितलं.

लोकमान्यांसारख्यांचे मार्गदर्शन लाभले ते हे फर्गसन उर्फ फर्ग्युसन कॉलेज. ब्रिटिशांविरुद्ध लढलेले वासुदेव बळवंत गोगटे याच कॉलेजमधले. त्या काळी एक दिवस गोगटे आणि त्यांचे सहकारी प्रभात रोडच्या सुरुवातीस असलेल्या टिळक तलावावर पोहायला गेले होते. पोहून झाल्यावर फर्ग्युसन कॉलेजकडे परत आले.

कॉलेजच्या गेटजवळ काही पोलिस उभे दिसले. चौकशीअंती असे लक्षात आले की, आज हॉटसन गव्हर्नर कॉलेजला भेट देत आहेत. जो तो आपापल्या वसतिगृहाकडे गेला. मात्र ब्रिटिश सत्तेविरुद्ध राग प्रदर्शित करण्याची ही नामी संधी आहे, असं गोगट्यांच्या मनात आलं. खोलीचं दार लावून घेतलं. जवळचं एक रंग दिलेलं व एक ॲल्युमिनियम प्लेटिंगचं अशी दोन्ही पिस्तुलं निरखली. एवढ्यात दार वाजले. गोगटे घाबरला. पिस्तुले लपवली. दार उघडले. हॉस्टेलच्या मेसमधून एक जण जेवायला बोलवायला आलेला. गोगटेनं जेवण रूमवर पाठवून द्यायला सांगितलं. थोड्या वेळानं ताट आलं. गोगटेची जेवण्याची इच्छाच नव्हती. हॉटसनला आता कसा मारायचा एवढाच विचार त्याच्या डोक्यात थैमान घालत होता. हॉस्टेलच्या गॅलरीतून त्यानं पाहिलं. प्रिन्सिपॉल रँग्लर परांजपे पुढे होते. मागे गव्हर्नर हॉटसन आणि इतर मंडळी होती. येथून हॉटसनवर गोळ्या झाडणं सोईचं नव्हतं. हॉटसन लायब्ररीमध्ये जाणार होते. गोगटेनं पिस्तूल रोखून गोळी झाडली. पण हॉटसन काही खाली कोसळला नाही. आणखी एक गोळी झाडली. तरीही हॉटसनला काहीही झालं नाही. त्यानं त्वरेनं उडी मारून गोगटेला पकडलं. सर्वत्र गोंधळ उडाला. हॉटसननं बुलेटप्रुफ जाकीट घातलं असल्यानं त्याला दोन्ही गोळ्या लागल्या नाहीत. गोगटेला अटक झाली. त्याच्या बाजूनं कायदेपंडित ल.ब.भोपटकरांनी केस लढवली. क्रांतिवीर वासुदेव बळवंत फडक्यांचा खटला सार्वजनिक काका व महादेव चिमणाजी आपटे यांनी चालवलेला तर लोकमान्य टिळकांचा खटला दादासाहेब करंदीकरांनी लढवलेला. हाही खटला त्या काळी तितकाच गाजला.

क्रांतिकारक गोगटेला शिक्षा झाली. त्या वेळी हॉटसन इंग्लंडला गेले होते. फर्ग्युसन महाविद्यालयाच्या प्राचार्यांनी गोगटेंना कमी शिक्षा व्हावी म्हणून खुद्द हॉटसनलाच पत्र पाठवलं. विशेष म्हणजे हॉटसननी त्याला मान्यता दिली.

शिक्षा भोगून झाल्यावर गोगटेंनी पुण्यात वकिलीचा व्यवसाय सुरू केला. ते राजकारणतही सक्रिय होते. कालांतरानं ते पुण्याचे महापौर बनले. न्यायालयात वकिलीचा व्यवसाय चालूच होता. एकदा त्याच्या असं लक्षात आलं की, हॉटसन प्रकरणात जेव्हा त्यांना अटक झाली होती तेव्हा त्यांच्याजवळ असलेले आठ-नऊ रुपये न्यायालयात जमा केले होते. ते त्यांनी अर्ज करून परत मिळवले. आजही सदाशिव पेठेतील त्यांच्या घरातील देव्हाऱ्यात त्या पैशांची पूजा केली जाते.

फर्ग्युसनमधील म्हाताऱ्या

फर्ग्युसन कॉलेजच्या आवारातून एक पाण्याचा कालवा वाहत असे. त्या काळीही तास बुडवणारी मुलं होतीच. ती कालव्याजवळ चेष्टामस्करी करत बसत.

कधी कधी अत्रेही त्यात असत. त्या कालव्याच्या कडेला शिवरीच्या कापसाच्या बोंडाच्या जातीची झाडे उगवलेली असत. ही बोंडे पिकली की त्यातून म्हाताऱ्या बाहेर पडत. एके दिवशी अत्रे आणि त्यांच्या मित्रांनी शिवरीच्या शेकडो म्हाताऱ्या गोळा केल्या. अँफी थिएटरच्या तिसऱ्या मजल्यावर जाऊन या सर्व म्हाताऱ्या खाली सोडून दिल्या. प्राध्यापक वासुदेवराव पटवर्धन जेव्हा वर्गात आले तेव्हा त्या म्हाताऱ्या उडत असलेल्या त्यांनी पाहिल्या. आता काय होतंय हे पाहण्यासाठी अत्रे आणि बाकीचे विद्यार्थी अगदी चोरासारखे आपापल्या बाकावर गुपचूप बसले. प्राध्यापक पटवर्धन हे वृत्तीनं विनोदी व खेळाडू. त्यांनी आजूबाजूच्या उडणाऱ्या असंख्य म्हाताऱ्यांकडे हसून पाहिले आणि विद्यार्थ्यांकडे बघून शांतपणे म्हणाले, "Young men like you should have nothing to do with old women." (तुमच्यासारख्या तरुणांनी म्हाताऱ्यांशी खेळणे याचा मला अचंबा वाटतो.)

यावर वर्गात एकच हशा पिकला. ते हसू विद्यार्थ्यांच्या विजयाचे नव्हते तर पराभवाचे होते.

हा विनोद महाराष्ट्रात गेली तीस वर्षे प्रसिद्ध आहे. पण वरील वाक्य 'अत्रे म्हणाले' असं सांगून तो सांगितला जातो. हेही कदाचित मराठी माणसांचे अत्र्यांवर असलेल्या प्रेमापोटीच असेल.

ना.सी.फडके रांगत वर्गात आले!

१९२०च्या दरम्यानचे फर्ग्युसनचं वातावरण कसं होतं त्याचं वऱ्हाडी साहित्यिक आ.रा.देशपांडे यांनी वर्णन केलं आहे. 'वसतिगृहातली जरा वयस्कर मंडळी गप्पागोष्टी करत, पान चघळत. धोतर, सदरा, कोटटोपी असा पोशाख. शहरातले विद्यार्थी पायपीट करत पोहोचतायत. प्रोफेसर मंडळी डोक्यावर रुमाल, पगडी, गळ्याभोवती

उपरणी अशा वेषात टांग्यातून उतरताहेत. सात, आठ मुलींचा घोळका नखाग्रं पाहत दचकत चाललाय.'

त्या वेळचे कॉलेजकुमारही खट्याळ होतेच. वर्गात बाकाखाली चंची सोडायचे. तोंडासमोर पुस्तक घेऊन पानसुपारी चघळायचे. नागपूरकडची मुलं उमरेडी धोतर नेसायची. त्यांना पुण्याची मुलं चिडवायची, 'हे साड्या धोतर म्हणून नेसतात.' पुणेकरांना वऱ्हाडी डिवचायची- 'पुण्याचे नातू पार्श्वभागावर धोतराचा भांग पाडतात!'

एका तत्कालीन कॉलेजकुमाराचं वर्गातील मुलीवर एकतर्फी प्रेम होतं. त्यानं तिला चिठ्ठी पाठवली, 'माझ्यावर तुझं प्रेम असेल तर उद्या तुझं त्या रंगाचं लुगडं नेसून ये.' तिला जरी उद्या ती साडी नेसायला लागणार असली तरी गैरसमज नको म्हणून ती आजचंच लुगडं पुन्हा नेशी!

एका गॅदरिंगच्या वेळी फर्ग्युसनच्या एका विद्यार्थ्यानं एका मुलीला हिंदीत शेर सुनावला-

'लिखता हूँ खत खून से, स्याही न समझना,
मरता हूँ तेरे इश्कपर, मुर्दा न समझना!'

ती मुलगीही फर्ग्युसनचीच विद्यार्थीनी होती, ती कशाला संधी सोडेल? तिनं प्रतिटोला दिला-

'लिखता है खत क्यों खूनसे, स्याही न मिली क्या?
मरता है क्यों मेरे इश्कपर, दुसरी न मिली क्या?'

प्राध्यापक वैजनाथ राजवाडे हे इतिहासाचार्य राजवाड्यांचे भाऊ. ते फर्ग्युसनमध्ये इंग्रजी शिकवीत. ते अतिशय गंभीर प्रकृतीचे असल्याने कोठे विनोद झाल्यावरही फारसे हसलेले त्यांना आवडत नसे. डिकन्सनचे साहित्य शिकवत असताना कुठं विनोदाची झुळूक आली तर ते म्हणत, 'डिकन्स वॉन्ट्स यू टू लाफ हियर!' एकदा ते डिकन्स शिकवत असताना ना.सी.फडके वर्गात उशिरा आले. सरांच्या हे लक्षात येऊ नये म्हणून ते रांगत, लपत वर्गात आले. बाकीची मुलं हसायला लागली तेव्हा प्रा. राजवाडे म्हणाले, 'डिकन्स डज नॉट वॉन्ट यू टू लाफ हियर!'

आगरकर रेसिडेन्सी

फर्ग्युसन महाविद्यालयाच्या आजतागायतच्या प्राचार्यांमध्ये एक होते 'सुधारक'कार गोपाळ गणेश आगरकर. सातवीपर्यंत कराडला शिक्षण झाल्यावर पुढील शिक्षणासाठी

आगरकर रत्नागिरीस पायी गेले! पुढे पुण्यास आल्यावर त्यांना वक्तृत्त्वोत्तेजक सभेचं बक्षीस मिळालं. डेक्कन कॉलेजची फी तेव्हा केवळ दहा रुपये होती. पण तीही भागवणं अवघड जात होतं. तेव्हा त्यांनी केवळ एका सदऱ्यावर दिवस काढले. परीक्षेसाठी पैसे हवेत म्हणून त्यांनी एक नाटक लिहायला घेतलं. ते लक्षात आल्यानं श्री. केरूनाना छत्रे यांनी त्यांना थांबवलं व अभ्यासात मन एकाग्र करायला सांगितलं. त्यांनी परीक्षेचे पैसे भागवले. एकदा त्यांनी एक निबंध लिहून निबंधमालाकार विष्णुशास्त्री चिपळूणकरांना दाखवला व प्रशंसा मिळवली. पुण्यातल्या न्यू इंग्लिश स्कूलची स्थापना त्यांनी व लोकमान्य टिळकांनी १८८० मध्ये केली. आगरकर एकदा याच शाळेत शिकवत असता वेलणकर नावाच्या विद्यार्थ्याने वर्गातच विचारले-

"मी काही विचारू का?"

"विचार."

"विषय जरा खाजगी आहे. तुम्ही रागावणार नाही ना?"

"घाबरू नको. विचार."

"काल जोगेश्वरीच्या देवळात मिसेस आगरकरांनी सुवासिनींच्या खणानारळानं ओट्या भरल्या."

"हो. भरल्या."

"पण तुम्ही तर नेहमी सांगता की मूर्तिपूजा आणि हे सगळं थोतांडं आहे. मग तुमच्या घरातच हे असं कसं?"

"अरे, मी म्हणजे काही मिसेस आगरकर नाही. नवरेपणाच्या जोरावर मी माझी मते त्यांच्यावर लादणार नाही."

"सर, पण खणानारळाला पैसे आपणच दिले ना?"

"होय. त्यांचे मत जोपर्यंत मला बदलता आले नाही तोपर्यंत त्यांच्या मतप्रणालीप्रमाणे त्यांना चालू दिलंच पाहिजे आणि त्याकरता जर काही खर्च लागला तर मला तो करायला नको का? समाजात स्त्रिया आर्थिकदृष्ट्या परावलंबी असताना त्यांच्या मताची गळचेपी होऊ नये म्हणून कुटुंबाच्या नेत्यानं दक्षता नको का घ्यायला?"

"स्वत:चे मत त्या मताविरुद्ध असले तरी?"

"तरीसुद्धा! तरच स्वतंत्र विचाराचा परिपोष होईल. विनाकारण जुलूम टळेल आणि सामाजिक नीतीची शुद्धता राहील."

न्यू इंग्लिश स्कूलमधली आणखी एक गोष्ट. भारतीय महिला विद्यापीठाचे संस्थापक श्री. धोंडो केशव कर्वे यांनी पुनर्विवाह करण्याचे ठरवले. त्या वेळी त्या पत्रिकेवर गोपाळरावांची सही घ्यावी म्हणून मंडळी गेली. आगरकरांनी सही दिली आणि लगेच एखाद्या बागडणाऱ्या मुलाप्रमाणे धावत धावत कर्वे होते तेथे जाऊन त्यांना आगरकर भेटले.

आधी सामाजिक सुधारणा मग स्वातंत्र्य या विचाराचा पुरस्कार आगरकरांनी त्यांच्या 'सुधारक' या पत्राद्वारे सातत्यानं केला. लोकमान्य टिळकांच्या मते स्वातंत्र्य मिळालं की सुधारणाही होतील. त्यांच्यामध्ये वैचारिक मतभेद होते पण एकमेकांबद्दल आदरभावही उच्च प्रतीचा होता. डोंगरीच्या तुरुंगात १०१ दिवस कैदेत असताना त्यांनी 'हॅम्लेट' नाटकाचे मराठीत भाषांतर केले.

गोपाळराव पुण्यात ओंकारेश्वराच्या बाजूस काही दिवस तांबे यांच्या वाड्यात राहत. पुढे त्याच बाजूला मेहेंदळे यांच्या बागेतील लहानशा बंगल्यात राहू लागले. काही काळ ते भाटवडेकरांच्या बंगल्यात होते. मार्च १८९५ ला फर्ग्युसन महाविद्यालय गावातून बाहेर आलं. बाहेर म्हणजे सध्याच्या मध्यवर्ती ठिकाणी! आगरकर प्राचार्य या नात्यानं कॉलेजजवळच्या बंगल्यात राहू लागले. तिथं त्यांचे दम्याच्या विकारानं १६ जून १८९५ रोजी अवघ्या एकोणचाळिसाव्या वर्षी निधन झालं.

त्यांच्या मृत्यूनंतर त्यांच्याजवळ एक पुडी सापडली. त्यामध्ये वीस रुपये होते व कागदावर लिहिलं होतं 'माझ्या प्रेतदहनार्थ'. ते पाहून नामदार गोपाळराव गोखल्यांना रडूच कोसळलं.

फर्ग्युसन महाविद्यालयातली आगरकर रेसिडन्सी ते हेच ठिकाण.

अशीही एक श्रद्धांजली

एका क्लबच्या बैठकी फर्ग्युसनमध्येच होत. एकाच क्लबमध्ये दोन गट पडले होते. एका गटास अध्यक्षांना मीटिंग घेण्यात अडथळे आणायचे होते. अध्यक्ष महाराज बोलायला उभे राहिले-

"आपले सन्माननीय सदस्य श्री. ----यांच्या मातोश्रींचे निधन झाले. त्याबद्दल आपण एक मिनिट उभं राहून त्यांना श्रद्धांजली वाहू या."

सारे जण उभे राहिले. या मिनिटात उभे राहिल्यावर काय करायचं याचं मार्गदर्शन कधीच होत नसल्यानं सारे जण केव्हा एकदा बसायला सांगतात याची वाट पाहत होते. सूचना मिळताच सारे जण बसले. अध्यक्षांनी समोरील हातोडा अलगदपणे घंटेवर आपटून घंटानाद केला व म्हणाले, "मीटिंग कॉल्ड टू ऑर्डर, प्लीज राइज फॉर द फ्लॅग इन्व्होकेशन." बसलेले पुन्हा उभे राहिले. प्रार्थना झाली. थोडा वेळ मीटिंग होते तोच विरोधक सदस्य उभे राहिले, "मघाशी श्रद्धांजली वाहिली ती क्लबतर्फे की वैयक्तिक तुमच्यातर्फे?"

"क्लबतर्फे."- अध्यक्ष.

"मग मीटिंग कॉल्ड टू ऑर्डर केल्यावर श्रद्धांजली हवी होती. आताची श्रद्धांजली क्लबतर्फे होणार नाही."

"मग आता पुन्हा श्रद्धांजली वाहू या का?" गोंधळलेले अध्यक्ष विचारात पडले. विशेष म्हणजे ज्यांच्या मातोश्रींच्या निधनाबद्दल हा दुखवटा व्यक्त करायचा होता त्या सदस्यांच्या देखत ही भांडणे चालली होती. त्यांना तर मेल्याहून मेल्यासारखं झालं असेल. या क्लबचे कित्येक चांगले उपक्रम असले तरी फर्ग्युसनमधील ही मीटिंग संस्मरणीय आहे.

♦

हेमामालिनीसमवेत भोजन

पूर्वी पत्रकार परिषदा भरायच्या त्या निळूभाऊ लिमयांच्या 'पूनम'मध्ये. आता ते हॉटेल ए.व्ही.भट उद्योगसमूहानं घेतलंय. सेवासदन संस्थेच्या मदतीसाठी असलेल्या एका कार्यक्रमाला आम्ही सहकुटुंब गेलो होतो. कार्यक्रम होता- 'हेमामालिनीबरोबर भोजन.' हा कार्यक्रम म्हणजे व.पु.काळेंच्या 'हीच माझी वहिदा'सारखा काल्पनिक नव्हता! इथं खरोखरच हेमामालिनी आली होती. तिचा नृत्याचा कार्यक्रम ठेवल्यास कार्यक्रमावरच फार खर्च होतो व मग संस्थेला मदत म्हणून कमी पैसे राहतात म्हणून ही युक्ती. दोनशे रुपयांच्या एका तिकिटात दोन जणांना भोजन. फारशी वाट पाहायला न लागता ती स्वप्नसुंदरी प्रत्यक्षात आली. आपण 'लक्स सिनेतारकांचा सौंदर्य साबण' ही जाहिरात तर पाहत नाही ना असं क्षणभर वाटलं. प्रकाश सावरकर हे आकाशवाणी पुणे केंद्राचे निवेदक. त्यांनी तिची मुलाखत घेतली. हिंदी मुलाखतीचा स्वैर मराठी अनुवाद-

"हेमाजी, आपली 'नुपूर' ही दूरदर्शन मालिका चांगलीच गाजली. आपण दूरदर्शनकडे का वळलात?"

"चित्रपटात लेखक-दिग्दर्शक यांच्या सांगण्यावरून काम करीत आले. आपल्याला हवी तशी कलानिर्मिती करता यावी म्हणून मी 'नुपूर' मालिका काढली."

"आपल्याला खाद्यपदार्थ कोणता आवडतो?"

"पुरणपोळी."

"तुम्हाला स्वयंपाक करता येतो का?"

"मी फ्राइड राइस करते."

एक गणपतीची प्रतिमा हेमामालिनीला भेट देण्यात आली. त्यांना दोन मुली आहेत. यावर निवेदक म्हणाले-

"गणपतीची मूर्ती प्राप्त झाली म्हणजे पुत्रप्राप्ती योग असतो!"

श्रीकांत पारगावकर गझल

गात होते. पण लोकांचा ओढा स्वप्नसुंदरीकडेच होता. राजा गोसावींनी मंदार कारुळकर या नकलाकाराला प्रोत्साहन देऊन पुढे आणलं. त्यांनी हेमामालिनीची तिच्या उपस्थितीत नक्कल करून दाखविली.

एका तिकिटाला दोघे म्हणजे बरोबर सौ. आलीच. आम्हा पुरुषांना स्वप्नसुंदरी हेमामालिनीला प्रत्यक्ष पाहण्यात व ऐकण्यात मजा वाटत होती. तर सौ. ला जेवायला काय काय आहे हे पाहण्यात. पण नवऱ्यालाही एकट्याला सोडून चालणार नाही. अशा मानसिक रस्सीखेचीमध्ये तिला चिडवायला बरं वाटलं. अजूनही तो विषय निघाला की ही जरा जास्तच खुलवून सांगते-

"हेमामालिनी म्हटल्यावर आमचे हे पुढे पुढे. जेवणाची शुद्ध नाही!"

"तिला पाहावं असं धर्मेंद्र सोडून कोणाही पुरुषाला वाटणारच." मी.

"म्हणजे परस्त्री तेवढी चांगली काय?"

"सगळीच माणसं अशी नसतात हं. एकमेकांवर प्रेम करणारे पती-पत्नीही असतात बरं!"

अशा वेळी मला रेल्वे स्टेशनवरचा एक प्रसंग आठवतो.

सौ. महिनाभर माहेरी राहून परत आलेली. पतिराज तिचं सामान डब्यातून खाली घेताहेत. सर्व सामान व्यवस्थित आलं का याची चौकशी झाली. ते एक बॅग उचलून निघायला लागतात तेव्हा सौ. म्हणते-

"मी इतक्या दिवसांनी आले. काही प्रेमाचं बोलणं आहे का? आपली सामानाची चौकशी. ते दुसरं जोडपं बघा! कसं गुलुगुलु बोलताहेत. कसे अगदी जवळजवळ उभे आहेत?"

"अगं मी तुला घ्यायला आलोय. तो तिला पोहोचवायला आलाय!"

या विषयावर कधी गप्पा रंगल्या की मुल्ला नसरुद्दीनचा किस्सा अधिकच रंग भरतो. एकदा मुल्ला नसरुद्दीनची पत्नी पैगंबरवासी होते. तिचं शव पेटीत ठेवून सारे स्मशानभूमीकडे चाललेले. पेटी उचलणारे काही पुढे, काही मागे. सारे एका झाडाजवळून जात असताना झाडाची एक फांदी बरीच खाली आलेली. ती समोरच्या माणसाला जरा लागली. तशी त्यानं ती शवपेटिका खाली ठेवली. क्षणभर विश्रांती घेऊन पेटी उचलणार तर पेटी जरा हलायला लागलेली. आश्चर्य म्हणजे पैगंबरवासी झालेली नसरुद्दीनची पत्नी पुन्हा पृथ्वीवासी झालेली. पुन्हा नसरुद्दीन पत्नीसह घरी येऊन संसार करू लागला. पुढे चार महिन्यांनी पुन्हा तिचं निधन झालं. पुन्हा शवपेटिकेसह सारे चाललेले. गेल्या वेळची ती फांदी जवळ आली. तसे मुल्ला नसरुद्दीन म्हणाला,

"भाईसाहब, जरा संभलके, बाजूसे...!"

एकानं तर विचारलं होतं, "WIFE याचा लाँग फॉर्म काय?"

उत्तर होतं- Worries Invited For Ever!

पती-पत्नी संबंधांवर असे असंख्य विनोद असले, तरी हे वरवरचे लटके राग असतात.

व.पुं.च्या कथेमध्ये, 'भोकं पडलेला, फाटका बनियन घातलेला नवरा असतानाही जी प्रेमानं जवळ येते तीच माझी वहिदा.' असं जे कथन केलंय तेच खरं!

पानशेतचा पूर

१९६८ मध्ये मी महाराष्ट्र बँकेत लागलो. कर्वे रोड शाखेच्यावर त्या वेळी ट्रेनिंग सेंटर होतं. तिथं आमची परीक्षा झाली. परीक्षा चालू असतानाच सांगण्यात आलं, 'आजच दुपारी चार वाजता या लेखी परीक्षेचा निकाल बाजीराव रोड शाखेत लावण्यात येईल. ज्यांची उत्तीर्ण म्हणून नावे असतील त्यांनी तिथंच मुलाखतीसाठी थांबावं, बाकीच्यांनी जावं.'

मी साताराचा. तिथून आल्यामुळं परीक्षा झाल्यावर बाजीराव रोडला जाऊन थांबलो. नाव होतं. संध्याकाळी माझी मुलाखत घेणाऱ्यांत डॉ. वसंतराव पटवर्धन होते. त्या वेळी सामान्यज्ञानापेक्षा जास्त महत्त्व 'मुलगा चांगला वागणारा आहे का? चांगल्या घरातला आहे ना?' याला देत असावेत. सातारच्या भुर्के कुटुंबीयांबद्दलही माहिती विचारली. मुलाखतीनंतर सातारा गाठलं. आठव्या दिवशीच प्रशिक्षणासाठी बोलावणं आलं. पुण्यात त्या वेळी माझा सातारचा मित्र अप्पा पटवर्धन हा आपटे रोडवरील वैदिकाश्रमात एका खोलीत राहत होता. मीही त्याच्याकडेच मुक्काम ठोकला. ओळीनं खोल्या. समोर व्हरांडा. प्रत्येक बिऱ्हाडाला एक खोली. सार्वजनिक संडास व पाण्याचा नळ. नळावर अंघोळ करताना आजूबाजूला बायका धुणं-भांडी करीत असायच्या. पण या साऱ्या अडचणीतही अप्पा मला जे प्रेमानं व अगत्यानं वागवत होता ते महत्त्वाचं. 'दुष्काळात तेरावा महिना' या भावनेनं त्यानं कधीही पाहिलं नाही. एका खोलीत

राहणारे शेजारीही अगत्य करायचे. एखाद्यानं बरेच दिवस योजना आखलेली असायची. एक फोल्डिंग लोखंडी खुर्ची असायची. तो पैसे साठल्यावर ती घ्यायला बरोबर बायकोला घेऊन जायचा. बायकोच्या पसंतीचा रंग पाहून खुर्ची खरेदी व्हायची. तो सायकलवर, मागं बायको खुर्ची धरून घेऊन यायची. मग सारे शेजारी, 'काय नवी खुर्ची आणली वाटतं!' असे कौतुकाचे शब्द काढायचे, चहानं सेलिब्रेशन व्हायचं. तो चहा द्यायचा का असं नवऱ्याला बायकोला विचारावं लागायचं नाही. अशा आनंदाला एकमेकांची आपोआपच मूक संमती असायची. आता त्याच भागात झालेल्या फ्लॅटमधून हा भाव राहिला असेल का? आता आमंत्रणाशिवाय, अपॉइंटमेंटशिवाय एखाद्या घरात जाणंसुद्धा अवघड झालंय.

वैदिकाश्रमाच्या बाहेर एक पूररेषा काढलेली होती. 'पानशेत पुराचं पाणी इथंपर्यंत आलं होतं' असं जाता-येता लोक सांगायचे. पुण्यातल्या माणसाला बोलकं करायचं असेल ना तर एकच प्रश्न विचारा-

'पानशेत धरण फुटलं तेव्हा तुम्ही कुठं होता?'

पुणेकरांच्या हा जीवनमरणाचा प्रश्न असल्यामुळं प्रत्येक पुणेकर त्या वेळचे अनुभव अगदी जिवंतपणे डोळ्यांपुढे उभे करतो.

पानशेत धरण फुटलं तेव्हा मी नववीत सातारला होतो. माझे मामा मुठा नदीच्या काठावर नारायण पेठेत अष्टभुजा दुर्गादेवी मंदिराशेजारी राहत होते. लहानपणी पुण्यास जायचं म्हणजे '४२, नारायण पेठ, अष्टभुजा दुर्गादेवी मंदिर' हाच पत्ता होता.

अष्टभुजा देवी

अष्टभुजादेवी मंदिर पुरातन असून स्थापना चिंतामण शेठ दिवेकर यांनी केली. शके १८९७ पासून या देवस्थानास पेशवे सरकार व पर्वती संस्थानापासून वेतन मिळत आहे. श्री देवीची मूर्ती शुभ्र संगमरवरी सिंहारूढ असून, महिषासूर मर्दिनीचे दर्शन आहे. देवळाबाहेर हिंद-विजय टॉकीजपर्यंत म्हणजे आत्ताचे नटराज व आता तेही पाडले, असा जाणारा कॉजवे होता. गणपती विसर्जनासाठी लोक तिथे यायचे. तेव्हा आम्ही नदीकडे जाणाऱ्या पायऱ्यांवर बसून भरपूर खिरापत खायचो. काही मुलं नदीत उड्या मारून विसर्जन केलेले गणपती बाहेर काढायचे. काही मासे धरायला गळ टाकून बसायचे तर काही लोक नदीतील वाळू काढून धुवून सोन्याचे कण मिळतात का पाहायचे.

१२ जुलै, ६१ रोजी आकस्मित पानशेत धरण फुटून मुठा नदीला पूर आला. अष्टभुजा दुर्गादेवी मंदिर पाण्याखाली गेलं. सातारला आम्हाला कळल्यावर मामांचं काय झालं असेल ही काळजी होती. दुसऱ्या दिवशी साताऱ्याहून एसटीनं वडिलांबरोबर

पुण्यास आलो. बरोबर भाकरीचे पीठ, मीठ, काड्यापेट्या, मेणबत्त्या असं सामान आणलं होतं. प्रथम आम्हाला पोलिस सोडेनात. कॉलऱ्याचे इंजेक्शन घेतल्याचा दाखला दाखवा म्हणू लागले. नातेवाइकांचा तपास होतोय म्हटल्यानंतर परवानगी दिली. सर्वत्र चिखल झाला होता. घरे पडली होती. धान्य, कापूस, कागद इ. भिजून कुजले होते. दुर्गंधी सुटलेली, आम्ही देवळाजवळ पोहोचलो तर वाड्यातली सगळी माणसं मिळून ढिगाऱ्यातून स्टोव्ह, चमचे, ताटे इ. सामान काढून एकत्र ठेवत होती. नंतर ते वाटणार होती. पुराचा लोकांनी इतका धसका घेतला होता की पुन्हा धरण फुटलं अशी अफवा पसरली अन् पुन्हा लोक धावायला लागले. एकदा फुटलेलं धरण आत्ताच पुन्हा कसं फुटणार अशी शंका घ्यायलाही लोकांना फुरसत नव्हती.

नाटकापूर्वी धूप

जंगली महाराज रस्ता प्रसिद्ध आहे तो तिथं असलेल्या पाताळेश्वर लेणी व जंगली महाराजांच्या मठामुळे. यावरून एक घटना आठवते. पुण्यात अण्णासाहेब किर्लोस्करांचे 'सौभद्र' नाटक होतं. नाटकाच्या शुभारंभाला उपस्थित राहावं म्हणून, अण्णासाहेब जंगली महाराजांना विनंती करायला गेले होते. जंगली महाराजांनी यायचं मान्य केलं, पण एका अटीवर. ती अट म्हणजे कार्यक्रम ठरल्या वेळी सुरू करायचा. त्या वेळी जंगली महाराज नाट्यगृहात पोहोचले नाहीत तरी नाट्यप्रयोग सुरू करायचा. फक्त तो सुरू करण्यापूर्वी धूप जाळायचा. अट मान्य करून अण्णासाहेब आनंदानं परतले. नाटकाची वेळ झाली. जंगली महाराज काही आले नाहीत. धूप जाळला. नटराजाचं पूजन झालं. नाट्यप्रयोग सुरू झाला. प्रयोग अप्रतिम झाला. महाराज का आले नाहीत याची विचारपूस करावी म्हणून अण्णासाहेब सकाळी पुन्हा जंगली महाराजांना भेटायला गेले. महाराजांनी सांगितलं,

"आपण धूप जाळलात म्हणजे माझं अस्तित्व तिथं होतं." असं म्हणून त्यांनी तिथं काय काय संभाषणं झाली हेही सांगितलं. तेव्हापासून नाट्यप्रयोगापूर्वी धूप जाळण्याची प्रथा पडली. ही आठवण सुप्रसिद्ध गायक वसंतराव देशपांडे यांनी बँक ऑफ महाराष्ट्र प्रायोजित 'मम सुखाची ठेव' या आकाशवाणी कार्यक्रमात सांगितली. आजही ही टेप बँकेच्या 'लोकमंगल' या मुख्य कार्यालयात उपलब्ध आहे.

खड्डे नसलेला रस्ता

एकदा राजीव गांधी अमेरिकेला गेले होते त्या वेळी निक्सन त्यांना म्हणाले, "भारताबद्दल आमच्या मनात सद्भावना आहेत. भारताच्या सहकार्याबद्दल आम्हाला आदर आहे. फक्त माझ्याकडे एक छोटीशी तक्रार आहे."

“काय आहे?” राजीवजी.

“भारतात उल्हासनगर आहे म्हणे. तेथील लोक माल बनवून त्यावर मेड इन यू.एस.ए. लिहितात.”

“मुझे देखाना चाहिये । मैं इस बारेमें कुछ कार्यवाही करूंगा ।”

भारतात आल्यावर राजीवजी सचिवांना म्हणाले, “कुठं आहे हे उल्हासनगर? प्रथम तिकडे चला.”

मुंबईत आल्यावर ते हेलिकॉप्टरनं कल्याणला गेले. तिथून गाडीनं उल्हासनगरला पोहोचले. गावात गाडी नेणार तर पुढं खूप गर्दी होती. त्यांनी रस्त्यावरील एका इसमास विचारले,

“आगे क्या है?”

“मालूम नही क्या? आगे पंतप्रधान राजीवजी की सभा शुरू है!”

सिंधी लोकांबद्दलचा हा विनोद म्हणूनच त्याकडे पाहू या. त्यांच्या अंगी असलेल्या चिकाटीमुळं ते आज कोणत्याही व्यवसायात आघाडीवर आहेत. सिंधी लोकांनी एकदा ‘रामायण’ नाटक बसविलं. राम, लक्ष्मण, भरत- सारेच सिंधी. नाटक सुरू झालं. राम वनवासात गेला. भरत तिथं भेटायला आला.

“भैय्या आपने ये क्या किया- आपही राज कीजिए!”

“मैं नही आ सकता! यह मेरा पिताजीको दिया हुआ वचन है!”

“नही आपही राज कीजिए!”

“मैं नही आ सकता। चौदह सालका बनवास बाकी है।”

“नही, आपही राज किजिए।”

लेखकानं लिहिलेली सर्व वाक्ये संपली पण भरत काही परत जाईना. तो आपला ‘भैय्या आपही राज कीजिए!’ म्हणायचा. प्रभू रामचंद्रांना प्रश्न पडला. नाटक पुढे कसं न्यायचं. जेव्हा पुन्हा भरत म्हणाला, “आपही राज कीजिए!”

तेव्हा प्रभू रामचंद्र म्हणाले,

“अरे तू नही जाएगा, तो दुकान कौन खोलेगा?”

दुकान म्हटल्यावर भरत ताबडतोब विंगेत गेला.

येथेही त्यांची व्यवसायाप्रती असलेली परिश्रम घेण्याची वृत्ती दिसते. हे सारं रामायण सांगायचं कारण म्हणजे पुण्यात कित्येक वर्षांत खड्डे न पडलेला एकच रस्ता आहे. तो म्हणजे जंगली महाराज रोड आणि हा रस्ता बांधलाय एका सिंधी कंत्राटदारानं! एकाहून एक सरस हॉटेल्स असलेल्या या रस्त्यावर फेरफटका मारणं सुखद आहे. पोर्तीगो हॉटेलमध्ये दर्शनीच ठेवलेली पोर्तीगो ब्रिटिश गाडी प्रेक्षणीय आहे. अंबर हे उच्च प्रतीचं हॉटेल आपलं लक्ष वेधून घेतं. ‘शिवदर्शन’ मधील विविध चविष्ट पदार्थांमुळे आता पुणेकर तिथं सहकुटुंब यायला लागलेत. शिवाय

दर भरमसाट नसल्यानं मेनूकार्ड उर्दूप्रमाणं उजवीकडून डावीकडं असं पाहावं लागत नाही! चोरगे याचं 'मथुरा' हॉटेलही वैशिष्ट्यपूर्ण. पत्रकार, राजकीय मंडळी यांची ये-जा चालते ती इथं. पुण्यातल्या राजकारणाचे कित्येक डावपेच कदाचित या उपहारगृहात रचले गेले असतील. पण एका हातगाडीपासून सुरुवात करून 'मथुरा' उद्योगापर्यंत यशस्वी वाटचाल करणाऱ्या चोरगे बंधूंची धडाडी मराठी युवकांना मार्गदर्शक आहे. खास माशाचं जेवण हवं असेल तर कलकत्ता बोर्डिंग हाउसमध्ये जायला हवं. हॉटेल्स इतकी आहेत की, हा झाला नुसता ट्रेलर! या हॉटेलातील गर्दी पाहिल्यावर पुण्यातले लोक घरी जेवतात की नाही अशी काहींना शंका यायची!

असा बालगंधर्व आता न होणे

जंगली महाराज रोडवरनं जाताना बालगंधर्व रंगमंदिराकडे लक्ष न जाता कोणी पुढे गेलं असणं शक्य नाही. दर्शनी भागातच झाशीची राणी लक्ष्मीबाई यांचा अश्वारूढ पुतळा आवेशात उभा आहे. नाट्यप्रयोगाच्या जाहिरातींचे फलक पुण्याच्या सांस्कृतिक श्रीमंतीची ग्वाही देत उभे असतात. बालगंधर्वांबद्दल पुणेकरांना केवढं प्रेम! 'आम्ही बालगंधर्वांना पाहिलंय. त्यांचं गाणं ऐकलंय.' असं सांगणारा वृद्ध किती समाधानी वाटतो. अशा या बालगंधर्वांचा जन्म २५ डिसेंबर १८८८ चा. १९०५ मध्ये त्यांनी नाटक मंडळीत प्रवेश केला. १९३४ पर्यंत ते नाट्यभूमीचे अनभिषिक्त सम्राट होते. १९११ मध्ये 'मानापमान'मधील भामिनी म्हणजे बालगंधर्व हे समीकरण झालेलं. १८९८ मध्ये लोकमान्य टिळकांनी 'बालगंधर्व' ही पदवी त्यांना बहाल केली.

बालगंधर्वांच्या मृत्यूची बातमी समजल्यावर आचार्य अत्रे त्वरेनं मुंबईहून पुण्यास अंत्यदर्शनासाठी यायला निघाले. पण आधीच अंत्यसंस्कार झाल्यामुळे त्यांना दर्शन मिळाले नाही. गंधर्व कंपनीमध्ये ऑर्गन वाजविणाऱ्या वालावलकरांना त्यांनी बोलावून घेतलं. गंधर्वांचा ऑर्गन घेऊन त्यांनी गाणी वाजवायला सांगितली.

'यदुमनी सदना- कशी मी त्यजू पदाला- अमृतची गोपाळा', अत्रे गंधर्वांच्या आठवणींनी रडत होते. त्यांची गाणी ऐकत होते.

पुण्याच्या महानगरपालिकेबद्दल आजपर्यंत भरपूर टीका झाली आहे. य.गो.जोशांनी तर म्हटलंय की, त्यांचे वडील त्यांना म्हणायचे,

'एक वेळ पुण्याची म्युनिसिपालिटी सुधारेल पण तुझ्यात सुधारणा व्हायची नाही.'

अशा या महानगरपालिकेनं केलेल्या उत्कृष्ट कामांपैकी एक म्हणजे बालगंधर्व रंगमंदिर.

नाट्यगृहाला प्रशस्त आवार. पाण्याचे मनोहारी कारंजे. वातानुकूल सभागृहाजवळ एक चांगली सोय आहे. मुलं रडत असली तर नाटकात व्यत्यय येतो. 'अहो बाई, द्या त्या मुलाच्या एक तोंडात ठेवून म्हणजे मूल रडायचे थांबेल!' असे अत्र्यांसारखे सांगणंही सगळ्यांना जमतंच असं नाही. मुलाला घेऊन बाहेर जावं तर त्या मातेला नाटक पाहता येत नाही. ही अडचण दूर करण्यासाठी नाट्यगृहाच्या मागच्या भिंतीला काचा आहेत. तिथून नाटक दिसतंही व ध्वनिक्षेपकाच्या व्यवस्थेमुळे ऐकूही येतं. तिथं रडणाऱ्या मुलांना घेऊन जायचं अन् पालकांनी हसतमुखानं नाटक पाहायचं!

इतक्या चांगल्या नाट्यगृहात बालगंधर्वांची दोन भव्य पोर्ट्रेटस आपले चित्त वेधून घेतात. चित्रकार आहेत डी.जी.देऊस्कर. एका चित्रात बालगंधर्व जरी कपड्यामध्ये- सलवार, पूर्ण कोट अशा थाटात उभे असले तरी दुसऱ्या चित्रात गंधर्वांची स्त्री वेशातील खास पोज आहे. अशी सुरेख चित्रे तयार झाल्यावर त्याला तितक्याच सुरेख काव्यपंक्ती हव्या होत्या. पु.ल.देशपांडे यांनी ग.दि.माडगूळकरांना विनंती केली अन् पुढील ओळी साकारल्या-

जशा जन्मती वीज घेऊन तारा
जसा मोर घेऊन येतो पिसारा ।
तसा येई कंठात घेऊन गाणे
असा बालगंधर्व आता न होणे ।।

त्याकाळी स्त्रियांच्या नटण्याच्या फॅशन्स गंधर्वांकडून येत. त्यांच्या स्त्रीवेशातील छायाचित्राखाली पंक्ती आहेत-

रतिचे जया रूप लावण्य लाभे
कुलस्त्री जसे हास्य ओठात शोभे ।
सुधेसारखा स्वाद कंठात स्वर्गीय गाणे
असा बालगंधर्व आता न होणे।।

अत्रे-फडके

कलेसाठी कला की जीवनासाठी कला हा आचार्य अत्रे आणि ना.सी.फडके यांच्यातील वाद विकोपाला गेला होता.

त्या काळात अमर हिंद मंडळ मुंबई येथील भाषणात अत्रे म्हणाले, 'माझा जीवनासाठी कला हाच मुद्दा योग्य आहे. पण हे फडके कलेसाठी कला असाच हट्ट धरून त्याचेच वेळोवेळी प्रतिपादन करीत आहेत. फडक्यांचा मूळ मुद्दाच चुकीचा आहे. मी त्यांना ही खिडकी आहे असं ओरडून सांगतो आहे तरी ते आपले खिडकीलाच दरवाजा म्हणत आहेत, याला काय म्हणावं?'

श्री. ग.पां.परचुरे यांनी अत्रे आणि फडके यांना एकत्र आणण्याचा इतिहास घडवला. 'त्या फडक्यांचं तोंड बघणं नको.' असं अत्रे म्हणत असतानाही या दोघांना पुण्याच्या बालगंधर्व रंगमंदिरात एका व्यासपीठावर आणलं. त्या कार्यक्रमाला हजर राहण्याचं भाग्य मला लाभलं. ही घटना आहे १९६८ मधील. कार्यक्रमाला तुफान गर्दी झालेली. बालगंधर्व मंदिर ओसंडून गेल्यामुळं बाहेरही खूप गर्दी झालेली. आचार्य अत्रे बोलायला उभे राहिले, "माझ्या बंधू-भगिनींनो व सभागृहाबाहेर उभे असलेल्या हजारो श्रोत्यांनो!" असे म्हटल्यावर सभागृहाबाहेरील श्रोत्यांनी टाळ्यांचा एकच कडकडाट केला. अत्रे पुढं म्हणाले, "आजपर्यंत आमच्या दोघांत वारंवार वाद झाले. अगदी वैयक्तिक पातळीवर आम्ही वादंग घडवले. असा वाद हजारो वर्षांत कुणाचा झाला नसेल! पण आमच्या दोघांत ग.पां.परचुरे नावाचा अत्यंत नाजूक भाग आला आणि आम्हाला एकत्र यावं लागलं. खरं सांगायचं तर मी आणि फडके यांनी आयुष्यात काहीही करायचं म्हणून शिल्लक ठेवलं नाही. एकच काम राहिलं होतं ते दोघांनी एकत्र येणं- ते काम ग.पां.नी अगदी घरच्यासारखं केलंय."

वडे खायचेत? नाटकाला जा!

पुण्यात बालगंधर्वला नाटकाला जायचं म्हणजे स्त्रियांनी पांढरेशुभ्र मोगऱ्यांचे गजरे खरेदी करून डोक्यात माळणे आणि मध्यंतरात लोकांनी बटाटेवडे खाणे या गोष्टी आल्याच. आता हेच लोण भरतनाट्य, टिळक स्मारक मंदिर इकडंही पोहोचलंय. गेल्या वर्षी भरत नाट्यमध्ये हृदयनाथ मंगेशकरांचा कार्यक्रम होता व त्यांनी कार्यक्रम चालू असताना जाहीर केलं, 'कार्यक्रमास मध्यंतर नाही.' बाहेर तर वडे तळून झालेले. कॅन्टीनवाला नुकसान होणार म्हणून अस्वस्थ होता. शेवटी त्यानं खरं कारण सांगून मध्यंतर करण्याची विनंती करणारी चिठ्ठी मंगेशकरांना पाठविली. त्यांनी त्या चिठ्ठीचं जाहीर वाचन करून मध्यंतर दिला.

वाऱ्यात मिसळले पाणी

बालगंधर्व रंगमंदिरात 'विच्छा माझी पुरी करा' हे वगनाट्य चाललेलं. त्यामध्ये त्यांनी बाळ कोल्हटकरांच्या 'वाऱ्यात मिसळले पाणी' या नाटकाचा फार सुरेख उल्लेख केला. बाळ कोल्हटकर हे प्रतिभावान नाटककार. त्यांचं 'वाहतो ही दुर्वांची जुडी' हे नाटक तर अजरामर झालं. त्यांच्या नाटकांबाबत एक गंमत आहे. त्यांची सारी नाटकं नऊ अक्षरी- देव दीनाघरी धावला, एखादी तरी स्मितरेषा, शिवराय कविभूषण, सीमेवरून परत जा, इ. बाकीची तुम्हीच ताडून पहा. त्यांचं 'वाऱ्यात मिसळले पाणी' हे नाटक मात्र पार आपटलं. 'विच्छा' हे वगनाट्य असल्यानं ऐन वेळी संवाद घुसडणं हे चालायचंच.

त्यातला हा मासला पहा-

सख्याहारी - व्हय, मला कान नाहीत, का डोळं नाहीत, का व्हट नाहीत, म्हणून तुम्ही त्या मंजुळाच्या मागं जाताय.

शाहीर - सख्याऽ तुला सगळं आहे रे बाबा- पण मलाच काय न्हाई- तवा माझा नाद सोडा.

सख्याहारी - सोडाऽ म्हंजे?

शाहीर - अरं सोडा म्हंजे म्हाईत न्हाई का? जो घेतल्यावर घेतात किंवा घेतानाही घेतात तो. कळलं?

सख्याहारी - न्हाई बा!

शाहीर - न्हाई का कळलं? थोडक्यात सोडा म्हणजे वाऱ्यात मिसळलं पाणी.

सख्याहारी - काय म्हनलासा? 'वाऱ्यात मिसळलं पाणी' म्हंजे वो? काईसुदिक कळलं नाही.

शाहीर - अरं, तुला कळलं नाही. त्यात नवल नाही. ज्यानं सादर केलं त्याला तरी कुठं कळलंय?

आणि या वाक्याला बालगंधर्व रंगमंदिर हास्यात दणाणून गेलं. पुण्याचेच रसिक ते!

संभाजी पार्कमध्ये 'समोर बघून चाला!'

संभाजी पार्क कशासाठी प्रसिद्ध आहे? चांगली भेळ मिळते म्हणून? लहान मुलांना बसायला बॅटरीवर चालणाऱ्या मोटारी आहेत म्हणून? विविधरंगी आणि बहुरंगी आकाराचे मासे असलेले मत्स्यालय आहे म्हणून? प्रेमी युगुलांना गुलुगुलु कुजबुजायची हमखास जागा म्हणून? हे सांगणं अवघड आहे. पण इथं जे तरुण- तरुणी जोडीनं येऊन बागेच्या कडेनं प्रेमचाळे करत बसतात ते पुण्यातल्या इतर उद्यानांतून फारसे दिसायचे नाही. श्री.ज.जोशींच्या 'पुणेरी' पुस्तकात पुण्यातील कामजीवनाचे कालपरत्वे तुलनात्मक वर्णन आहे. प्रेम जमल्यावर निवांत भेटायला पुण्यात जागा कमी होत चाललीय. हनुमान टेकडी, वेताळ टेकडी, पर्वती इकडे सकाळच्या वेळी फिरायला येणाऱ्या लोकांची वर्दळ असते. अशा वेळी एखादे प्रेमी जोडपे

जाऊन बसले तर काय होते हे पु.ल.देशपांडे यांच्या 'सारं कसं शांत शांत' या एकांकिकेत दाखविलं आहे. याच ठिकाणी संध्याकाळी अंधार पडल्यावर जावं तर सुरक्षिततेचा प्रश्न. चित्रपटगृहात जावं तर तो खर्चिक मार्ग. त्यामुळं बागेला जशी मेंदीच्या झाडांची किनार असते तसे हे प्रेमिक ओळीत बसलेले असतात! वाढत्या मागणीमुळे दिवसेंदिवस दोन जोड्यातलं अंतरही कमी होत चाललंय. आपण आपलं सरळ चालावं हेच बरं.

संभाजी उद्यानात राम गणेश गडकऱ्यांच्या पुतळ्याकडे फारच कमी जणांचं लक्ष जातं. अल्पावधीत ज्यांनी अजरामर अशी नाटकं लिहिली त्यांना मराठी माणूस

विसरू शकत नाही. त्यांच्याविषयी गमतीदार दंतकथाही भरपूर आहेत. गडकरी अंधाराला फार भ्यायचे. एकदा ते मुंबईहून रेल्वेनं पुण्यास पोहोचले. पुण्यातला अंधार पाहून त्यांना गावात कसं जायचं ते सुचेना म्हणून ते पुन्हा मुंबईस परत गेले. एव्हाना दिवस उजाडला व मग ते पुण्यास आले!

नटसम्राट केशवराव दात्यांनी एक आठवण सांगितलीय. ते गडकऱ्यांकडे एक नाटक लिहून द्या म्हणून विनंती करायला गेले होते. गडकऱ्यांनी पुढ्यात कोऱ्या कागदांचं बाड घेतलं अन् 'पुण्यप्रभाव' असं नाव लिहून त्या नाटकातील ईश्वराचा पहिला प्रवेश एकटाकी लिहून काढला. हे पाहून केशवराव दाते थक्क झाले.

गडकऱ्यांइतका प्रतिभावान नाटककार अजून तरी झाला नाही. शाळेत अनुप्रासाचं उदाहरण द्यायचं झालं तरी आम्ही गडकऱ्यांचंच वाक्य- पतिव्रतेची पुण्याई पातकी पुरुषालाही परमेश्वर पदवीला पोहोचवते- हेच सांगत असू. 'प्रेमसंन्यास'मधील गोकुळ हा इतका विसरभोळा दाखवलाय की तो कोर्टात आपल्या वडिलांचं नावच विसरतो. त्याची कजाग बायको मथुरा जेव्हा त्याला म्हणते,

"तुम्हाला तुमच्या नावाचा विसर कसा पडत नाही कोण जाणे!"

त्यावर तो म्हणतो-

"तू जर माझ्या नावानं असे सारखे खडे फोडत नसतीस तर तेही विसरलो असतो!"

गोकुळ म्हणजे अस्सल विनोदाचा अर्क आहे. बायकोच्या वटवटीबद्दल तो म्हणतो-

"विजापूरच्या मुलूखमैदान तोफेच्या आवाजानं गर्भित स्त्रियांचे गर्भपात झाले असे म्हणतात. पण हिच्या तोंडची तोफ सुरू झाली की माझ्यासारखा पुरुषदेखील गर्भगळीत होतो!"

गडकऱ्यांनी आयुष्याची वाटचाल सुरू केली ती नाट्यगृहावर डोअरकीपर म्हणून. इथंपासून एक दर्जेदार नाटककार ही मजल म्हणजे एक सुदैवी चमत्कारच म्हणावा लागेल.

◆

वेधशाळा आणि लिज्जत पापड

पुण्याच्या वेधशाळेच्या हवामान अंदाजाने आजतागायत विनोदाला भरपूर खाद्य पुरवलं आहे. त्यांनी पावसाची शक्यता वर्तविली की ढग पसार! या वेधशाळेबाहेर दररोज तपमान दाखवलं जातं. मी जर तिथून गेलो तर ते तपमान बघून ठेवायचो. घरी दूरदर्शनवर बातम्या लागल्या की मी अन्य उपस्थितांना विचारायचो,

"आज पुण्याचं तपमान किती सांगणार?"

"नक्की सांगता येत नाही बुवा."

यावर मी सांगायचो व ते दूरदर्शनवर जवळजवळ जमायचे. मी आधीच वेधशाळेवर तपमान पाहिले होते हे इतरांना माहिती नसल्यानं त्यांना आश्चर्य वाटायचं. पुण्यात मी प्रश्नमंच कार्यक्रम घेताना विचारलेला प्रश्न या निमित्तानं आठवतो.

"दूरदर्शवर रोज एकाच शास्त्रज्ञाचं नाव येतं. तो शास्त्रज्ञ कोण?"

"बातम्या, समाचार, न्यूज यामध्ये ते असतं."

"एखादा संदर्भ द्या."

"चार महानगरोंका तापमानमध्ये असतं."

"सेल्सिअस!"

"बरोब्बर. या शास्त्रज्ञानं ती तपमाननलिका शोधून काढली म्हणून त्याचं नाव त्या तपमान नलिकेस दिले आहे."

लिज्जत पापडाची जाहिरात म्हणून दरवर्षी पहिल्या पावसाच्या सुमारास पाऊस या विषयावर मंगेश पाडगावकरांची कविता वृत्तपत्रातून येत असते. हा प्रघात कित्येक वर्षे चाललाय. त्यामुळे काही जण असंही म्हणतात की पाडगावकरांची

कविता प्रसिद्ध झालेली बघूनच पाऊस पडतो! याबाबतीत जयवंत दळवी यांनी ललित मासिकात म्हटलंय-

'पुण्याची वेधशाळा मग्गू अण्णांची लिज्जत पापड कविता पाहूनच अंदाज व्यक्त करते. कविता आली व मानधनाचा चेक वटला की पाऊस!'

एकूण काय, हवामान खात्यानं आत्तापर्यंत वर्तविलेल्या अंदाजाचा जो फज्जा उडाला, त्यामुळे विनोदी साहित्यात भरपूर वाढ झाली. खरा पाऊस न का पडेना, शब्दांचा पाऊस तर पडला.

आकाशवाणीवर गीतरामायण

पुणे आकाशवाणीनं सादर केलेल्या कार्यक्रमातला सर्वांत चांगला कार्यक्रम सांगायचा झाला तर 'गीतरामायण' हाच म्हणावा लागेल. १ एप्रिल, १९५९ शुक्रवार, रामनवमी या शुभमुहूर्तावर ग.दि.माडगूळकर रचित हा कार्यक्रम सुरू झाला. संगीतकार सुधीर फडक्यांचे सुमधुर स्वर श्रोत्यांच्या कानी पडले-

स्वये श्री रामप्रभू ऐकती
कुशलव रामायण गाती

गीतरामायण कार्यक्रम सादर करण्याची कल्पना आकाशवाणीवरील अधिकारी श्री.सीताकांत लाड व कृ.द.दीक्षित यांची. त्या वेळी या प्रत्येक गीताला मानधन रुपये पंचवीस दिले होते. श्रोते पुढच्या गीताची आतुरतेनं वाट पाहत असत. काही भाविक तर रेडिओपुढे उदबत्ती लावत. एकदा वेळेपूर्वी गीत तयार झाले नव्हते. कार्यक्रम तर जाहीर झालेला. ग.दि.मा. व बाबूजी दोघेही आकाशवाणी स्टुडिओत आले होते. ग.दि.मां.नी तिथंच गीत लिहून दिलं. कार्यक्रमाला दहा-पंधरा मिनिटांचाच अवधी होता. सुधीर फडक्यांनी तेवढ्यात चाल लावली व 'लाइव्ह' गीत सादर केलं-

'लक्ष्मणा सांग या इथे...'

चेकच्या गमती जमती

चेकच्या कायद्याला- निगोशिएबल इन्स्टुमेंट ॲक्टला- शंभर वर्षे झाली. त्या निमित्तानं मी पुणे आकाशवाणीवर 'चेकच्या गमती जमती' हा कार्यक्रम सादर करायची परवानगी मागितली. त्यातला काही भाग—

पूर्वी ग्रीकमध्ये लोक परगावी जाताना आपल्याजवळील मौल्यवान दागिने,

जादा पैसे सोनाराकडे ठेवीत. त्या बदल्यात पावती घेत. परगावी पैशाची गरज पडल्यास सदर पावती तेथील सोनारास दाखवून पैसे मिळवीत. परगावाहून परत आल्यावर सोनारास पावती परत करून आपले जिन्नस घेत. हे सोनार ज्या बाकावर बसून हा व्यवहार करीत त्याला 'बँको' म्हणत. बँको म्हणजे बाक किंवा बेंच. या बँको शब्दावरूनच Banque नंतर Bank असा शब्द प्रचलित झाला. जर ठेवीदारांना तो सोनार त्या बाकावर सापडला नाही तर ते रागाने ते बाक मोडून टाकीत. त्याला बँकरप्ट म्हणजेच दिवाळखोर म्हणत!

चेकची स्थित्यंतरे सांगताना सध्या परदेशात खातेदारांना हवी ती चित्रं चेकवर छापून कशी देतात हे विशद केलं. एकदा अमेरिकेत एका पुरुषानं स्त्रीला घटस्फोट दिला. अमेरिकेत घटस्फोटाचे काय कौतुक म्हणा! खारे दाणे, फुटाणे खाऊन कागद टाकल्याप्रमाणं तिथं एकमेकांना टाकतात. कोर्टाच्या निर्णयाप्रमाणं एका घटस्फोट प्रकरणात नवऱ्यानं बायकोला बरीच मोठी रक्कम नुकसान भरपाई म्हणून द्यायची होती. नवऱ्याला नाइलाजानं का होईना ही रक्कम देणं भाग होतं. त्यानं आपल्या नूतन पत्नीचं चुंबन घेतानाचं छायाचित्र बँकेस सांगून चेकवर छापून घेतलं व मग तो चेक छद्मी हास्य चेहऱ्यावर आणत पत्नीला दिला! आकाशवाणीच्या अधिकाऱ्यांनी या चुंबनास कात्री लावली. तरी बरं हे प्रकरण दूरदर्शनला पाठवलं नव्हतं. तिथं तर चुंबन प्रत्यक्ष दिसेल म्हणून ते अधिकारी जास्तच अस्वस्थ झाले असते.

'उद्यमजगत' या व्याख्यानमालेत आकाशवाणीवर माझी मुलाखत माझ्या सौ.नं घेतली. प्रथम वाटायचं, आता दूरदर्शनच्या जमान्यात कोण आकाशवाणी ऐकतो?

पण आजही जास्तीत जास्त श्रोते आकाशवाणीलाच आहेत. सुशिक्षित बेकारांना प्रोत्साहन देणारी व बँकेतून कर्ज मिळण्यासाठी काय करायचे हे सांगणारी माझी मुलाखत तीस लाख श्रोत्यांनी ऐकली असं नंतर समजलं. माझी व सौ.ची नभोनाट्य परीक्षा झाली असल्यामुळे त्यांचं बोलावणं आल्यावर आम्ही आकाशवाणीत जात असू. एकदा एका प्रसंगात एकानं दुसऱ्याच्या थोबाडीत मारायची असते. आकाशवाणी हे श्राव्य माध्यम आहे. इथं काय फक्त थोबाडीत मारल्याचा आवाज झाला म्हणजे बस्स!

"तुझ्या या वागण्याचे हे घे प्रायश्चित" असं म्हणून त्या कलाकारानं स्वत:च्याच थोबाडीत मारून घेऊन आवाज काढला!

एका नभोनाट्यात सौ.बरोबर रजनी फुले यांनी काम केलं होतं. त्या सुप्रसिद्ध निळू फुल्यांच्या पत्नी. एकदा सौ.नं त्यांच्याशी बोलण्यासाठी घरी फोन लावला तर 'हॅऽलोऽऽ मी निळू फुले बोलतोय' असा 'एक गाव बारा भानगडी'मधील झेले अण्णांसारखा आवाज आला. सौ.नं टेलिफोनवर हात धरला व आनंदानं ती एकदम

ओरडलीच-

"अहो निळू फुले बोलताहेत!" मग तिनंच रजनी फुल्यांकडे फोन द्यायला सांगितलं अन् पुढच्या गप्पा झाल्या. निळू फुल्यांशी प्रत्यक्ष बोलण्यात केवढा आनंद आहे ते तेव्हा जाणवलं. मंडईमध्ये निळू फुले शारीरिक कष्टाची कामं करताना तिथल्या भाजीवाल्यांच्या वगैरे नकला करत म्हणे. त्यांनी अभिनयाची सुरुवात केली ती या मंडई विद्यापीठात. काही दिवसांपूर्वी निळू फुल्यांची मुलाखत मोहन गोखलेंनी घेतली होती. दूरदर्शनवरच्या या कार्यक्रमात त्यांना एक प्रश्न विचारला-

"तुमचा आत्मचरित्र लिहिण्याचा विचार आहे का?"

"जोपर्यंत सत्य सांगण्याचं सामर्थ्य अंगी येत नाही तोपर्यंत ते लिहिणार नाही."

हे पथ्य सर्वांनी पाळल्यास आत्मचरित्र फारच क्वचित लिहिली जातील.

आकाशवाणीतून आलेला एक फोनही अजून स्मरणात आहे,

"श्याम भुर्के का?"

"हो. नमस्कार कोण बोलतंय?"

"आवाज ओळखला का? मी तुम्हाला रोज भेटत असतो."

"नाही हो."

"मी प्रकाश सावरकर."

"आवाज आत्ता ओळखला. तुम्ही आकाशवाणीचे निवेदक. शिवाय सवाई गंधर्व संगीत महोत्सवातलं निवेदनही आपण करता. पण आपण रोज भेटतो हे कसं काय?"

"माझ्याकडे तुमचं 'सभेत कसे बोलावे' पुस्तक आहे. माझ्या निवेदनाच्या कार्यक्रमात उपयोगी पडते म्हणून मी ते नेहमी माझ्या शबनम बॅगेतच ठेवतो."

हरभऱ्याच्या झाडाच्या फांदीवर मी चढलो होतो.

◆

गणेश खिंडीत रॅन्डचा वध

पुण्यावर बेतलेल्या संकटांपैकी १८९६चं प्लेगचं संकट हे महाभयंकर होतं. माणसं पटापट मरत होती. काखेत गाठ यायची आणि हा हा म्हणता मृत्यू माणसाला ओढून न्यायचा. त्यानंतर हे जर बाहेर कळलं तर युरोपीयन शिपाई घर तपासत. घरातले सामान बाहेर काढत, त्यावर कार-बॉलिक ॲसिड ओतत. लोक या जाचाला कंटाळून घरात प्लेगनं माणूस गेलाय हे बाहेर कळू देत नसत. एकदा एका प्लेगनं बळी पडलेल्या गृहस्थावर अंत्यसंस्कार केले. मंडळी स्मशानातून परत येत होती. पोलिसांनी हटकलं व प्लेगनं कोण गेलंय याची चौकशी करू लागले तर ही मंडळी आम्ही लग्नसमारंभासाठी चाललोय असे सांगू लागली. पोलिसांना संशय येऊ नये म्हणून अंत्यसंस्कारासाठी जाताना या लोकांनी रुबाबदार पोशाख केले होते.

या प्लेगला पायबंद घालण्यासाठी रॅन्ड या अधिकाऱ्याची नेमणूक झाली होती. पण प्लेगपेक्षा याचे अत्याचार भयानक होते. संशयानं कोणाचंही घर तपासत. देवघर, स्वयंपाकघर, स्त्रियांच्या खोल्या कोठेही शिरत. रॅन्ड आणि त्याचा सहकारी आयर्स्ट यांचे शिपाई लोकांवर जुलूम करत होते. जनतेत प्रचंड असंतोष माजलेला. लोकमान्य टिळकांनी केसरीमधून या अत्याचाराविरुद्ध तोफ डागली. रॅन्डच्या या अत्याचाराला त्याचा बदला घेऊनच उत्तर द्यायचं या भावनेनं पुण्यात काही युवकांनी एक कट रचला.

दामोदर हरी चाफेकर याच्याकडे रॅन्डला मारण्याच्या योजनेचं नेतृत्व होतं. त्याचं शरीर व्यायामानं कमावलेलं होतं. तो पुणे ते सिंहगड किंवा पुणे ते चिंचवड

एवढे अंतर धावून पार करी. रोज हजार दंड बैठका असा त्याचा व्यायाम होता. लोकमान्य टिळकांच्या विचारानं तो भारावलेला होता. टिळकांनी सुरू केलेल्या सार्वजनिक गणेशोत्सव व शिवजयंतीमध्ये तो सक्रिय भाग घेई. त्याचे वडील हरिभाऊ कीर्तनकार होते. वडिलांबरोबर तो कीर्तनासाठी जाई. त्यानं स्वतः एक व्यायामशाळा काढली. कुस्त्यांचे डावपेच चालत. तसेच ब्रिटिशांना शह देण्यासाठी शस्त्रेही जमवत. दामोदरपंतांचे भाऊ बाळकृष्ण चाफेकर, त्यांचे मित्र खंडो विष्णू साठे, म.वि. रानडे यांनी दामोदरपंताच्या नेतृत्वाखाली रॅन्डला मारण्याचे ठरवले. त्याच दरम्यान इंग्लंडच्या राणीचा हीरकमहोत्सव सुरू होता. पुण्याच्या गणेश खिंडीतील गव्हर्नरच्या बंगल्यात सरकारी अधिकाऱ्यांसह मोठा मेजवानीचा बेत होता. ही संधी साधून चाफेकर बंधू व सहकारी शस्त्रांनी सज्ज होऊन गणेशखिंड रस्त्यावर मोक्याच्या ठिकाणी लपून रॅन्डच्या परतण्याची वाट पाहत बसले.

मेजवानीनंतर गव्हर्नरांच्या बंगल्यातून एक एक गाडी बाहेर पडू लागली. रॅन्डची गाडी दिसताच एकानं ठरल्याप्रमाणे परवलीचा शब्द म्हणून 'गोंद्या आला रे' अशी आरोळी दिली. त्याबरोबर बाळकृष्णपंत चाफेकर गाडीवर मागून चढला. आत बसलेल्या माणसाच्या कपाळावर त्यांनी दोन गोळ्या झाडल्या. पण तो रॅन्ड नव्हता. त्याऐवजी आयर्स्ट मारला गेला. तेवढ्यात मागाहून येत असलेल्या गाडीत रॅन्ड होता. त्या बग्गीत दामोदरपंत चढले. त्यांनी रॅन्डच्या पाठीत चार गोळ्या मारल्या. त्यानं मोठ्यानं किंचाळी फोडली व तो क्षणार्धात खाली कोसळला. सारे क्रांतिकारक पसार झाले. पुढे रॅन्डवर अकरा दिवस वैद्यकीय उपचार झाले. पण चित्रगुप्ताच्या वहीत त्याच्या पापाचा धडा पुरेपूर भरला होता. त्याचे देहावसान झाले. जुलमी कारकिर्दीचा बदला घेतला गेला. चाफेकर बंधूंना पकडण्यासाठी सरकारनं वीस हजार रुपयांचे इनाम जाहीर केले. द्रविड बंधूंनी फितुरी करून सरकारला ही माहिती पुरवली. दामोदरपंतांना अटक झाली. फाशीची शिक्षा ठोठावली गेली. त्या वेळी लोकमान्य टिळक येरवड्याच्या तुरुंगात होते. त्यांनी दिलेली गीता हातात घेऊन दामोदरपंत फाशी गेले. द्रविड बंधूंना फितुरीचे प्रायश्चित म्हणून चाफेकर बंधू व रानडे यांनी गोळ्या घालून ठार केले.

अशा या थोर क्रांतिकारकाचे स्मारक गणेश खिंड रस्त्यावर उभे आहे. तिथून जाताना रॅन्ड साहेबाचा घेतलेला बदला ध्यानात आल्याशिवाय राहत नाही.

एका चुटकीला एक कर्ज प्रकरण

कॉलेज ऑफ ॲग्रिकल्चरल बँकिंग या रिझर्व्ह बँकेच्या संस्थेत भारतातील सर्व बँकांच्या अधिकाऱ्यांसाठी शिक्षणाची सोय आहे. रम्य परिसर, प्रशस्त हॉल, चित्रपट

गृह, बॅडमिंटन कोर्ट, वाचनालय, भोजनगृह सारं काही आहे. सूर्यशक्तीचा वापर म्हणून वसतिगृहावर सूर्यशक्तीनं पाणी गरम करण्याची सोय आहे. ती पाहायला मुद्दाम लोक येतात.

मी तिथं ट्रेनिंगसाठी आठवडाभर होतो. विषय भारतातील दारिद्र्यनिर्मूलनाचा चालला होता. दारिद्र्य रेषेखालील लोकांना बँकांनी कर्जपुरवठा करण्याची जी योजना आहे त्याला एकात्मिक ग्रामीण विकास किंवा इंग्रजीत इंटिग्रेटेड रुरल डेव्हलपमेंट प्रोग्रॅम म्हणतात. क्लासरूमच्या बाहेर लोक या योजनेतल्या त्रुटींची टर उडवत.

"नेगोशिएबल इन्स्टुमेंटमध्ये केवळ चेक, वचनचिठ्ठी, बिले यांचा समावेश पुरेसा नाही. जे जे सहज सुलभतेनं हस्तांतरित करता येतं ते ते यामध्ये समाविष्ट करावयाचं म्हटलं तर आय. आर.डी.पी. योजनेत खरेदी केलेल्या गाई- म्हशी धराव्या लागतील. खरेदी केल्याबरोबर कर्जदार त्या विकून टाकतो!" कर्जाच्या व सबसिडीच्या फायद्यामुळे तर एक म्हणच पडली होती-

'आय.आर.डी.पी. येती घरा, तोचि दिवाळी दसरा!'

यातील विनोदाचा भाग सोडला तर दारिद्र्य निर्मूलन कार्यक्रम यशस्वी करण्याचे सर्व प्रयत्न करण्याला पर्याय नाही. दारिद्र्यरेषा ही कशी ठरवली आहे? प्रत्येक माणसाला जिवंत राहण्यासाठी रोज अंदाजे पंचेचाळीसशे कॅलरीज हव्यात. त्या निर्माण करण्यासाठी लागणारे अन्नधान्य १९७१च्या किंमतीप्रमाणे रोज माणशी एक रुपया ब्याण्णव पैसे इतके होते. पाच माणसांचे एक कुटुंब या हिशोबानं वर्षाच्या तीनशे पासष्ट दिवसांचे रुपये पस्तीसशे होतात. ज्या कुटुंबाचे वार्षिक उत्पन्न पस्तीसशेपर्यंत होते ते दारिद्र्य रेषेखालील. आता वाढलेल्या किंमतीप्रमाणे ही मर्यादा वाढवत नेत आहेत. पण रोज एक रुपया ब्याण्णव पैसे खर्च न करू शकणारी व्यक्ती म्हणजे किती गरीब! आमच्या कॉलेजमधला एक वेळचा ब्रेकफास्ट वीस रुपयांचा तरी असायचा. या गरिबीत आणखी भर म्हणजे वाढत्या लोकसंख्येची. आपल्या देशाची लोकसंख्या ऐंशी कोटींच्यावर असून दररोज सत्तर हजार मुलं जन्माला येतात. जगातील लोकसंख्येच्या १५.६ टक्के लोक भारतात आहेत. इथं दर दोन सेकंदाला तीन मुलं जन्माला येतात. म्हणजे एखादा चुटक्या वाजवायला लागला तर प्रत्येक सेकंदाला नवीन बाळ जन्माला येतंय. लोकसंख्याशास्त्रज्ञ माल्थसचा आपण पराभव केलाय! तेव्हा बँक अधिकाऱ्यांना एका चुटकीला एक आय.आर.डी.पी. प्रपोजल करावं लागणार! यावर उपाय म्हणजे साक्षरता मोहिमेमध्ये कुटुंबकल्याण कार्यक्रमावरही भर देणं हा होय.

मंथन

याच कॉलेजमधली आणखी एक संस्मरणीय घटना म्हणजे इथं दाखविला जाणारा 'मंथन' चित्रपट. गुजरातमध्ये 'आणंद' दूध डेअरी चांगलीच नावारूपाला आली. या प्रकल्पाची सुरुवात किती कठीण अवस्थेत झाली व तो प्रकल्प यशस्वी होण्यासाठी कोणता खडतर प्रवास करावा लागला याचे सुरेख चित्रीकरण कथारूपाने या चित्रपटात दर्शवले आहे. चित्रपटात आणंद डेअरीचा उल्लेख नाही. सुरुवातीसच गुजरातमधील पाच लाख शेतकऱ्यांनी या चित्रपटासाठी प्रत्येकी एक रुपया दिला असल्याचे यामध्ये नमूद केले आहे. डेअरीचे महत्त्व अडाणी ग्रामस्थांना समजावून सांगणं, त्यांचा गट स्थापन करणं, हे करताना गावातील जातीयवाद, सावकाराचा विरोध, गटबाजी, काम करणाऱ्या सहकाऱ्यांची आजारपणे, खोट्यानाट्या अफवा इ. पाहताना प्रेक्षकांना आपणही अनंत अडचणींचे डोंगर पार करून भारतातील दारिद्र्यनिर्मूलन लढ्यात यशस्वी होऊ असाच आत्मविश्वास प्राप्त होतो. चित्रपट माहितीपटासारखा नसून स्मिता पाटील, नसीरुद्दीन शहा इ. कसलेल्या नटांनी सादर केलेले उत्कंठा वाढविणारे त्याचे कथानक आहे. पुढे मी बँक ऑफ महाराष्ट्रामधील ग्रामीण भागात काम करणाऱ्या अधिकाऱ्यांच्या विविध गटांना हा चित्रपट इथं आणून मुद्दाम दाखवला.

भिशी मंडळ

विद्यापीठ चौकाजवळच असलेलं वैकुंठभाई मेहता महाविद्यालय म्हणजे सहकार क्षेत्रात शिक्षण देणारी अग्रगण्य संस्था. इथं 'सेल्फ हेल्प ग्रुप' या विषयावर भारतातील तज्ज्ञांची दोन दिवसांची बैठक आयोजित केलेली. मी आमच्या बँकेतर्फे सहभागी झालो होतो. बांग्लादेशात ग्रामीण भागात आर्थिक-दृष्ट्या कमकुवत असलेल्या लोकांची भिशी मंडळे स्थापन केली होती. एकाच गावातील जवळीक असलेल्या लोकांनी एकत्र यायचं. दरमहा ठरावीक रक्कम प्रत्येकानं द्यायची. जमा झालेल्या रकमेतून गरजू सदस्यांना कर्जे द्यायची. यामुळे लोकांना त्वरेनं कर्जे मिळू लागली. लोक सावकारांकडे जाईनासे झाले. त्या गटात दिलेले हे पैसे असल्यामुळं कर्जदारास ही रक्कम परत करायचीच आहे याची जाण राहिली. बांग्लादेशात यशस्वी झालेली योजना आपल्या इथंही यशस्वी करण्याचा आम्ही निर्धार केला.

पुणे जिल्ह्यात खेड तालुक्यात सामाजिक कार्यकर्त्या सुधा कोठारी यांनी या कामात पुढाकार घेतला. अमेरिकेतील एका अर्थतज्ज्ञ बाईंना सदर ग्रामीण भिशी मंडळाचे काम दाखवायला मी घेऊन गेलो होतो. ठिकाण वेताळे. वेताळेदेवाच्या मंदिरात पंचवीस तीस बायका जमल्या.

"तुम्ही इथं काय करता हे या पाहुण्यांना सांगा." सुधाताई.

"आम्ही दर महिन्याच्या पाच तारखेला प्रत्येक बाईकडून दहा रुपये जमा करतो. त्यांचं पुस्तक भरून त्यांना देतो. एकशे दहा बायका आहेत. त्यातून यातल्याच बायकांना त्यांच्या गरजेप्रमाणे कर्जे दिली जातात."

ज्या बायका 'रांधा-वाढा अन् उष्टी काढा' या कार्यक्रमातून कधी बाहेर पडल्या नाहीत त्या अगदी बैठकीत आत्मविश्वासानं बोलत होत्या.

"व्याज किती घेता?"

"अठरा टक्के."

"कर्ज कशासाठी देता?"

"म्हैस घ्यायला, दवा पाण्याला, शेतीला, कशालाही देतो."

"कर्ज फेडलं नाही तर?"

"या सगळ्या बायकांचे ते पैसे आहेत. त्यामुळे ते ती फेडतेच.!"

"पण काही अडचणीत हप्ता नाही भरता आला तर?"

"आम्ही कोणीतरी तिचे पैसे भरतो. पण थकबाकी नाही दाखवत."

या गावातल्या बहुतेक सर्वांचंच आडनाव बोंबले आहे. त्यांना आमच्या कडूस शाखेचे अधिकारी म्हणाले-

"या गावात आम्ही आय.आर.डी.पी. योजनेखाली बऱ्याच जणांना कर्जे दिली. पण परतफेड नाही."

"तुम्ही आत्ता नाव सांगा- आमच्या नवऱ्यांनी काढलेले पैसे आम्ही भरू!"

सर्व बोंबले यांची नावं सांगण्यात आली. रक्कमही सांगितली. कुठं दोन हजार तर कुठं पाच हजार. ते पैसे त्या बायकांनी भरण्याचं वचन दिलं. केवढा प्रामाणिकपणा, केवढी जिद्द!

"तुमच्या या मंडळातर्फे आणखी काही कार्य चालतं का?"

"हो. आम्ही आमच्या गावात दारूबंदी केलीय. इथली सगळी दारूची दुकानं बायांनी मोर्चा नेऊन बंद पाडली."

"मग आता गावात पिणारं कोणी नाही?"

"पितात, पण ते खेडला जाऊन. आता आम्ही खेडलाही मोर्चा काढणार आहोत."

"तुमच्या या गटाला बायकांकडून जमणारे पैसे पुरतात का?"

"नाही, ते आम्ही बँकेकडून घेणार आहोत."

ग्रामीण भागात स्त्रियांचे असे गट स्थापन करून त्यांच्या जमलेल्या पैशाच्या पाचपट कर्ज बँक देते. त्यावर व्याजाचा दर फक्त दहा टक्के. यालाच 'भिशी मंडळ कर्ज योजना' म्हणतात. या योजनेमध्ये काम करताना जे समाधान मिळालं ते आगळंच.

जागतिक कीर्तीचे योगाचार्य अय्यंगार

पुण्याचं एक भूषण म्हणजे योगाचार्य बी.के.एस.अय्यंगार. जे योग विद्येत इतके निष्णात आहेत की जगामध्ये उत्कृष्ट योगविद्या म्हणजे अय्यंगार पद्धती असा नावलौकिक झाला आहे. त्यांनी १९३६ पासून योगशिक्षण देण्यास सुरुवात केली. घरोघरी आणि संस्थांमध्ये जाऊन योगप्रचार केला. पुण्यामध्ये रमामणी अय्यंगार मेमोरिअल योग इस्टिट्युट सुरू केली. योगासने, प्राणायम, ध्यानधारणा हे सारं शास्त्रशुद्ध पद्धतीनं शिकवलं. शरीराची अपेक्षित अवस्था आणण्यासाठी लोड, खुर्ची, उशी इ. चा वापर करून विद्यार्थ्यांना लवचीक बनवलं. आज वयाची नव्वदी पार केल्यावरही त्यांचे शरीर लवचीक आहे.

पुण्यातील हरेकृष्ण मंदिर पथावरील त्यांची संस्था प्रेक्षणीयही आहे. अष्टांग योगाचे प्रतीक म्हणून सभागृह आठ खांबांवर पेललेलं आहे. छताची उंची ७१ फूट आहे. त्यातील ७ आणि १ यांची बेरीज आठच येते. वास्तुलाही वायूलहरी असतात. आपल्या वृत्तीप्रमाणेच त्याही सकारात्मक लहरी आपल्यापर्यंत पोहोचवत असतात. योगाचार्य अय्यंगारांकडून मार्गदर्शन मिळणं म्हणजे 'लाइफ टाइम अचिव्हमेंट' असते. जीवन कृतकृत्य झाल्याचा परमानंद मिळतो.

रामदेव बाबा

पुण्यातील अनेक बागांतून योगगुरू रामदेवबाबांचे अनुयायी प्राणायम करताना आढळतात. त्यावर एक विनोद प्रचलित आहे;

"तू व्यायाम काय करतोस?" मित्रानं विचारलं.

"सकाळी ६ वाजता फिरायला जातो." मी.

"त्याचा काही उपयोग नाही." मित्र.

"का?" मी.

"त्या वेळी रामदेव बाबांचे अनुयायी हवेतला पूर्ण ऑक्सिजन खेचून घेतात. तुला काय मिळणार?"

◆

एक्स-रे मशीन - पक्ष्यांसाठी

पुणे हे विद्येचे माहेरघर. पुणे विद्यापीठ तर ज्ञानाचा अखंड यज्ञच. मी इथं तीन दिवसांच्या आंतरराष्ट्रीय 'राजहंस व अन्य पक्षीजीवन' या विषयावरील अभ्यासक्रमात भाग घेतला.

माणसाला पक्ष्यांपासून खूपच शिकण्याजोगं आहे. पक्ष्यांचं जर आपल्याला निरीक्षण करता आलं तर एक आगळावेगळा आनंद उपभोगता येतो. पक्षी दिसल्यावर 'अहाहा! सुंदर पक्षी' असं म्हणणं ठीक आहे. पण ते पक्षी ओळखायचे कसे, त्यांच्या सवयी काय, ते केव्हा, कोठे आढळतात ही माहिती घेऊन ती पडताळता आली तर मनस्वी आनंद होतो.

खंड्या पक्षी— पाण्याच्या साठ्याजवळ हा लांब चोचीचा निळा, तपकिरी, पांढरा रंग असलेला पक्षी दिसतो. तो पाण्यातील मासे व अन्य जलचर अलगद टिपतो. हे मासे खाल्ल्यावर तोंडात चघळून त्यांच्या हाडांच्या तो गोळ्या तयार करतो व त्या पांढऱ्या गोळ्या दिसल्या की ओळखावं इथं खंड्या राहतो. नागपूरला आमचे एक शेजारी दसऱ्याला स्कूटर काढून बाहेर पडले. मी त्यांना कुठं चाललात विचारलं.

"आज दसरा, शुभ पक्षी म्हणून आम्ही नीलकंठ पक्ष्याचे दर्शन घेतो."

"म्हणजे खंड्या ना?"

"हो पण त्याला नीलकंठच म्हणा."

एखादा पक्षी दिसला तर त्याच्या आकारासाठी मापन म्हणून चिमणीशी तुलना केली जाते. पक्षी चिमणीपेक्षा मोठा असेल तर 'स्पॅरो प्लस' व लहान असेल तर 'स्पॅरो मायनस' म्हणतात. पक्षीअभ्यासासाठी मार्गदर्शक पुस्तक म्हणजे सलीम अलींचे. हे सलीम अली लहानपणी लगोरीनं दगड मारून पक्षी मारायचे. एकदा एक

चिमणी त्यांनी अशीच मारली तर ती जागा दुसऱ्या चिमणीनं घेतली. पुन्हा ती मारली तर पिलांच्या रक्षणासाठी घरट्याजवळ दुसरी चिमणी आली. अशा सहा चिमण्या मारल्यावर सलीम अलींना पश्चात्ताप झाला. पुढची चिमणी पुन्हा घरट्याजवळ मृत्युला न भिता आलेली पाहून त्यांना पक्ष्यांबद्दल आदर वाटू लागला. त्यांच्या आत्मचरित्राचे नाव आहे 'फॉल ऑफ अ स्पॅरो'. लहानपणी वांद्र्याजवळ पाली हिल येथे व चेंबूरच्या जंगलात त्यांनी पक्षी निरीक्षण केले. चेंबूरचे आत्ताचे सिमेंट काँक्रिटचे जंगल पाहता तिथं एके काळी खरंच जंगल होतं हे खरंही वाटणार नाही.

पक्षी हे ज्ञानी व हुशार असतात. परप्रांतात जाण्यापूर्वी आदले दिवशी ते एकत्र येतात. उद्या कोठे जायला निघायचं हे मानेखालील हालचालीनं सांगितलं जातं. दुसरे दिवशी पहाटेच सर्व पक्षी निघतात. नेता पुढे असतो. मागे इंग्रजी व्ही आकारानं ते जातात म्हणजे पुढील पक्ष्यानं कापलेल्या हवेमुळे झालेल्या पोकळीचा फायदा इतरांना घेता येतो. या पक्ष्यांच्या शरीराची रचनाही अशी असते की बहुतेक हाडे हलकी व पोकळ असतात. पक्ष्यांचं देशाटन कोठून कोठे होतं कळण्यासाठी 'रिंगींग ऑफ बर्ड्स' हा प्रकार असतो. पक्ष्यांच्या पायात ॲल्युमिनियमच्या रिंगा अडकवल्या जातात. या रिंगांवर सांकेतिक आकडे असतात. पक्षी उडताना पुढे ही रिंग झिजून पडते. ज्याला ही रिंग मिळेल त्यानं ती 'नॅचरल हिस्टरी सोसायटी, फोर्ट, मुंबई' यांना पाठवायची. तिथं प्राध्यापक आंबेडकर हे सुमारे सत्तर वर्षांचे गृहस्थ यासंबंधात काम पाहतात. आम्हाला ही माहिती प्रा. आंबेडकरांकडूनच या संमेलनात ऐकायला मिळाली. मिळालेल्या रिंगांवरून कोणते पक्षी कोठून कोठे गेले याची माहिती कळते.

"अशी पत्रे तुम्हाला कोठून येतात का?"

"जास्तीत जास्त रशियातून आली. अफगाणिस्तान व भारतातूनही येतात."

"याचा अर्थ काय?"

"आपल्या येथील पक्षी या देशांपर्यंत स्थलांतर करतात."

अशा नोंदणीचं काम जगात बऱ्याच केंद्रांवर चालतं. जमा झालेली माहिती इतर केंद्रांना पाठविली जाते.

पुणे विद्यापीठ परिसरात अनेकविध पक्षी आहेत. त्यातला एक खाटिक पक्षी. हा किडे मारून झाडांच्या काट्यांना ते खोचून ठेवतो. खाटिक ज्याप्रमाणे मारलेले बकरे आकड्याला टांगून ठेवतो तशातलाच हा प्रकार. नंतर गरजेप्रमाणे तो ते भक्षण करतो. दुसरा एक सुतार पक्षी. हा झाडाच्या बुंध्यामध्ये चोचीनं भोक पाडून त्यात घरटं करतो. त्यामध्ये त्याचे वास्तव्य असते. सुरक्षिततेच्या दृष्टीनं आपण इथं राहतो हे तो इतरांना फारसे कळू नये याची काळजी घेतो. तो घराकडे आल्यावर सरळ घरात जात नाही. थोडे आजूबाजूला फिरतो. चाहूल घेतो. जवळपास कोणी नाही म्हटल्यावर झटकन घरात जातो. आम्हाला मार्गदर्शकानं हे दाखविलं... तो पक्षी

पहा. इकडे- तिकडे हालचाल केल्यावर गोल्फचा चेंडू जसा गलीमध्ये जावा तसा तो घरट्यात गेला. टेल्को परिसरातले पक्षीही दाखविले. नंतर आम्ही पुणे-सोलापूर रस्त्यावर पुण्यापासून पंधरा किलोमीटरवरच्या कवडी या गावी आलो. बरोबर डॉ. सत्यशील नाईक होते. यांनी पुण्यात खास पक्ष्यांसाठी एक्स-रे मशीन आणलं. पक्ष्यांवर उपचार करताना नेहमीच्या एक्स-रे मशीननं पाहणी करताना ते किरण पक्ष्यांच्या दृष्टीनं जास्त प्रखर असतात. म्हणून लाखावर रुपयांचे असे आधुनिक उपकरण आणलं. अशा उपक्रमात अग्रभागी राहण्यात पुणेकर स्वेच्छेनं तयार. पुण्यात पक्षी निरीक्षण मंडळे आणि पक्ष्यांवर उपचार करणारी केंद्रे अनेक आहेत. हे पुण्याच्या संवेदनशील मनाचे प्रतीक. कवडी गावी नदीच्या पात्रात पाणी उथळच होतं. त्यातून अनेक शेवाळयुक्त भूभाग डोकावत होते. पण पात्र खूप रुंद होतं. परप्रांतातून आलेल्या पक्ष्यांची माहिती डॉ. सत्यशील नाईक देत होते. या ठिकाणची एक संस्मरणीय घटना.

कवडी येथे पक्ष्यांची शिकार करायला काही श्रीमंत मंडळी गाड्यांतून यायची. छर्‍र्यांच्या बंदुकांनी पांढरे शुभ्र करकोचे, बदके, सारस मारायचे. हे तिथंच दगडी चूल करून भाजायचे. अन्य तीर्थप्राशन झालं की त्यावर ताव मारायचे. पिकनिक स्पॉट करून टाकला होता या लोकांनी. पक्षी निरीक्षणाची आवड असलेल्या लोकांनी याबाबतीत काही हालचाली केल्या. पण ते तात्पुरते थांबले. कार्यकर्ते मंडळी पुण्यास गेली की पुन्हा शिकार सुरू होई. यावर एक नामी उपाय शोधला गेला. डॉ. नाईक व अन्य निसर्गप्रेमींनी शाळेत मुलांना पक्ष्यांवर प्रेम करण्याचा संदेश दिला. पक्षी ही कवडी गावाची शोभा आहे. ते मरता कामा नयेत हे त्यांच्यावर बिंबवलं. मुलांना डॉ. नाईकांचा पत्ता लिहिलेली कोरी पोस्टकार्डे वाटली. गावात कोणी शिकारी आला तर त्याच्या गाडीचा नंबरही मुलं पत्रानं कळवत. या गाड्यांचे नंबर वृत्तपत्रात प्रसिद्ध व्हायला लागले. शिकार पूर्णपणे थांबली!

वसंतोत्सव

पुणे विद्यापीठातला अविस्मरणीय असा दुसरा प्रसंग आहे. 'टाइम्स प्लस', पुणे संस्थेनं किशोरी आमोणकर यांच्या सुश्राव्य गाण्याचा कार्यक्रम विद्यापीठ परिसरात आयोजित केला होता. त्यांचा तो द्वितीय वर्धापनदिन होता. विद्यापीठातील अंतर्गत रस्ते दोहो बाजूंनी झाडीनं गजबजलेले. कार्यक्रम स्थळाजवळ प्रवेशद्वाराशी फेटा सुरवार नेसलेले मराठमोळ्या पोशाखातील लोक. स्त्रिया जरीच्या नऊवारी साड्या, नाकात नथी अशा थाटात. स्त्रियांना मोगऱ्याच्या वेण्या वाटल्या जात होत्या. संपूर्ण मार्गावर लाल गालिचा अंथरलेला. विद्यापीठ सभागृहातून हा मार्ग गेलेला. दुतर्फा

रोमन स्त्री-पुरुषांचे संगमरवरी पुतळे होते. पाण्याचे प्रवाह संगमरवरावरून वाहताना स्फटिकासारखे भासत. पुढे गेल्यावर भारतीय बैठक. गाद्या, लोड, पांढरेशुभ्र अभ्रे, पादत्राणे ठेवण्यासाठी प्रत्येकाला पॉलिथीन बॅग. प्रत्येकाला जपानी पद्धतीचा आकर्षक कागदी पंखा. सारा काही राजेशाही थाट. झाडांवर प्रकाशझोत सोडलेले. कार्यक्रमाचे नाव 'वसंतोत्सव.' किशोरी आमोणकरांच्या स्वरांनी वातावरणातील प्रसन्नता अधिकच फुलली.

ध्यानानं वास्तुशांत

सुदर्शन केमिकल्स ही पुण्याच्या औद्योगिक जगतातील अग्रगण्य कंपनी. तिचे आधारस्तंभ म्हणजे श्री. भाऊसाहेब राठी. त्यांच्या चिरंजीवांनी पाषाण भागात अभिमानश्री सोसायटीमध्ये बंगला बांधला. वास्तुमध्ये राहायला जाताना कोणी होमहवन करतात, कोणी पूजा करतात. तसा इथं ध्यानधारणेचा कार्यक्रम ठेवला होता. इगतपुरी इथं ध्यानसाधनेचं आंतरराष्ट्रीय विद्यापीठ आहे. तिथला अभ्यासक्रम ज्यांनी पूर्ण केलेला आहे, त्यांना इथं यायला परवानगी होती. मी इगतपुरी इथं दहा दिवसांचा विपश्यना अभ्यासक्रम पूर्ण केला होता. त्या दहा दिवसांत बोलायचं नाही, वाचायचं नाही, लिहायचं नाही. सकाळी चार ते रात्री नऊ या काळात एकूण दहा तासांचा

ध्यानाचा अभ्यास. एक वेळा जेवण. दिवसभर ध्यानधारणेनं शरीर इतकं छान राहतं की रात्रीच्या जेवणाची आवश्यकताच भासत नाही. भगवान बुद्धांनी बोधीसत्त्व वृक्षाखाली जी ध्यानधारणा केली तीच ही विपश्यना. त्याचा 'रिफ्रेशर कोर्स' असावा असाच राठीसाहेबांकडील कार्यक्रम झाला. विपश्यना हा विषय निघाला की लोक विचारतात याचा फायदा काय? ही विद्या खरं तर गुरूकडूनच समजावून घ्यायची. श्री. भाऊसाहेब राठी हेही यातील प्रशिक्षक आहेत. पण मला लक्षात आलेला व्यावहारिक फायदा म्हणजे तुम्ही थकलेले आहात. तरतरी यायला चहा घेता. तसं मला थोडा वेळ आनापान-ध्यान केलं तरी बरं वाटतं.

माणसाची दुसऱ्याचं ऐकून घेण्याची क्षमता वाढते. त्यामुळे त्याची निर्णय क्षमताही वाढते. तो सत्य स्थितीचं अवलोकन करायला लागतो. मानसिक अस्वस्थता कमी होते. त्याचं रागावणंही कमी होतं. रागावरून एक वाक्य आठवलं-

'जर तुमची चूक नसेल तर तुम्ही रागावण्याचं कारणच नाही.

आणि जर तुमची चूक असेल तर तुम्हाला रागावण्याचा अधिकारच नाही.'

सवाई गंधर्व

पुण्यातल्या संगीत रसिकतेचे विलोभनीय दर्शन म्हणजे 'सवाई गंधर्व संगीत महोत्सव'. सतत चार वर्षे या कार्यक्रमाला जायला मिळालं हे माझं भाग्यच. पै. अब्दुल करीमखाँसाहेब १९१० मध्ये पुण्यात आले तेव्हा संगीताच्या प्रचारासाठी त्यांनी शुक्रवार पेठेत आर्य संगीत विद्यालय सुरू केलं. त्यांचे शिष्य म्हणजे कै. रामभाऊ गणेश कुंदगोळकर उर्फ सवाई गंधर्व. त्यांच्या एकसष्टी समारंभात पंडित भीमसेन जोशी हे त्यांचे शिष्य पुण्यात प्रथमच गायले. १२ सप्टेंबर १९५२ मध्ये सवाई गंधर्व यांचं निधन झालं. किराणा घराण्यातील त्यांच्या सर्व शिष्यांनी १९५३ मध्ये लक्ष्मी क्रीडा मंदिरात सवाई गंधर्व प्रथम स्मृतिदिन साजरा केला. याला तिकीट नव्हतं. दुसऱ्या वर्षी लक्ष्मी क्रीडा मंदिर अपुरं पडलं. तिसऱ्या वर्षीचा कार्यक्रम रविवार पेठेतील मोती-बागेत झाला. नू. म. वि.,रेणुका स्वरूप या शाळाही अपुऱ्या पडू लागल्या. आता हा कार्यक्रम पुण्यातल्या कोणत्याही बंदिस्त सभागृहात होऊ शकत नाही. सध्या तो रमणबाग शाळेच्या पटांगणात खास उभारलेल्या भव्य शामियान्यात होतो. संगीत मैफलीचा आस्वाद पंधरा हजार रसिक घेताना जे वातावरण निर्माण होतं ते 'नादब्रह्मी रंगू या चला' असंच असतं. परवीन सुलताना, झाकीर हुसेन, कुमार गंधर्व, फिरोज दस्तुर,

जितेंद्र अभिषेकी, येसुदास, प्रभा अत्रे इ. अनेक ख्यातकीर्त कलाकार हजेरी लावतात. यावर कळस म्हणजे भीमसेन जोशींचं गायन. गुरुवार, शुक्रवार व शनिवार अशा तीन रात्री कार्यक्रम झाल्यावर रविवारी सकाळी दहा वाजेपर्यंत तो चालतो. मैफलीची सांगता होते ती भीमसेन जोशींच्या गायनानं!

काही जण तर शनिवारी रात्री घरी जाऊन थोडी विश्रांती घेऊन रविवारी सकाळी भीमसेन जोशींच्या गाण्याला येतातच. कार्यक्रम संपताना सवाई गंधर्वांची ध्वनिमुद्रित रेकॉर्ड वाजविण्यात येते. गाणं ऐकणं तसंच हा कार्यक्रम पाहणं ही मौज वेगळीच असते. त्यामुळं काही जण या कार्यक्रमावर टीकास्त्रही सोडत असतात. अशांचे उद्‌गार म्हणजे, 'गाण्यातलं काही कळत नाही ते लोक आपल्या शाली अंगावर घेऊन मिरवत असतात.'

'बटाटेवडा, भजी, भेळ यावर ताव मारत मजेत गप्पागोष्टी करत रात्र घालवायचं हे ठिकाण.'

'खरे संगीताचे रसिक तिथं फारसे नसतातच.'

या टीकेत काहीसे तथ्य असतेही. पण आज शास्त्रीय संगीताकडे युवकांचे लोंढे आकर्षित करणारा हा महोत्सव सध्याच्या युगात विशेषच म्हटला पाहिजे. ज्याला महाराष्ट्राचे सांस्कृतिक जीवन अनुभवायचंच त्यानं या महोत्सवाला हजेरी लावली पाहिजे. एक रुपया तिकिटावरून खुर्चीनं चारशे रुपयांपर्यंत दरात मजल मारली. त्याच पटीत रसिकांचा उत्साहही वाढतच आहे.

शनिवारवाडा

पुण्यात शनिवारवाड्यावरून जाताना डोळ्यासमोर पेशवाईचा इतिहास उभा राहतो. प्रत्येक गाव ओळखायची एखादी महत्त्वपूर्ण खूण असते. ताजमहाल म्हटले की आग्रा, लाल किल्ला म्हणजे दिल्ली, राजाभाई टॉवर म्हणजे मुंबई, अजंठा-वेरुळची लेणी म्हणजे औरंगाबाद परिसर, वाळवंटात चंद्रभागेतीरी मंदिरं दिसली की पंढरपूर, तसंच शनिवार वाडा म्हणजे पुणे.

रणजीत देसाईंचं 'स्वामी' वाचताना डोळ्यातले अश्रू पुस्तकावरील पानावर पडतात. भावलेले साहित्य म्हणून वाचकांकडून यापेक्षा चांगली पावती असू शकत नाही. स्वामी वाचल्यावर मी शनिवारवाडा पाहिला. किंबहुना तो पाहिल्याशिवाय चैन पडेना. वयाच्या केवळ सोळाव्या वर्षी पेशवेपदाची जबाबदारी पेलणारे श्रीमंत माधवराव पेशवे यांचं वास्तव्य याच वास्तूत होतं. माधवरावांनी परकीयांशी झुंज दिली. त्याबरोबरच आपल्या घरातील व्यक्तींशीही त्यांना झगडावं लागलं. राघोबादादा व आनंदीबाई या काका-काकींबरोबरच मामा सरदार रास्ते आणि

सख्खी आई गोपिकाबाई यांच्या विरोधाला तोंड द्यावं लागलं. संकटाचीही काही वेळ असते. माधवरावांना राजयक्ष्मा या दुर्धर रोगानं पछाडलं. या सर्व कठीण परिस्थितीत त्यांना साथ दिली ती त्यांच्या अर्धांगिनीनं- रमानं. माधवरावांच्या सुखदु:खात समरस झालेली, पतिपरायण अशी रमा या शनिवार-वाड्यात वास्तव्य करीत होती हे मनात येताच या वाड्याबद्दलचा आदर वाढतो. माधवरावांवर अनेक उपचार करूनही राजयक्ष्म्यातून बरं होणं अवघड जात होतं. अन्न जात नव्हतं. तर रमाबाईंनी अन्नत्याग केला. तेही फारसा गाजावाजा न करता. अखेर माधवरावांच्या इच्छेनुसार त्यांना थेऊर येथे गजाननाच्या सान्निध्यात ठेवण्यात आलं. माधवरावांची प्राणज्योत मालवली. रमाबाई सती गेल्या. थेऊरला मुद्दाम जाऊन समाधी पाहून आलो. केवढे हे समर्पित जीवन. स्त्री-पुरुषांच्या प्रेमाच्या अनेक अमर कहाण्या आहेत. लैला-मजनू, शिरी-फरहाद, रोमिओ-ज्युलियट, हिर-रांझा हे सारे विवाहपूर्व प्रेमाचे भुकेले होते. पण विवाहानंतर अमरप्रेम राहिलेली ही जोडी म्हणजे 'रमा-माधव' होय. रमाच्या त्यागाचा स्त्रियांनी आदर्श डोळ्यांपुढे ठेवावा असं सांगितलं जातं. तितकंच पुरुषांनी त्यास पात्र होण्याचाही प्रयत्न करावा. हे सारं शनिवारवाड्याचे तट आजही सांगतात असं वाटतं.

शनिवारवाड्याच्या पुढ्यात थोरल्या बाजीराव पेशव्यांचा अश्वारूढ पुतळा त्यांच्या पराक्रमाची ग्वाही देत उभा आहे. त्यांना साताऱ्याच्या शाहू महाराजांनी १७२५ साली पुणे गाव इनाम दिलं. त्यापूर्वी पेशव्यांची वस्ती होती ती सासवडला. त्यांनी उभ्या हिंदुस्थानला आपला धाक दाखविला. निजामाला पळता भुई थोडी केली. मराठेशाहीच्या रक्षणासाठी सारा उत्तर प्रदेश काबीज केला. महिनोन् महिने आपल्या घरच्या ऐशआरामाचा त्याग करून स्वारी घोडदौड करीत राहिली. अन्नग्रहणाला सवड नव्हती. रपेटीमध्येच घोड्यावर बसून कणीस खाऊन वेळ मारून न्यावी लागली. इतिहास बाजीरावांना ओळखतो तो पराक्रमी व्यक्तिमत्त्व म्हणून.

याच शनिवार वाड्यात मस्तानी महालही होता. 'बाजीरावाची मस्तानी' हे

पेशवेकालीन इतिहासातील एक गूढरम्य स्वप्न. गूढ म्हणण्याचे कारण त्याबाबत बऱ्याच आख्यायिका आहेत. पण श्री.द.ग.गोडसे यांनी 'दफ्तनी' या त्यांच्या पुस्तकात बरीच माहिती ऐतिहासिक पुराव्यानं दिली आहे.

पेशवाईनंतर मस्तानीचे पूर्वज बुंदेलखंडातील 'बांद्याचे नबाब' या नावानं प्रसिद्ध होते. त्यांच्या वंशावळीच्या आधारे मस्तानीच्या पूर्व वृत्तान्ताबाबत चर्चा केली आहे. बुंदेलखंडावर महंमद खान बंगश यानं स्वारी केली तेव्हा छत्रसालनं बाजीरावाचे साहाय्य मागितले. बाजीरावानं बंगशचा पराभव केल्यावर छत्रसालानं कृतज्ञतेनं बाजीरावास आपला तिसरा पुत्र मानलं. त्यास राणीवंशातील सुंदर कन्यका मस्तानी भेट दिली. ती राजा छत्रसालची औरस राजकन्या होती. छत्रसालचा राजकवी लाल याच्या 'छत्रप्रकाश' कवितासंग्रहात बाजीरावानं पुण्यास जातेवेळी मस्तानीस नेल्याचा उल्लेख आहे. श्री. गोडसे यांच्या मते मुघल सरदार अन्वरखान याच्याशी झालेल्या संघर्षानंतर छत्रसालच्या सोयरिकीच्या मुसलमान उपपत्नींची मस्तानी मुलगी होती.

बाजीरावानं मस्तानीची राहण्याची सोय कोथरूड येथील बागेत केलेली होती. जिथं किर्लोस्कर कंपनी आहे त्या भागात ही बाग होती असे म्हणतात. बाजीराव मस्तानी संबंधास घरातून आणि पुण्यातून विरोध होता. तरीही बाजीरावानं शनिवारवाड्यातच मस्तानीसाठी महाल बांधून दिला. पुण्याच्या शनिवार-वाड्याच्या उपलब्ध जुन्या नकाशात या महालाचा निर्देश 'अलिबहाद्दरचा वाडा' असा तिच्या पुत्राच्या नावे आहे. नाना फडणिसांनी अलिबहाद्दरला बांद्याची जहागिरी दिली. बाजीरावानं मस्तानीच्या सरंजामाकरता लोणी, केंदूर आणि पाबळ ही जहागीर म्हणून दिली. मस्तानीनं बाजीरावाच्या घरातील अन्य सदस्यांचे प्रेम मिळवण्याचे प्रयत्न केले. ती पेशवे घराण्यातील कुलदैवत श्री गजाननाची भक्त होती. तिच्यासाठी बाजीरावानं विठ्ठलवाडी, हिंगणे भागात गणपतीचं मंदिरही बांधून दिलं. त्यास मस्तानीचा गणपती म्हणून ओळखलं जातं. मस्तानी व राऊ (बाजीराव) यांनी मुलाचं आणखी एक नाव ठेवलं होतं. हा बाजीरावाप्रमाणे समशेर गाजवेल म्हणून त्याचं नाव होतं 'समशेर'. त्याची मुंज करण्याची बाजीरावांची इच्छा होती. परंतु घरातून व बाहेरील जनतेकडून त्यास प्रखर विरोध होता.

उत्तर प्रदेशात रावरखेडी येथे बाजीराव पेशव्यांचे आकस्मिक निधन झाले. या वृत्तानं मस्तानीस जबर धक्का बसला. त्या वेळी ती पाबळ येथे होती. ती या दु:खातून सावरू शकली नाही. तिचाही गूढ मृत्यू झाला.

मी पाबळ येथे जाऊन मस्तानीची समाधी पाहून आलो. गावाबाहेर तिचा पडका वाडा आहे. तिथंच दुर्लक्षित अवस्थेत ती समाधी आहे. स्थलमहात्म्य कथन करणारा नामफलकही नव्हता.

पुढे दुसऱ्या बाजीरावानं शनिवार वाड्यातील मस्तानी महाल जमीनदोस्त केला. इतिहासप्रेमी नजरांना मात्र आजही सारं कल्पनेनं डोळ्यांपुढं येतं. त्यांना सारं जपून ठेवावं वाटतं. कोथरूडच्या मस्तानी बागेतील बांधकाम पाडल्यावर त्यातील काही विटा पुण्याच्या केळकर म्युझियममधील दिनकरराव केळकरांनी जपून ठेवल्या म्हणतात.

महारभारतात जसे मानवी स्वभावाचे सर्व पैलू दिसून येतात, तसेच पैलू शनिवारवाड्यातल्या विविध घटनांवरून प्रत्ययास येतात. पेशव्यांच्या चढत्या ऐश्वर्याला ग्रहण लागलं ते पानिपतच्या दारुण पराभवामुळे. दोन अनमोल मोती गळाले, शंभर मोहरा सांडल्या, लाख बांगडी फुटली. त्या वेळी महाराष्ट्रात घरोघरी केवढा हाहाकार उडाला असेल!

सातारा जिल्ह्यात कोल्हापूर रस्त्यावर बोरगाव जवळ अपशिंगे म्हणून गाव आहे. या गावात एक प्रथा आहे. प्रत्येक घरातून किमान एक माणूस सैन्यात भरती व्हायला हवा. आजही ही प्रथा चालू आहे. १९६५ साली पाकिस्तान युद्धाच्या वेळी गावातली माणसं पोस्टमन यायच्या वेळी एकत्र जमून पोस्टमनची वाट पाहत. कोणी गेल्याची तार वगैरे येते का याची काळजी असे. मी त्या वेळी साताऱ्यात होतो. आम्ही या गावात दसऱ्याला सोनं द्यायला आवर्जून जायचो. गावातला जवान सैन्यात मारला गेला तर गावावर दु:खाची अवकळा येई. त्यावरून त्या काळी पानिपत युद्धातील लक्षावधी सैनिक धारातीर्थी पडल्यावर महाराष्ट्रावर केवढा दु:खाचा डोंगर कोसळला असेल याची कल्पना येते. सदाशिवरावभाऊ रणांगणात कामी आले. पण त्यांना प्रत्यक्ष धारातीर्थी पडलेले कोणीच पाहिले नव्हते. याचा फायदा घेऊन त्यांच्यासारखा दिसणारा तोतया पुण्यात दाखल झाला. त्याच्या आगमनानं या शनिवारवाड्याच्या भिंती थरारल्या असतील. सदाशिवरावांच्या पत्नी पार्वतीबाईंना मात्र आपला पती जिवंत असून आज ना उद्या तो परत येईल अशी आशा वाटत होती. सौभाग्यलेणी अंगावरच चढवून त्या पतीची वाट पाहत होत्या. अखेरीस तोतयाच बंड मोडून टाकलं गेलं. तोतया ठार झाला. पार्वतीबाईचा आशा-निराशेचा खेळ संपला.

याच घटनेवर आधारित 'तोतयाचे बंड' नावाचं न.चिं.केळकरांचं नाटक खूप गाजलं. पेशवाईतल्या सदाशिवराव माणकेश्वरांच्या वाड्यात कालांतरानं किर्लोस्कर थिएटर स्थापन झालं.

या थिएटरमध्ये झालेल्या या नाटकाचा प्रयोग पेशव्यांच्या वंशज बयाबाई आपटे यांनी प्रत्यक्ष पाहिला. शेवटच्या बाजीरावाची आठवी पत्नी गंगाबाई. हिची तिसरी मुलगी बयाबाई. त्यांचा जन्म १८४७ मधला. ग्वाल्हेरचे सरदार रावसाहेब गणेश हरि आपटे यांच्याशी त्यांचा विवाह १८५५मध्ये झाला. रावसाहेब १८८३मध्ये वारले. बयाबाई १९१३मध्ये पुण्याला आल्या आणि आपल्याच घरच्या प्रसंगांवरचं नाटक 'तोतयाचं बंड' त्यांनी पाहिलं. भारत इतिहास संशोधक मंडळाचे अध्यक्ष इतिहासकार राजवाडे यांना बयाबाईंनी पेशवे कुटुंबाची अखेरची हकिकत सांगितली. ११ फेब्रुवारी १९१३ च्या केसरीमध्ये ही बातमी छापून आली.

रमाबाईंसारखी निगर्वी, सोज्वळ, त्यागी स्त्री ज्या शनिवारवाड्यानं पाहिली, त्याच वाड्यानं स्वार्थी, कारस्थानी, महत्त्वाकांक्षी आनंदीबाई पाहिली. श्रीमंत माधवराव पेशव्यांच्या मृत्यूनंतर नारायणराव गादीवर बसणार होते. आनंदीबाईला हे सहन होत नव्हतं. आपले पतिराज राघोबादादा यांना पेशवाई मिळावी ही त्यांची महत्त्वाकांक्षा होती. शनिवारवाड्यात संरक्षणासाठी असलेल्या गारद्यांना आनंदाबाईनं फितूर करून घेतलं. नारायणरावास केवळ अटक करायची मागणी आनंदीबाईनं राघोबादादांकडून मान्य करून घेतली. सुमेरसिंग, खरगसिंग या गारद्यांच्या नावे राजाज्ञा लिहून घेतली. 'चिरंजीव नारायण यास धरावे.' आनंदीबाईला नारायण चिरंजीव व्हावा असे वाटत नव्हते. तिनं 'ध' चा 'मा' करून नारायण यास मारावे असा हुकूमनामा गारद्यांच्या हाती दिला.

गारदी मारत असताना 'काका मला वाचवा' अशी आर्त किंकाळी मारणारा नारायण आजही त्या शनिवारवाड्यात कल्पनाचक्षूपुढे उभा राहिल्याशिवाय राहत नाही.

अशा अनेक घटना शनिवारवाड्याच्या या तटबंदीनं अनुभवल्या. पेशवाईचं उत्तुंग ऐश्वर्य पाहिलं, तसाच हृदयद्रावक अस्तही. पराक्रमाची नांदी ऐकली आणि पराभवाचे भेसूर सूरही बंधुभाव निर्मिणारं निर्मळ प्रेम पाहिलं आणि भाऊबंदकीही. पराक्रम, निष्ठा, स्वामिभक्ती जशी अनुभवली तशीच फितुरी, विश्वासघातही. पण सारांशानं पाहायचं झालं तर आपल्या पूर्वजांच्या मर्दुमकीचं मानचिन्ह म्हणजे हा शनिवारवाडा आहे.

मस्तानी महाल

इथं तुम्ही अगदी थांबून पाहणार आहात तो आहे मस्तानीचा महाल. जरतारी वस्त्रांनी सजवलेला, झुंबरं, हंड्या यांनी आकर्षित बनलेला हा महाल बाजीराव-मस्तानी या प्रेमकहाणीची आठवण करून देतो. मूळ मस्तानी महालामध्ये मस्तानीसाठी स्वतंत्र हवेली, क्रीडास्थान होतं. हवेलीच्या चारी बाजूस चार खोल्या. दुसऱ्या मजल्यावर चारी बाजूस तीन तीन खणाची चार दालनं. असाच तिसरा मजला. गच्चीमधील चौक खुला. मधल्या चौकाच्या खाली जमिनीत उन्हाळ्यासाठी तळघर. चारी दालनांतून हवेलीकरता दोन-दोन खिडक्या. मस्तानी महालाचं हे वैभव होतं.

मस्तानीला पत्नी म्हणून वाड्यात घेण्यास आप्तेष्टांकडून जितका प्रखर विरोध होता, तितकाच बाजीराव त्याबाबत आग्रही होता. मस्तानीच्या निधनानंतर मात्र तिच्याबद्दल पेशव्यांच्या मनात सहानुभूतीच निर्माण झाली. श्रीमंत चिमाजीअप्पा पेशवे यांनी मस्तानीचा टाक पेशव्यांच्या देव्हाऱ्यात ठेवण्याची सूचना केली होती हे लक्षात घेण्याजोगे आहे.

◆

परदेशी कापडाची होळी

प्रश्नमंच कार्यक्रम घेणं हा एक माझा आवडता छंद. त्यामध्ये मी विचारलेला एक प्रश्न- स्वातंत्र्य लढ्यात पुण्यात अनेक नेत्यांनी भाग घेतला. ब्रिटिश सत्तेविरुद्ध मोर्चे काढले, सत्याग्रह केले, वृत्तपत्रातून टीका केली, असहकार आंदोलन पुकारलं. परदेशी कापडाची होळी केली. त्यामध्ये सर्वांत मोठी परदेशी कापडाची होळी पुण्यात कोठे झाली?

त्वरेनं उत्तर काही आलं नाही.

मी संदर्भ दिला-

पुण्यातल्या कर्वे रोडवर. पण निश्चित ठिकाण सांगा! फारसे हात उत्तर द्यायला वर आले नाहीत. एकानं बरोब्बर सांगितलं. संभाजी पूल म्हणजेच लकडी पूल येथून कर्वे रस्ता सुरू होताना जिथं चव्हाण सायकल पूल जोडला जातो तिथं.

त्या ठिकाणी एक कोनशिला बसवली आहे. त्यावर पुढील मजकूर आहे, 'स्वातंत्र्यवीर विनायक दामोदर सावरकर फर्ग्युसन महाविद्यालयाचे विद्यार्थी असताना दिनांक ७ ऑक्टोबर, १९१५ आश्विन शुद्ध दशमी (दसरा) या दिवशी सहा सहस्र नागरिकांच्या साक्षीनं या भूमीवर विलायती कपड्यांची प्रचंड होळी पेटविली. याप्रसंगी लो. टिळक व 'काळ'कर्ते शि.म.परांजपे यांची विलायती वस्तूवर बहिष्कार या विषयावर भाषणे झाली.

तुपाची इनिशिअल

लकडी पुलावर अलूरकर म्युझिक हाउस यांचा भव्य जाहिरात फलक बरेच दिवस झळकत होता. त्यावर पु.लं.चा हसतमुख चेहरा दाखवला होता. महाराष्ट्राचं लाडकं व्यक्तिमत्त्व असं त्यावर लिहिलेलं. पु.ल.देशपांडे अशी संपूर्ण सहीही लक्ष आकर्षून घेई. हो! पु.लं.च्या 'फुल सिग्नेचर' वरून आठवलं. पु.लं.नी 'फुल सिग्नेचर' व 'इनिशिअल' यातील फरक फार चांगल्या पद्धतीनं सांगितलाय. लग्नाच्या पंक्तीत पु.ल. जेवायला बसले होते. तिकडून एक स्त्री तूप वाढत आली. त्यावर पु.लं.ची टिप्पणी बघा- 'आणि तिनं तुपाची इनिशिअल केली!' तूप वाढल्यासारखं करीत भराभर वाढत जाण्याचे जे वर्णन पु.लं.नी टिपलंय ते तुपापेक्षाही जास्त आनंददायी आहे.

'अलूरकर म्युझिक हाउस' हे कर्वे रोडवरील संगीताच्या कॅसेट्स मिळण्याचं ठिकाण. इथल्या कॅसेटचा खजिना पाहिला म्हणजे असं लक्षात येतं की एखाद्या माणसानं हे सारं ऐकायचं ठरवलं तर त्याला काही पुनर्जन्म घ्यावे लागतील. त्यासाठी तरी पुनर्जन्मावर विश्वास ठेवायला हवा. अलूरकरांचं या व्यवसायाचं खरं भांडवल म्हणजे पुणेकरांचं संगीतप्रेम.

मी १९६८ साली नोकरीनिमित्त प्रथम पुण्यात आलो तेव्हा प्रभाकर भावे या माझ्या मूळच्या सातारच्या मित्राला भेटलो. प्रभाकर हा चांगला मूर्तिकार. त्यानं बनवलेल्या गणपतीच्या छोट्या मूर्ती अजूनही माझ्या काही मित्रांकडे आहेत. आता तो पुण्यात लोकांची थोबाडं रंगवत असतो. म्हणजे तो नाट्यक्षेत्रात चांगला रंगभूषाकार म्हणून प्रसिद्ध आहे. त्यानं 'चल हॉटेलात चहा घेऊ या' अशा थाटात 'चल, एक-दोन चांगली गाणी ऐकू या' असं म्हणून मला नारायण पेठेत एका रेकॉर्ड ऐकण्याच्या दुकानात नेलेलं आठवतं. पैसे देऊन ग्रामोफोनवर रेकॉर्ड ऐकण्याची ती कल्पना मला नवीनच होती. 'अजुनी रुसुनी आहे. खुलता कळी खुलेना, मिटले तसेच ओठ, पाकळी हलेना' हे गाणं ऐकलं. मग अरुण दात्यांचं 'भातुकलीच्या खेळामधली राजा आणिक राणी, अर्ध्यावरती डाव मोडिला अधुरी एक कहाणी' हे गाणं ऐकलं. आठ आण्यात दोघांना दोन गाणी ऐकायला मिळाली. पुढे रेकॉर्डचा जमाना मागं पडू लागला व टेप केलेल्या कॅसेट्स लोकप्रिय झाल्या. संगीतातील कोणतीही कॅसेट हवी असली तर अलूरकरमध्ये हे समीकरण बनलं. केवळ संगीतक्षेत्रात समाधान न मानता कथाही टेपवर ऐकल्या जाऊ लागल्या. सुप्रसिद्ध कथालेखक व कथाकथनकार श्री.व.पु.काळे यांच्या कथाकथनाचा एक हजारावा कार्यक्रम जुलै १९८१मध्ये झाला. त्या निमित्तानं त्यांच्या दोन कथांच्या टेपचे प्रकाशन अलूरकरांनी केले. मराठीमध्ये कथा टेपद्वारे लोकांपर्यंत नेण्याचा हा पहिला प्रयत्न. शंकर पाटील, व्यंकटेश माडगूळकर आणि द.मा.मिरासदार या त्रयीनं जनतेत कथाकथन प्रकार रुजवला. पण एकट्या व.पुं.च्या कार्यक्रमाला लोक नाटकाप्रमाणे तिकीट काढून येऊ लागले. व.पुं.नी त्यांच्या पंचविसाव्या पुस्तकाचे प्रकाशन विमानात एका एअर हॉस्टेसच्या हस्ते करून आपल्या साहित्याला खरोखरीच उंची असल्याचं टीकाकारांना दाखवून दिलं. पण 'यांच्या साहित्याला खोली नाही' म्हणणाऱ्यांची तोंडे बंद करायला ते एखाद्या पाणबुडीवाल्याकडून सागरतळाशी कथासंग्रहाचे प्रकाशन करतील की काय कोणास ठाऊक! व.पुं.च्या नंतर पु.लं.च्याही कॅसेट्स निघाल्या. द.मा.मिरासदारांच्या विनोदी कथांचाही वाचक तसाच श्रोतावर्गही मोठा आहे. कॅसेटची आवड संगीतानंतर कथांपर्यंतही थांबली नाही. लहान मुलांच्या कथा, मनाचे श्लोक, आरत्या, अथर्वशीर्ष, दहावी मुलांचा अभ्यास अशा विविध कॅसेट्स बाजारात आल्या. आपल्याला रामरक्षा, अथर्वशीर्ष येत नसले तरी मुलांना यावे असे एरंडवणा भागात राहणाऱ्या पुणेकरांना हमखास वाटते. त्यामुळे अशा कॅसेट्सना चांगली मागणी आहे. अशी कॅसेट घरी आल्यावर मुलाची आई, विनिता शेजारच्या फ्लॅटमधल्या मुलाच्या आईला, रेखाला, ऐकू जाईल अशा आवाजात लावते. मग ती कॅसेट केव्हा, कोठून आणली यावर चर्चा होऊन शेजारीही ती कॅसेट येते. पुढे पुढे कॅसेट लावल्यावर मुलं बाहेर पळतात. मग कॅसेट लावण्याऐवजी

कॅसेट स्टँडवर पेंगाळून बसते. पण कॅसेट स्टँड शोकेसमधून दिसतो. त्या वेळी अशा कॅसेट आमच्याकडे आहेत हेही लोकांना समजते म्हणजे काही कमी नाही. 'आमच्याकडे सुधीर फडक्यांच्या गीतरामायणाच्या दहा कॅसेटचा संच आहे.' असं सांगणाऱ्या जोशांनी त्या कॅसेट बरेच वर्षांत लावलेल्याही नसतात. तरी चांगल्या गोष्टी संग्रही असण्यानंसुद्धा एक मानसिक समाधान लाभतं हेही नसे थोडके.

पळा पळा कोण पुढे पळे तो

बँक ऑफ महाराष्ट्र, कर्वे रोड शाखेत १९६८ मध्ये काम करीत होतो. त्या काळी मधल्या सुट्टीत पाय मोकळे करायला म्हणून आम्ही गावाबाहेर जरा भटकून यायचो. गावाबाहेर म्हणजे कर्वेरोडवरील चर्चपर्यंत. तेव्हा चर्चच्या आजूबाजूला फारशी गर्दी नव्हती. आता चर्चच्या जवळपास व्यापारी संकुलेही उभी राहायला लागलीत. फ्लॅटचे दरही फुटाला सातशे रुपयांवर पोहोचले आहेत. नळ स्टॉप हा त्या वेळी गावाबाहेरचे किंवा वेशीवरचे ठिकाण समजायचे. पौड, पिरंगुट, धायरी या भागातून येणारी जनावरं पाणी प्यायला हौदावर थांबायची, तो हा नळस्टॉप. आता तो नळ राहिलेला नाही.

सध्या कर्वे रोडइतका रहदारीचा अन्य रस्ता नसेल. सकाळी दहा वाजता व संध्याकाळी सहा वाजता तर संपूर्ण रस्त्याला एखाद्या मिरवणुकीचे स्वरूप येते. एखादा जर झेंडा घेऊन चालला तर त्याच्यामागं प्रचंड कार्यकर्त्यांचीच रांग चाललीय असा गैरसमज व्हायचा! कोथरूड, हिंगणे, धायरी, पौड रस्ता इत्यादी भागांतून

नोकरीस गावात येणारे हजारो लोक आपल्या लुना, स्कूटर्स इ. काढून ऑफिस गाठण्याच्या घाईत असतात. एक काळ असा होता की पुण्यातल्या प्रत्येक घरात जेवढी मोठी माणसं तेवढ्या सायकली असत. आता सायकली इतक्याच मोपेड, स्कूटर्स आल्यात. इंच इंच लढवू या भावनेनं प्रत्येक जण मिळेल तेवढे पुढे जायचा प्रयत्न करीत असतो. एखाद्या सिग्नलजवळ हिरवा दिवा असेल तर लांबूनच वाहने त्या हिरव्या काळात कसे जाता येईल याचा अंदाज घेऊन वेग वाढवतात. पिवळ्या दिव्याच्या कालावधीतही सटकायचा प्रयत्न करतात. लाल दिवा दिसल्यावर पुढच्या गाड्या थांबतात. तर मागच्या मिळणाऱ्या फटीतून अधिक पुढे कसं येऊन थांबता येईल यांची कसरत स्कूटरवाले करतात. पूर्वी सदाशिव पेठेत राहत असलेले आणि तेथील वाडा पाडल्यामुळे मिळालेल्या नुकसानभरपाई रकमेत कोथरूडला फ्लॅट घेऊन राहिलेले अनेक जण त्या मूळ काटकसरीच्या गुणधर्मामुळे असेल म्हणा, सिग्नलजवळ गाडी बंद करून उभे राहतात. पण आपण कशाला असं म्हणा! देशाची ऊर्जा बचत म्हणून ते गाडी बंद करून उभे राहत असतील. मग उजवीकडील रस्त्याची रहदारी मोकळी होऊन डावीकडील वाहने सुरू झाली की, 'ऑन युवर मार्क, गेट सेट गोऽ' या पद्धतीत कमीत कमी वेळात गाड्या सुरू करतात व ऑफिस गाठण्याच्या स्पर्धेत विजयी होण्याची धडपड करतात. सायकलवाले तर बेदरकार असतात. चूक झाली तर पोलिसांनी दंड करण्याचा किंवा नंबर लिहून घेण्याचा धोका त्यांना नसतो. सिग्नलला बाजूच्या कारला हात लावून दोन वाहनांच्या मधल्या फटीतून पुढे येऊन उभं राहण्यात आपण जिंकलं असंच त्याला वाटतं. पण फारच पुढे गेला आणि त्याचं हे पुढे पुढे करणं पोशाखातील वाहतूक हवालदाराला मानवलं नाही तर तो येऊन सायकलमधली हवा सोडून देतो. एखादा कॉलेजकुमार त्याची बुलेट वेगानं मारण्याचा प्रयत्न करीत सातत्यानं हॉर्न वाजवत असतो. पण गर्दीच्या एवढ्या फिरत्या स्पीडब्रेकर्समुळे तो पुन्हा पुढच्या चौकात दिसतोच. कितीही वेगानं जाणारा असो तो पुढे आपल्या बरोबरच येतो. कर्वे रोडवर ससा आणि कासवाची धावण्याची स्पर्धा लावली तर ससा वेगानं निघेल, कासव हळू जाईल पण सिग्नलजवळ गर्दीमुळे ससा अडकून पडेल. तोपर्यंत कासव तिथं पोहोचेल. कासव जवळ आलं म्हणून ससा पुन्हा वेगानं जाईल पण पुढच्या सिग्नलला पुन्हा त्याला थांबावं लागेल. एव्हाना कासवराज तिथं पोहोचतील... म्हणजे कर्वे रोडला स्पर्धा असल्यानं दोघं एकाच वेळी पोहोचतील! अशा गर्दीत स्त्रियाही कुशलतेनं स्कूटर्स नेत असतात. १९८८ साली मी कोल्हापूरहून पुण्यास आलो तेव्हा स्कूटरवर एका सिग्नलशी उभा होतो. थोड्या अंतरावर स्कूटरवरच असलेल्या एका स्त्रीनं माझ्याकडे बघून स्मितहास्य केलं. तिनं ओळख दाखविली पण माझ्या काही लक्षात येईना. बाईंनी अंगात पांढरा ॲप्रन घातला होता. या डॉक्टरीणबाई तर आहेत

पण आपली कुठली ओळख? त्यांना दुसऱ्या कोणाला ओळख दाखवायची नसेल ना? मी आजूबाजूचे कोणी त्यांना ओळख दाखवते का ते पाहिलं. पण तीही शक्यता नव्हती. म्हणजे त्यांनी मलाच ओळख दाखवली तर! कालांतरानं माझ्या डोक्यात प्रकाश पडला की पुण्यात डॉक्टरीणबाईच नाही तर साऱ्याच बायका नोकरीस जाताना उन्हापासून संरक्षण म्हणून ॲप्रन घालतात. मी त्या बाई कोण डॉक्टरीण या संदर्भातून पाहत होतो त्या तर आमच्या ऑफिसमध्येच होत्या. बँकेच्या दाराशी स्कूटर लावून त्यात ॲप्रन ठेवताना त्यांना पाहिलं अन् खुलासा झाला!

कर्वे रस्त्याच्या या प्रचंड वाहतुकीला एक समजूतदारपणा आहे. थोडं कोणी कोणाला घासलं तर 'डोळे नाहीत का? दिसत नाही वाटतं?' असं ऐकू येणार नाही. 'सॉरी', 'दॅट्स ऑल' अशी देवाणघेवाण होईल. मोपेड पळायला लागतील.

विलंबित रागातला टेलिफोन

कर्वे रोड टेलिफोन एक्स्चेंज अद्ययावत झालं. त्याचं उद्‌घाटन झालं पंडित भीमसेन जोशींच्या शुभहस्ते. उद्‌घाटनपर भाषणात त्यांनी सांगितलं,

'मी टेलिफोनसाठी नंबर लावून बरेच दिवस तो मिळण्याची वाट पाहत होतो. फोन मिळायला चांगलाच विलंब लागला. मी विलंबित रागाच्या गायकीतला असल्यामुळे कदाचित असं घडलं असेल.'

दशभुजा गणपती

पुण्यात दशभुजा गणपती मंदिरे दोन आहेत. एक आहे सहकारनगरमध्ये व दुसरं या कर्वे रोडवर. देवदेवेश्वर संस्थान या मंदिरांची देखभाल पाहते. संगमरवरी श्री गजाननाची मूर्ती भावपूर्ण आहे. पेशव्यांनी जी मंदिरे स्थापन केली त्यातील ही मंदिरे. परगावहून आलेल्या माणसानं रिक्षावाल्याला 'दशभुजा गणपती' एवढंच सांगितलं आणि रिक्षावाल्यानं खुलासा केला नाही तर तो कोणत्याही एका गणपती मंदिराकडे न्यायचा. कर्वे रोडवरच्या या गणपतीस भाविकांची गर्दी असते. पुण्याची प्रगती

झाली, सुबत्ता वाढली. त्याबरोबरच चिंताही वाढल्या. आपली दु:खं कोणाला सांगायची? मन मोकळं कुठं करायचं? हमखास जागा म्हणजे हा चिंतामणी. हा सुखकर्ता अन् दु:खहर्ता. दहावी परीक्षा झालेली मुलं गजाननरायाला मनोमनी म्हणत असतात 'देवा मला पास कर', पदवीधर झालेले म्हणतात, 'मला नोकरी दे', मुली डोळे मिटून वर मागतात, 'माझ्यासाठी वर आण', लग्न झालेली जोडपी, 'मुलगा होऊ दे' म्हणतात. मुलं मोठी व्हायला लागली की त्यांना शाळा प्रवेश मिळू दे. ती खूपच मोठी झाल्यावर 'आमच्याशी नीट वागू दे' अशी प्रार्थना करतात. काळजीचं चक्र दिवस-रात्रीच्या चक्राप्रमाणे चाललेलं असतं. विज्ञानयुगाचा कितीही प्रचार झाला तरी मन:शांती जर या मंदिरात मिळतेय तर मग लोक येणारच. माणसाला लागणारा आधार, मानसिक शक्ती प्राप्त होणारी ही मंदिरे.

निर्माण

रवि देशपांडे हा नाटकवेडा माणूस. रुपी को- ऑपरेटिव्ह बँकेतली नोकरी आटोपली की रात्री हा गृहस्थ कोणत्यातरी नाटकाच्या तालमी घ्यायला कर्वे रोडवरच्या गरवारे कॉलेजमध्ये हजर. त्यांची 'निर्माण' ही नाट्यसंस्था म्हणजे खरं तर एकखांबी तंबू. स्थितप्रज्ञ व्यक्तिमत्त्व. नाटक स्पर्धेत आले तर फारसा आनंद नाही. नाही आलं तर फारसं दु:ख नाही. आर्थिक पाठबळ नाही. पण अंगी नाट्यगुण व जिद्द दोन्हीही. गरवारे महाविद्यालयाचा माजी विद्यार्थी असल्यामुळे त्या कॉलेजमध्ये नाटकाच्या तालमी घ्यायला मिळतं. इथलं वैशिष्ट्य म्हणजे चहापाण्यावर अजिबात खर्च आणि वेळ जात नसे. मी व सौ.ने देवल क्लब, कोल्हापूर येथे जयशंकर दानवे यांच्या दिग्दर्शनाखाली 'शितू' व 'सूडाने चेतला वन्ही' या अनुक्रमे गो.नी.दांडेकर व अंबादास माडगूळकर लिखित नाटकात कामं केली होती. तेव्हा तिथं नाटकाच्या तालमीला प्रशस्त हॉल, शेजारी छोट्या खोल्या. तेव्हा आमची मुलगी वर्षाची होती. ती शेजारच्या खोलीत गादीवर झोपायची. चहा करून द्यायला स्वतंत्र सेवक. बसायला आरामशीर वेताच्या खुर्च्या. या पार्श्वभूमीवर पुण्यात 'निर्माण'मध्ये नुसतीच जागा. पण नाट्यगुणांना इथं अनन्यसाधारण महत्त्व होतं. 'निर्माण'च्या नाटकांचं वैशिष्ट्य म्हणजे नाटकाच्या वेळी प्रॉम्प्टर अजिबात नसायचा. नक्कल पूर्ण पाठ करण्याखेरीज पर्यायच नव्हता.

'झुंज' हे प्रा. मधुकर तोरडमलांचं अप्रतिम नाटक. सवर्ण व दलित यांच्यातील संघर्षावरचं हे नाटक दोन्ही बाजूंना सडेतोड ऐकवत. कॉलेजमधील प्राचार्य अभ्यंकर यांच्या मृत्यूनंतर सेवाक्रमाने प्रा. ऋषी यांचा नंबर. पण गुणवत्तेच्या आधारावर दलित गायकवाडांची निवड होते. त्याच वेळी मराठी विभागाचे प्रमुखत्व केवळ सेवाज्येष्ठतेनं

मिळावं म्हणून अंगी गुण नसतानाही दलित प्रा. कांबळे यांनी उपोषण केलं. उपोषण चालू ठेवावं तर आता दलित प्राचार्यांविरुद्धचा लढा होणार. मागं घ्यावं तर आपण मराठी विभाग प्रमुखपद गमावू अशा संभ्रमात प्रा. कांबळे असतात. यावेळी प्राचार्य गायकवाड गुणवत्तेच्या निकषावर निर्णय देतात. सवर्णांना ऐकवताना ते म्हणतात,

'स्वातंत्र्यानंतर कायद्यानं दलित समाजाला खूप सवलती दिल्या. पण समाजानं आम्हाला मनापासून कधीच स्वीकारलं नाही. मंदिराचे दरवाजे आम्हाला खुले झाले असतील, पण मनाचे दरवाजे आमच्यासाठी नेहमीच बंद राहिले. महात्मा गांधींनी आम्हाला हरिजन म्हणावं म्हणून समाजाला शिकवलं पण समाजानं मनात हरिजन म्हणजे कोण याचं समीकरण लगेच पक्कं केलं. डॉ. आंबेडकरांनी आम्हाला बौद्ध धर्मात नेलं पण समाजानं आम्हाला लगेच नवबौद्ध केलं. माणूस इतर धर्मात गेला तर त्याचा नवख्रिश्चन, नवज्यू किंवा नवमुस्लीम होत नाही. आम्ही मात्र लगेच नवबौद्ध झालो. कारण नवबौद्ध म्हणजे नक्की कोण याचं समीकरणही समाजानं मनाशी बसवून टाकलं होतं.'

दलितांची कानउघाडणी करताना प्राचार्य गायकवाड म्हणतात,

'स्वातंत्र्यानंतर इतकी वर्षे समाज तुम्हाला सवलती देतो आहे ना? मग त्या सवलतींचा फायदा घेऊन लवकरात लवकर तुम्ही स्वत:चा विकास नको का करून घ्यायला? फर्स्ट डिझर्व अँड देन डिमांड. विद्यार्थ्यांपुढे प्राध्यापक हा उत्कृष्ट प्राध्यापक असला पाहिजे आणि धरण बांधताना इंजिनीयर हा उत्कृष्ट इंजिनीयरच असला पाहिजे. यात कोणत्याही परिस्थितीत कुठलीही तडजोड होताच उपयोगाची नाही...' गरवारे कॉलेजमधल्या तालमी कर्वे रोडनं जाताना आजही आठवतात.

◆

दत्तात्रेयाच्या झोळीत मांसाहारी डबा

१९६५मध्ये मी नेफाला म्हणजेच आत्ताच्या अरुणाचलमध्ये गेलो होतो. महाराष्ट्राबद्दल कुतूहल म्हणून तिथली मुलं जे प्रश्न विचारायची त्यात प्रमुख प्रश्न म्हणजे- 'महाराष्ट्रात सिनेमे बरेच निघतात. म्हणजे तुम्ही प्रत्यक्ष नटनट्या पाहिल्यात का?' हो म्हटल्यावर ते माझ्याकडे इतक्या कौतुकानं पाहायचे की जसे मराठी भाविक पंढरपूरच्या विठ्ठलाचे दर्शन करून आलेल्या वारकऱ्यांचे दर्शन घेतात अगदी तसे. सिनेमा हे इतके जबरदस्त आकर्षण आहे की नाटकात काम करणाऱ्यांची जाहिरात सिनेस्टार सूर्यकांत, सिनेस्टार चंद्रकांत अशी करतात.

रहिमतपूरला एक तंबू थिएटर होतं. वाळूत बसायचे अन् सिनेमाची मौज लुटायची. तिथल्या सिनेमाची जाहिरात म्हणून बोर्ड लावलेली हातगाडी गावातून फिरायची. हातात पत्र्याचा कर्णा घेऊन, शिरा ताणून पोऱ्या ओरडायचा- 'आजचा सिनेमा एक गाव बारा भानगडी. काम करणार- सिनेस्टार निळू फुले.' आता सिनेमात काम करणारे सिनेस्टार असणार नाहीत तर काय नाट्यकलावंत असणार? तरी सिनेस्टारला जो काय भाव आहे तो औरच. याच भावनेनं पुण्यात आमच्या बँकेच्या शाखेमध्ये आलेले अधिकारी विचारायचे 'फिल्म इन्स्टिटयूट बघायला मिळेल का?' प्राचार्य शिवाजीराव भोसल्यांच्या व्याख्यानात स्वामी विवेकानंद गुरू रामकृष्ण परमहंसांना प्रश्न विचारत त्याचं सुरेख वर्णन असतं. तो प्रश्न- 'मला परमेश्वर दिसेल का?' त्याच आत्मीयतेनं 'फिल्म इन्स्टिटयूट बघायला मिळेल का?' हा प्रश्न यायचा.

हनुमान टेकडी व वेताळ टेकडीवर पहाटे फिरण्यासारखा आनंद नाही. पुण्यात प्रभात रोड भागात असूनही सकाळी या टेकडीवर फिरायला न जाणं म्हणजे महाबळेश्वरला जाऊन हॉटेलात पूर्ण वेळ पत्ते खेळत बसण्यासारखं आहे. या टेकडीवर येणाऱ्यांचंही एक मंडळ आहे. पुण्यात माणसांपेक्षा संस्थाच जास्त. जवळजवळ प्रत्येक माणूस कोणत्या तरी संस्थेत पदाधिकारी असतोच. पण हनुमान टेकडीवरचं हे मंडळ खरंच कार्यशील आहे हं! टेकडीचा परिसर वृक्षारोपण करून हिरवागार केलाय. वृक्षारोपण करणारे कार्यक्रम उदंड होतात. अमक्यांच्या हस्ते वृक्ष लावला अन् तमक्याच्या स्मृतिप्रीत्यर्थ वृक्षारोपण असे अनेकांचे फोटो वृत्तपत्रातून येतात. पुन्हा पुन्हा त्याच त्याच जागी वृक्षारोपणही केलं जातं. पण इथल्या मंडळींनी टेकडीवर झाडे लावून तिथं वेगवेगळ्या क्रमांकांचे दगड खूण म्हणून ठेवलेत.

प्रत्येक झाड एका एका सदस्यानं दत्तक घेतलंय. सकाळी फिरायला जाताना

बरोबर पाणी भरलेले दोन कॅन दोन हातात घेऊन जायचं. आपल्या ठरलेल्या झाडाला पाणी पाजायचं. झाड जनावरांनी खाऊ नये म्हणून पायथ्यालाच तारेचं कुंपण. माणसांना जाता येईल, पण जनावरांना जाता येणार नाही असा एस आकाराचा लोखंडी सांगाडा बसवलेला. सार्वजनिक काम हे पुणेकरांचं फार आवडतं. एक वेळ आईनं जरा पाणी देतोस का विचारल्यावर मुलगा 'तुझं तू घे, मला वेळ नाही' सांगेल पण एकदा ठरलं म्हणजे सकाळी तो टेकडीवर जाऊन झाडांना पाणी घालणारच.

याच टेकडीवर मला एका सरदारजीनं विचारलं, 'फिल्म इन्स्टिट्युट किधर है?' त्याला टेकडीवरूनच ती दाखवून गप्पा मारत मारत आम्ही दोघंही घरी आलो. दूरदर्शनसाठी माहितीपट काढण्याच्या तो मोहिमेवर होता. त्याच्या ओळखीनंच मी प्रथम फिल्म इन्स्टिट्युटमध्ये पाऊल ठेवलं. प्रभातची गाजलेली चित्रं 'माणूस', 'कुंकू', 'शेजारी' इथंच तयार झाली.

कोल्हापूरला मंगळवार पेठेत सुरू झालेली प्रभात फिल्म कंपनी १९२९ मध्ये येथे २० एकराच्या प्रशस्त जागेत स्थलांतरित झाली. फिल्म इन्स्टिट्युटच्या मुख्य प्रवेशद्वाराशी नोंद करण्यासाठी रेंगाळलो तर आठवण झाली- याच दाराशी पूर्वी शांता आपटेनं आमरण उपोषण म्हणून बैठक मारली होती. 'माणूस' चित्रपटासाठी तिच्याऐवजी शांता हुबळीकरला घेतल्यानं तिच्यावर झालेल्या अन्यायाविरुद्ध हा लढा होता. 'कुंकू' चित्रपटातील शीलवान नीरा व 'गोपाळ कृष्णा'तील आनंदी राधा हे शांता आपटेचं सोज्ज्वळ रूप प्रेक्षकांनी मान्य केलंय. त्याला या वेश्येच्या भूमिकेनं तडा जाईल असं शांतारामबापूंचं म्हणणं होतं व तेच मान्य झालं.

'माणूस' चित्रपट या प्रभात नगरीत कसा तयार झाला हे तारीखवार जाणायचं झालं तर 'माणूस आणि कळस' हे अरविंद गोखल्याचं पुस्तक वाचायला हवं. राम मराठेंनी त्यात चहावाल्या पोऱ्याची केलेली भूमिका. एकावर एक कपबशा ठेवून त्यानं केलेला नाच, सारं या फिल्म इन्स्टिट्युटमध्ये आजही डोळ्यापुढे येतं. त्या कपबशा पडू नयेत म्हणून त्यात आतून एक सरळ काठी घातली होती. पण शांतारामबापूंनी खऱ्या कपबशा एकावर एक ठेवून तालीम करून दाखवली होती.

चित्रपट मुलाखतकार बापू वाटवेंनी सांगितलेला इथलाच किस्साही आठवला. श्री दत्तात्रेय यांच्या भूमिकेत एक नट शॉटसाठी तयार झालेला. पाठीशी गाय, गळ्यात झोळी. प्रकाशझोत पडला की जवळची कुत्री दूर जायची. कुत्री जवळ राहण्यासाठी काय करावं या विचारात मंडळी होती. तेवढ्यात एकानं मटणाचा डबा दत्तात्रयाच्या झोळीत टाकला! झालं कुत्री दत्तात्रयाच्या जवळच राहिली हे सांगायलाच नको!

शर्टाला 'इलेक्ट्रिक' बटण

'गुळाचा गणपती' हा चित्रपट म्हणजे सबकुछ पु.ल. लेखन, दिग्दर्शन, प्रमुख भूमिका सारं पु.ल. यांचंच. त्याच्या चित्रीकरणाच्या वेळची दंतकथा आहे. रंगपटात पु.ल. शर्ट निवडीत होते. त्या भूमिकेला साजेसा शर्ट मिळाल्यावर त्यांच्या लक्षात आलं याचं बटण तुटलंय. त्यांनी नोकराला सांगितलं बटण आण. तो नोकर हे भलं मोठं कोटाचं बटण घेऊन आला.

"अरे कोटाचं बटण कशाला आणलंस?"

"तुम्ही नुसतं बटण म्हटला होतात."

"नशीब इलेक्ट्रिकचं बटण घेऊन आला नाहीस!"

शेणाचा शॉट

पौराणिक चित्रपट म्हणजे ट्रिक सीन्सची खैरात. एक साधू केवळ मंत्र म्हणून झाडावरचं फळ खाली पाडून दाखवतो. दुसरा साधू म्हणतो मी तेच फळ मंत्र म्हणून पुन्हा झाडाला चिकटवून दाखवतो. अशा वेळी फळ पडण्याचा शॉट उलट केला की ते जमतं. तसा पुन्हा शॉट झाला. निर्माता, नट ट्रायल म्हणून झालेले शूटिंग पाहत होते. जमिनीवरचे फळ झाडाला जाऊन चिकटले खरे पण सर्व उपस्थित जोरजोरात हसू लागले. यात हसण्यासारखं काय होतं? तर फळ पडताना जे चित्रीकरण झालं त्याच वेळी एक गाय शेण टाकतानाचंही चित्रीकरण त्यात आलं होतं. ते कोणाच्या लक्षातच आलं नव्हतं. उलट दृश्य पाहताना जमिनीवरचे शेण गाईच्या गुदद्वारात जाऊ लागलं तसे प्रचंड हास्य पसरू लागले.

द.मा.मिरासदारांच्या 'गप्पांगण' पुस्तकातला हा प्रसंग या स्टुडिओतलाच!

मेकअपरूममध्ये पाहिलेला बर्हिगोल आरसा चांगलाच ध्यानात राहिलाय. स्वत:चा चेहरा एवढा मोठा दिसतो की आपल्या शरीरावरची घाणेंद्रिये ठळकपणे दिसली की प्रथम जरा भीतीच वाटते. पण मग जरा त्या आरशात पाहण्याची सवय झाली की गंमत वाटायला लागते. माणसाला मोठं व्हायचं असलं तर या आरशात पाहिल्यावर हमखास मोठं होता येतं! तेव्हापासून मला तसला आरसा गंमत म्हणून घरीही आणण्याची इच्छा आहे. फिल्म इन्स्टिट्युटच्या ॲम्फी थिएटरमध्ये पाहिलेला महाभारतावरचा इंग्रजी चित्रपट लक्षात राहण्याचं कारण त्यात अर्जुनाची भूमिका देवानंद या 'ढिल्या आदमी'नं केलीय. इतकं हलल्यावर याचा बाण पक्ष्याच्या डोळ्याचा वेध कसा बरं घेणार?

दूरदर्शन कार्यक्रमात सौ.

टेकडीवर भेटलेल्या सरदारजीचं नाव हरभजनसिंग. त्याला अपंगांच्या समस्येवरील माहितीपट बनवायचा होता. त्याने सौ. गीताला सहभागी करून घेतले. माझ्या सौभाग्यवतीनं मेहेंदळे बाईंची मुलाखत घेतली. त्यांचे पती बांग्लादेश युद्धावर होते. त्यांचा प्रसूतिकाल जवळ आला होता. तेव्हा त्यांना सतत पतीची चिंता वाटत होती. त्यामुळे जन्माला आलेला मुलगा अपंग निपजला. त्या मुलाबद्दल निष्कारण लोकांची सहानुभूती नको म्हणून त्यांनी त्याला चित्रीकरणाच्यावेळी आणलं नव्हतं. सुप्रसिद्ध साहित्यिक, विचारवंत श्री. अनिल अवचट यांच्या पत्नी अनिता डॉक्टर आहेत. त्यांनी या विषयात मार्गदर्शन केलं. हरभजनसिंगला मात्र अवचट हा शब्द कधी नीट म्हणताना मी ऐकले नाही. तो सारखा 'औशट, औशट' म्हणायचा.

चला, फिल्म इन्स्टिट्युटच्या संपर्कामुळे सौ. दूरदर्शनवर झळकली. कारण

कलाकाराचे अत्युच्च शिखर म्हणजे दूरदर्शनवर पोहोचणे. मग बातम्या सांगण्याच्या निमित्तानं गेलेली ललना दूरदर्शनवर एकदा डावीकडे आणि एकदा उजवीकडे अशी मान हलवत, हातानी माशा हाकत असली तरी तिला कलाकार म्हणून मागणी येणार!

कुत्र्यापासून सावध राहा!

प्रभात रोडला चालत जाणारा माणूस दिसला तर तो परगावहून आलेला. बाकीचे सारे गाडीवाले. नाहीतर स्कूटरवाले. कॉलेज युवती असेल तर कायनॅटिकवर. लुना चालवणाऱ्या मुली कोथरूड भागात. प्रभात रोडवर लुना म्हणजे पोझीशन डाउन होते नं! प्रभात रोडचं वैभवच न्यारं! एके काळी प्रभात फिल्म कंपनीकडे जिमखान्यावरून जातानाचा हा झाडीचा भाग पण आता सुरेख बंगले, लक्झरी फ्लॅट्स, त्यातून विरळ वस्ती असलेले सुखवस्तू लोक. यामुळे 'जिमखान्याजवळ' पण 'गर्दी गोंगाट नाही' असं दुहेरी सुख इथं नांदतंय. रस्त्याच्या दुतर्फा टण्णू टप्पूची झाडे. बँडचे ढोल बडवायला असतात तशा काठ्यांच्या तोंडाला फुगीर भाग असलेल्या काड्या त्या झाडाखाली मुलं गोळा करून आनंद लुटतात. जे बंगले बंद दिसतात ते लोक परदेशात राहायला गेलेत असं ओळखायला हरकत नाही. परदेशात! म्हणजे इथले रहिवासी कधी दुबई, मस्कतला नाही जायचे. चांगले इंग्लंड, अमेरिकेत जाणार. बंगल्याच्या आवाराच्या दारावर मालकाचं एक वेळ नाव नसेल पण 'कुत्र्यापासून सावध राहा' हा फलक आपल्या सुस्वागतासाठी असतोच. बंगल्यात कुत्रे नसले तरी हा फलक काही जण लोकांना टाळण्यासाठी लावतात म्हणे. एकमेकांकडे जायचं झालं तर आता अपॉईंटमेंट घेऊनच जायचं. दही लावायला विरजण हवं असेल तर बाईसाहेब मारुती कार काढून सुवर्णरेखा डायनिंग हॉलमध्ये जाऊन विकत आणतील पण शेजारच्या बंगल्यात मागणं त्यांच्या

जिवावर येईल. आता साऱ्याच सुखवस्तू समाजाच्या हे अंगवळणी पडलंय. न जाणो यात त्यांची गैरसोयीपेक्षा सोयच अधिक असेल.

ज्ञानकोशकार केतकर

गेल्यावर्षी कमला नेहरू पार्कमध्ये फेरफटका मारला तर ज्ञानकोशकार केतकरांचं स्मारक दिसलं. पानशेत पुरात उखडलं गेल्यावर मराठी साहित्य परिषदेनं ते इथं हलवलं. दरवर्षी केतकरांच्या पुण्यतिथीला इथं कार्यक्रम होतो. केतकर जसे विद्वान म्हणून ख्यातकीर्त तसेच विक्षिप्त म्हणूनही. खिशात भजी ठेवून रस्त्यानं खात जाणारे केतकर हेच. ज्या काळी चित्रपट पाहायला बायका जात नसत तेव्हा शीलवतीबाईंसह केतकर यांनी आर्यनमध्ये जोडीनं चित्रपट पाहिला. त्या काळी पुण्यात हाही चर्चेचा विषय झालेला.

कवीला आपलं काव्य नावाचं अपत्य दुसऱ्याला वाचून दाखविल्याशिवाय चैन पडत नसते. अशाच एका कविमहाशयांनी केतकरांना विनंती केली, "मी काही कविता केल्यात त्या आपण ऐकाव्यात." अन्य कार्यक्रमात व्यस्त असतानाही त्यांच्या अतिआग्रहामुळे त्यांनी होकार दिला. कवीनं उत्साहानं आपलं बाड काढून तो कवितांवर कविता वाचू लागला. पण डॉक्टर काही 'वाव्वा!' किंवा 'झकास' असं काहीच म्हणेनात. शेवटी न राहवून कविमहाशयांनी विचारलं,

"कशा वाटल्या कविता?"

"अगदीच भिकार." सडेतोड मतप्रदर्शन.

"तुम्हाला काव्याची रुची कळणार नाही. त्याला रसिकता असावी लागते."

जवळच असलेले उकडलेले अंडे दाखवीत केतकर म्हणाले,

"हे अंडे मी घातलेले नाही, म्हणून मला याची चव कळत नाही असं थोडंच आहे?"

◆

डेड एंडला राहणारे पु. ल.

रस्त्याला डेड एंड असणे ही म्हणे पु.ल.देशपांड्यांची कल्पना. पुढे रस्ताच नसला की रहदारी कमी. वातावरणात शांतता. अशाच एका डेड एंड असलेल्या पार्क जवळच्याच लेनमध्ये पु.लं.नी फ्लॅट घेतला. पण ज्याप्रमाणे विद्वान पंडितांची व्यवहारज्ञानात जशी थोडीफार पिछेहाट होते तसंच पु.लं.चं झालं असावं. त्यांच्या फ्लॅटशेजारीच प्रचंड मोठं जोशी हॉस्पीटल निघालं. नेहमीची वर्दळ परवडली पण इथं साऱ्यांचे चेहरे चिंताग्रस्त. पुन्हा 'अगदी शेजारी हॉस्पिटलमध्ये ॲडमिट होतो पण साधे भेटायलाही आले नाहीत' असं आप्तेष्टांना वाटायचं. त्यात पु.लं.चे आपण आप्तेष्ट आहोत असं म्हणवून घ्यायला कोणाला नाही आवडणार?

"इथं पु.लं. राहतात." मी.

"एवढा विनोदी माणूस इथं राहतो तर लोक आजारी कसे काय पडतात?"

बाजूच्या जोशी हॉस्पिटलचा संदर्भ देऊन मित्रानं पृच्छा केली. "म्हणजे पु.लं.नी दररोज सकाळी ध्वनिक्षेपकावरून विनोद सांगावेत का?"

एकदा पु.लं.ना. शिवशाहीर बाबासाहेब पुरंदऱ्यांनी विचारलं, "तुमच्या घरात नेहमी हास्याची कारंजी उसळत असतील नाही? तुम्ही विनोद करताय अन् सुनिताबाई खुदुखुदु हसताहेत."

त्यावर पु.ल. म्हणाले, "बाबासाहेब तुमच्या घरी सतत घनघोर युद्ध चालत असेल नाही? निर्मलाबाई लाटणं घेऊन तुमच्या मागं लागल्यात अन् तुम्ही नको नको करत हाताची ढाल करून घरभर पळताय!"

पु.ल. पुण्यात राहतात हे पुण्याला खासच भूषणावह. इथं राहणाऱ्यांना कौतुकानं सांगता येईल की पु.ल. पुण्यात असताना मीही तिथंच होतो. मग हे पुण्यातलं अंतर कितीही असो. भारतातल्या दिल्ली या पहिल्या दूरदर्शन केंद्रावर पहिला कार्यक्रम सादर करणारे हेच ते पु.ल. 'साहित्यानं मला काय दिलं?' या धर्तीवर 'नाटकानं मला काय दिलं?' असा जर परिसंवाद ठेवला तर पु.लं.ना 'सत्तेचे गुलाम' या नाटकाचा उल्लेख जरूर करावा लागेल. महात्मा गांधींच्या असहकार चळवळीचा पुरस्कार करणारे हे नाटक मामा वरेरकरांनी ललित कलादर्शसाठी लिहिलं. या नाटकात प्रथम पडद्याऐवजी फ्लॅट सीन आला. याच नाटकात पु.लं.नी कान्होबाची तर कुमारी सुनिता ठाकूर हिनं क्षमाची भूमिका केली होती. तिच्याशीच त्यांनी लग्न केल्यामुळे- नाटकात नव्हे- खरोखरी, 'सत्तेचे गुलाम' या नाटकाला गृहलक्ष्मीरूपी सत्तेचे गुलाम असाही अर्थ प्राप्त झाला. 'वाऱ्यावरची वरात', 'बटाट्याची चाळ', 'असा मी असा मी',

'वटवट' अशा एकपात्री कार्यक्रमांनी महाराष्ट्राला हसवलं. मला नाटक हा प्रकार आवडायला लागला तो पु.लं.चं 'तुझे आहे तुजपाशी' बघून. 'अरे ज्या वयात सूत जमवायचं त्या वयात सूत कातत काय बसलास?' किंवा 'अरे ही सुरेख गीता इथं असताना तू भलतीच गीता हातात कशाला घेतलीस?' अशी वाक्येच्या वाक्ये आम्ही कॉलेजच्या अड्ड्यावर म्हणून दाखवत असू. 'माझीया माहेरा जा', 'नाच रे मोरा', 'इंद्रायणी काठी', 'ही कुणी छेडिली तार', 'कौसल्येचा राम', 'हसले मनी चांदणे' ही पु.लं.नी संगीत दिलेली गाणी म्हणजे अमोल ठेवा आहे.

पु.ल. या विषयावर गप्पा मारणं हा तर माझा आवडता छंद. एकदा पु.ल. पॅरिसला गेले होते. तिथं शँपेन घेताना कोणीतरी त्यांना फ्रेंच व भारतीय संस्कृतीत फरक काय असा प्रश्न विचारला.

त्यावर पु.ल. यांचे मार्मिक उत्तर, 'एक आहे द्राक्ष संस्कृती आणि दुसरी रुद्राक्ष संस्कृती!'

मिरजेच्या मराठे यांच्याकडील लग्नाची पत्रिका पु.लं.ना गेली होती. मुलीचे माहेरचे नाव मराठे व होणारे सासरचंही नाव मराठेच. पु.लं.नी आशीर्वादपर पत्र लिहिताना म्हटलं, 'पत्र-पत्रिका मिळाली. आनंद झाला. विवाहास प्रत्यक्ष येऊ शकत नाही. बाकी मुलीनं घराण्याचं नाव राखलं हो!'

पु.ल. यांच्याबरोबर नाटकात काम करणारा मधू कदम. त्याला दुसरा मुलगा झाला म्हणून तो पेढे द्यायला आला. तेव्हा पेढा खात पु.लं. म्हणाले, 'कदम कदम बढाए जा!'

पु.ल. देशपांड्यांनी मराठी मनाला चांगला विनोद काय ते दाखवून दिलं. एका कार्यक्रमाला पु.ल. व ग.दि.मा. दोघंही होते. कार्यक्रम झाल्यावर मुलं पु.लं.च्या भोवती सह्या घ्यायला गोळा झालेली. त्यातल्या एका मुलाला पु.ल. म्हणाले-

'अरे, या ग.दि.मां.ची घे.''

''मी त्यांची गेल्या वर्षी घेतलीय.''

''अरे घे. आता त्यांचं अक्षर सुधारलंय!'' 'पुण्यावाचून जमेना अन् पुण्याशिवाय करमेना' असं तुमचंही झालं काय असा प्रश्न विद्याधर पुंडलिकांनी पु.लं.ना विचारला होता. त्यावर पु.लं.चं सतरा वर्षांपूर्वीचं उत्तर पहा-

'पुण्यात कुठंही घराबाहेर पडलं तरी माजघरातून ओसरीत आल्यासारखं वाटतं. इथं असताना परकेपण असं वाटतंच नाही. पुण्याची एक प्रकारची खानदानी अशी टेस्ट आहे. चांगलं केलंच पाहिजे अशी पुणेकरांची वृत्ती असते. या वृत्तीतून जबाबदारी येते. परंपरा येते. म्हणूनच नाटकवालेसुद्धा पुण्याची दाद महत्त्वाची मानतात. 'इथं पसंत पडलेली मुलगी दुसरीकडे कुठंही नांदू शकेल' असं त्यांना वाटतं. मुंबईकर करमणुकीसाठी नाटक पाहतो. याउलट, 'बघतो आता- टिच्चून दोन रुपये मोजले आहेत' असं म्हणत

म्हणतच पुणेकर थेटरात शिरतो! पुण्यानं महाराष्ट्राची खूप करमणूकही केली आणि खूप चांगल्याही गोष्टी दिल्या.'

पु.लं.चं पहिलं नाटक

भानुविलास थिएटर हे आपल्याला चित्रपट थिएटर म्हणून माहिती असले तरी तिथं पूर्वी नाटकंही व्हायची. पु.ल. देशपांडे यांच्या पहिल्या नाटकाचे खेळ येथेच झाले. 'तुका म्हणे आता' यासारखं काहीसं नाटकाचं नाव होतं. वसंत सबनिसांनी त्यात शिवाजीची भूमिका केली होती. नाटकाची तयारी जोरात केली होती. पहिल्या प्रयोगाला गर्दीही चांगली झाली होती. पण प्रयोग साफ पडला. वसंत सबनिसांनी शिवाजीच्या वेशभूषेसाठी आणलेली सलवार इतकी घट्ट होती की ते तुकाराम महाराजांपुढे वाकले तर ती सलवार नको तिथं नको तितकी फाटली. त्यामुळे ते पुढचे संवाद बसूनच बोलायला लागले. ते उठेनात व नाटकालाही उठाव येईना. पण नाटक पडलं ते वसंत सबनिसांमुळे नाही तर लोकांना वाटलं पु.लं.नी लिहिलंय म्हणजे नाटक विनोदी असणार. ते होतं साधंसुधं. तुकारामांची महती सांगणारं. पु.ल. त्यावर म्हणाले, 'लोक आले होते भेळ खायला आणि मी दिला त्यांना सत्यनारायणाचा प्रसाद!'

दुसरे दिवशीच्या खेळाची तिकिटं बेताचीच खपली होती. त्यामध्ये बॅरिस्टर जयकरांनी तिकिटं काढली होती. तेव्हा चांगली नामवंत मंडळी नाटक पाहणार म्हणून पु.ल. समाधानी होते. पहिल्या रांगेत एक संस्थानिक व त्यांचे बरोबर म्हणून काही मंडळी बसली होती. म्हणजे बॅरिस्टर जयकरांनी काढलेली तिकिटं या संस्थानिकांसाठी होती तर! नाटक कसेबसे पार पडले. प्रयोग संपल्यावर ते तरुण संस्थानिक पु.लं.ना भेटायला आले. संत तुकारामांची महती आपल्या नाटकामुळे सर्व समाजापर्यंत पोहोचेल अशा अर्थाचं ते बोलत होते. एकंदरीत नाटकाची प्रशंसा करीत होते. या प्रयोगांच्या अपयशानं निराश झालेल्या पु.लं.ना आशेचा किरण होता. तेवढ्यात त्या संस्थानिकांचा एक निकटचा कारभारी हळूच पु.लं.च्या कानाशी कुजबुजला. ''संस्थानिकांच्या म्हणण्याकडे लक्ष देऊ नका. त्यांच्या डोक्यावर परिणाम झालाय!''

तिसऱ्या प्रयोगाच्या वेळी इतका तुफान पाऊस झाला की प्रयोगच रद्द करावा लागला व पु.लं.नी केलेल्या वर्णनानुसार तो प्रयोग पूर्ण वॉश आउट झाला!

दीप बंगला

'माणूस' या व्ही. शांताराम दिग्दर्शित प्रभात कंपनीच्या गाजलेल्या चित्रपटाची नायिका शांता हुबळीकर राहायची तो गोखलेनगर भागातला प्रदीप बंगला. हा त्यांचा होता हे कळलेही नसते. पण 'आता कशाला उद्याची बात' हे त्यांनी आत्मचरित्र

लिहिलं आणि उलगडा झाला. या प्रदीप बंगल्याच्या अक्षरातला 'प्र' पडून गेला आणि राहिलेल्या अक्षरांनीच तो 'दीप बंगला' म्हणून हा ओळखला जाऊ लागला. एके काळी गाजलेली ही अभिनेत्री नंतर एकाकी जीवन जगत होती. आर्थिक स्थितीही बरोबर नसल्यामुळे एका आश्रमात राहत होती. पण लोकसत्ताचे संपादक माधव गडकऱ्यांनी तिची ही स्थिती वृत्तपत्रात छापली आणि पुन्हा तिच्याबद्दल लोकांच्या सद्भावना जागृत झाल्या. प्रभू रामचंद्राच्या पदस्पर्शानं अहिल्येचा पुनर्जन्म झाला. 'लोकसत्ताच्या' प्रसिद्धीमुळे शांताबाईंचाही एका अर्थानं पुनर्जन्मच झाला. वृत्तपत्र शक्ती-विधायक काम कसं करू शकतं याचं हे उदाहरण.

लेखणीला वस्तऱ्याची धार

राम नगरकरांचा 'रामनगरी' हा एकपात्री प्रयोग. गणेश सोळंकीनं कार्यक्रमाचं समीक्षण करताना म्हटलं- 'मी बापुडा काय लिहिणार? जिथं पु.लं.नी कौतुकाची धोपटी तुझ्या गळ्यात घातली तिथं माझ्या शब्दाचे बुडबुडे कुठल्या वाटीत मावणार व शब्दाच्या ब्रशला फेस येऊन येऊन किती येणार आणि तुझ्यासारख्या लेखकासमोर किती धार येणार?'

'तुझ्या बुद्धीला गुळगुळीत दाढीचे तेज येवो. तुझ्या लेखणीला वस्तऱ्याची धार येवो.'

गणेश सोळंकीच काय, राम नगरकरांची बायकोही म्हणाली-

"या दगडाला पु.लं.च्या जाहीर प्रशंसेचा शेंदूर फासला गेला म्हणून लोक दर्शनाला येतात."

खरंच पु.लं.नी मराठी माणसासाठी एवढं काही केलंय की त्यांची शिफारस लोक वाया नाही जाऊ द्यायचे. पण पु.ल. उगीचंच कोणाचीही शिफारस करत नाहीत हे साऱ्यांना माहिती आहे. नाटकाच्या बाबतीत भरपूर तालीम केली पाहिजे सांगताना ते म्हणायचे, 'ऐनवेळी फक्त एकच गोष्ट जमू शकते. ती म्हणजे फजिती!'

पु.लं. राहत असलेल्या पुण्यात मला राहायला मिळालं हे भाग्यच.

◆

चारोळ्याच्या पुरणपोळ्या

पुण्यात अपॉइंटमेंटशिवाय घरी जाता येईल अशी मला काही ठिकाणं लाभल्यानं मी मला भाग्यवान समजतो. असं जर एकही ठिकाण नसेल तर माणूस कंटाळून जायचा. घरी एकटं असलं तर हे फारच जाणवतं. टीव्ही लावावा तर 'आमची माती आमची माणसं', तेव्हा कुठंतरी जाऊन यावं असं मनात येतं. हे 'कुठंतरी' असं असावं की गेल्यावर 'या' हे शब्द मनापासून असावेत. केवळ ओठामधून नसावेत. कधी कधी असं घडतं की घरातला कर्ता माणूस अगत्यानं बोलावतो पण त्याची अर्धांगी जर नाइलाजानं, कष्टानं चहा- पाणी करत असेल तर हळूहळू त्या घरात येणाऱ्यांची संख्या रोडावते. माणसं येतात ती काही खायला मिळावं म्हणून नाही. पण आहे त्यातलं कसं दिलं यावरून माणसाची पारख होते.

पुण्यातलं असंच एक अगत्यशील घर म्हणजे देशमुख आणि कं., टिळक रोडवर असलेल्या या प्रकाशन संस्थेच्या सध्या प्रमुख आहेत सुलोचनाबाई देशमुख. संस्थापक कै. रा. ज. देशमुख म्हणजे एक झंझावतच. कोळशाची वखार चालविणारं हे आडदांड व्यक्तिमत्त्व. पुढे वाचनालय काढलं आणि ते कसं काय चाललं कुणास ठाऊक, पण तिथं चांगलाच जम बसला तो वेगळ्याच गोष्टीशी. कायदेपंडित तुळपुळे यांच्या सुविद्य घराण्यातील सुलोचना त्या वाचनालयात यायची. तिच्याशी साहित्यमैत्री व दृढमैत्री दोन्ही जमली. श्री. रा. ज. देशमुखांनी पुढे जिच्यावर 'शिकलेली बायको' लेख लिहिला ती हीच. प्रकाशन व्यवसायात अनेक यशाची शिखरं गाठलेल्या रा.ज.चं व्यक्तिमत्त्व असं जबरदस्त होतं की पु.लं.नी त्यांच्यावर खास लेख लिहिला. पु.लं.चं पुस्तक प्रकाशनासाठी रा.जं.नी स्वीकारलेलं. किंमत कमी ठेवा हा पु.लं.चा आग्रह. किंमत काय ठेवायची हे प्रकाशकानं ठरवायचं, लेखकानं नाही ही रा.जं.ची तत्त्वनिष्ठा. या मतांतरात पुस्तक सोडलं पण तत्त्व नाही सोडलं. असे आग्रही रा.ज.

श्री. देशमुखांना 'रा.ज.' हे प्रथम ग.पां.परचुऱ्यांनी म्हटलं की ललितमध्ये 'ठणठणपाळ' हे चमचमीत लेखन

करणाऱ्या जयवंत दळवींनी म्हटलं हा संशोधनाचा विषय. पण नामदार बाळासाहेब देसाईंनी प्रकाशकांचे राजे असे नामाभिधान केल्याचं या कंपनीतच समजलं. लेखकाची संपूर्ण देखभाल करून त्याला लिहितं करणं हे रा.जं.चं कसब. वि.स. खांडेकर उर्फ भाऊंना पुण्यात त्यांनी आपल्या घरी आणलं. लेखन बऱ्यापैकी थांबलेलं होतं. त्यांना एकांत मिळेल याची व्यवस्था केली. काय हवं नको सारं पाहिलं. पण लिहा हाच आग्रह. बारा वर्षांच्या कालांतरानं बाहेर पडली ती भाऊंची कादंबरी 'ययाती'. ज्ञानपीठ पुरस्काराचा शिरपेच प्राप्त झालेली ययाती! पुरस्काराचे मानकरी भाऊ हे निर्विवाद सत्य. पण त्यांना प्रवृत्त करणारे रा.ज. यांचंही हे कार्य अमोलच. कराडच्या साहित्य संमेलनात भाऊ आले नव्हते. यशवंतराव चव्हाणांनी रा.जं.ना विचारून पाहिलं. रा.जं.च्या प्रयत्नांनी भाऊ हजर.

रा.ज. हे कडक शिस्तीचे. स्वामीकार रणजित देसाईंची व्याख्यानं बालगंधर्व मंदिरात ठेवली. वेळ सायंकाळी सहाची. बरोबर सहाला व्याख्यान सुरू व्हायचं. बालगंधर्वची दारं उशिरा आलेल्यांना बंद असायची. संपूर्ण रंगमंदिर फुलांनी सजवलेलं. रा.ज. आलेल्यांचं स्वागत करायला जातीनं हजर. आलेल्यांना चहापान. रंगमंदिरामधील कंत्राटदाराकडचा चहा हवा तसा असणार नाही म्हणून त्याला सुट्टी. पण त्याचं उत्पन्न बुडू नये म्हणून त्यालाही नुकसानभरपाई दिलेली. हे रा.जं.चं राजेपण!

पु.लं.ना खास विड्याची पानं आवडत. सुनिताबाईंबद्दल पु.ल. म्हणत, माझं तिच्याशिवाय कोणतंच पान हलत नाही- मग ते प्रुफरीडिंगच असो, विड्याचं असो किंवा जेवायचं असो. पण पत्नी इतकेच किंबहुना त्याहीपेक्षा जास्त लक्ष देणारे रा.ज. होते. पु.ल. परदेशात दौऱ्यावर असताना त्यांना हवी ती विड्याची पानं विमानानं पाठवणारे हेच ते रा.ज.

सन१९७५मध्ये निलेगावची जहागिरी रा.जं.ना मिळाली अन् हा प्रकाशक जहागीरदार झाला. १९ मार्च १९७५ला ही जहागिरी पाहायला सारे आप्तेष्ट सोलापूरला जमलेले. सुलोचनाबाई देशमुखांच्या खास मैत्रीण व स्त्री मासिकाच्या संपादिका व रा.जं.च्या भगिनी शांताबाई किर्लोस्कर नऊवारी साडी नेसून, नाकात नथ घालून आलेल्या.

विद्वान साहित्यिक नरहर कुरुंदकर, भीमराव कुलकर्णी, भा.दि.फडके, दा.दि. कलकर्णी, नामवंत मुद्रक अण्णासाहेब लाटकर यांच्या उपस्थितीनं आनंदोत्सवात भर पडलेली.

'चार बुरुजवाल्या जहागीरदाराला दोन खून माफ असतात.' याच सहलीत रणजित देसाईंनी साऱ्यांना माहिती पुरवली.

कोळशाची वखार ते जहागीरदार अशा विविधतेतून प्रवास केलेले, प्रकाशनक्षेत्रात यशाची शिखरं गाठलेले रा.ज. आपल्यातून गेले. त्यांच्या पत्नी सुलोचनाबाई उर्फ बाई यांनी जिद्दीनं 'देशमुख आणि कं.' चालू ठेवली. 'शेतकऱ्यांचा आसूड'या म.फुल्यांच्या पुस्तकाला शंभर वर्षं झाली म्हणून बाईंना शेतकऱ्यांच्या जीवनात गेल्या शतकात काय परिवर्तन झाले यावर लेख हवे होते. 'कर्जबाजारीपणा व शेतकरी' या विषयावरचा लेख मी त्यांना दिला. हे झालं ओळखीचं निमित्त. बाईंच्या मनमोकळ्या स्वभावानं मी त्यांच्या घरातलाच बनून गेलो. बाईंचं वय असेल सत्तरीच्या वर पण अजूनही त्यांचा पीएच.डी. चा अभ्यास चाललाय. 'कुमारी मातांचे प्रश्न' हा त्यांच्या प्रबंधाचा विषय. अशा संकटात असलेल्या स्त्रियांना भेटून, त्यांना धीर देऊन, प्रत्यक्ष कार्य करत करत एक एक प्रकरण त्यांनी अभ्यासलं. 'मी सावंतवाडीच्या स्त्री आधार केंद्रात पुढच्या आठवड्यात तिथल्या स्त्रियांचे प्रश्न समजून घ्यायला जाणार आहे' —बाई. शरीरप्रकृती पूर्णपणे साथ देत नसताना बाईंची ही तळमळ पाहिली की आश्चर्य वाटते. पीएच.डी.च्या अभ्यासपूर्ण पाहणीला डेझर्टेशन का म्हणतात हे आता मला कळले. आपलं पूर्ण समाधान होत नाही तोपर्यंत प्रबंध सादर न करण्याचा बाईंचा निग्रह. रा.ज. उर्फ रामभाऊ देशमुख असताना लेखकांचे आदरातिथ्य चांगल्या रीतीनं व्हावं म्हणून बाईंना बरीच धावपळ करायला लागायची.

ज्ञानपीठ पुरस्काराचे मानकरी वि.स. तथा भाऊसाहेब खांडेकर यांच्या एक्काहत्तरीच्या निमित्तानं रा.जं.नी भाऊंचं 'स्वप्न आणि सत्य' या विषयावर व्याख्यान ठेवलं होतं. त्या निमित्तानं जेवायला तीनशे लोक बोलावले होते. पक्कवान्न म्हणून चारोळ्याच्या पुरणाच्या पोळ्या करण्याचा रा.जं.चा हुकूम होता. हे सारं बाई आठवण म्हणून

सांगत होत्या. चारोळे दळून आणले होते. त्याचं पुरण बनवलं. चारोळ्याच्या सालपटामुळे पुरणात मऊपणा न राहता टरफलं लागायला लागली. सारं पुरण वाया गेलं. बाई जिद्दीच्या, चारोळ्याच्या पुरणाच्या पोळ्या जमवायच्याच. पुन्हा चारोळे आणून भिजत घातले. एक एक चारोळा सोलून त्याचा गर वेगळा काढला. बोटं दुखायला लागलेली पण भाऊंना चारोळ्याच्या पुरणपोळ्या खाऊ घालायच्या ना? चारोळ्याच्या गराचं झकास पुरण जमलं अन् पोळ्याही. साहित्यिकांनी केलेली साहित्य सेवेची प्रशंसा समाजाकडून होत असते. प्रकाशकांनी साहित्यिकांची केलेली सेवा प्रकाशात येतेच असे नाही. तेही श्रम मोलाचेच.

"काय आज चारोळ्याच्या पुरणपोळ्या जेवायला होत्या का?" मी मधूनच केव्हा तरी विचारत असतो.

वेळ मिळाला की बाईंच्या इथं जावं. कोणी साहित्यिक किंवा साहित्यप्रेमी तरी तिथं असणारच. कवी विठ्ठल वाघ कविता सोडूनही आणखी काही करतात हे मी बाईंकडेच पाहिलं. काचेच्या बांगड्यांच्या तुकड्यांचा सुरेख मोर त्यांनी देशमुख आणि कं. च्या भिंतीवर काढलाय. हा मोर कंपनीत काढलाय म्हणायचं का घरात हे जरा अवघडच. कारण मागं पु.लं.नी म्हटल्याप्रमाणं देशमुख कंपनी कुठं संपते आणि घर कुठं सुरू होतं हे सांगणं अवघडच. माझी सौ. महाभारतातील प्रसंगावर आधारित द्रौपदी आणि कृपी यांच्यातील एकपात्री संवाद सादर करते. 'व्हय मी सावित्रीबाई' यातीलही प्रवेश साकारते. बाईंनी कंपनीत एक-दोन स्नेह मेळाव्यात तिला हे प्रयोग करण्याची संधी दिली. कौतुकानं नऊवारी साडी दिली. अशा प्रयोगांना वेशभूषा म्हणून ती उपयोगी पडेल हेही सांगितलं. पुण्यात साहित्य संमेलनाला मी हजर होतो. साहित्यिक दिसायचे ते व्यासपीठावर किंवा पुढच्या रांगेत. पण त्यांच्याशी बोलायला नाही मिळायचं. पण संमेलनाच्या आदले दिवशीपासून देशमुख आणि कंपनीमध्ये साहित्यिकांची वर्दळ वाढलेली. शंकर सारडा, प्रा. एस. एस. भोसले यांच्या भेटी झाल्या बाईंच्या इथंच. अन्य कार्यक्रमातही या कंपनीत कवी कुसुमाग्रज, विश्राम बेडेकर, राम गबाले, रामदास फुटाणे, दया पवार यांना भेटता आलं हे माझं भाग्यच.

इरावती कर्वे या बाईंच्या मैत्रीण. त्यांना जाऊन पंचवीस वर्षे झाली. बाईंनी त्यांच्या साहित्यावर दिवसभराच्या चर्चा घडवून आणल्या. मुंबईहून सरोजिनी वैद्य आल्या होत्या. आनंद यादव, एस.एस.भोसले इ.च्या सहभागानं कार्यक्रम अर्थपूर्ण झाला. कार्यक्रमाचं सूत्रसंचलन मी केलं. पण बाई स्वत: कुठं व्यासपीठावर नाही आल्या. इरावतीबाईंबद्दल आठवण सांगताना बाई म्हणाल्या, 'त्या अस्वस्थ झाल्या की आम्ही गाडी काढून पंढरपूरला विठ्ठलाच्या दर्शनाला जायचो. 'बॉयफ्रेंड' हा इरावतीबाईंनी विठ्ठलाबद्दल लिहिलेला लेख विचारप्रवर्तक आहे.'

बाईंच्याकडे साहित्य क्षेत्रातील असंख्य आठवणींचा खजिना आहे. तो लवकर शब्दबद्ध करून ठेवायला हवा.

टि. स्मा.

ज्याला पुणं जगायचंय त्यानं आज टि.स्मा.त काय आहे हे सकाळीच वृत्तपत्रात पाहिलं पाहिजे. टि.स्मा. म्हणजे टिळक स्मारक मंदिर. इथं आज काहीच नाही असं कधी व्हायचं नाही. नाट्यगृह, सभागृह, प्रदर्शनासाठी मैदान, लहान कार्यक्रमासाठी छोटा वर्ग सारं काही एकाच आवारात.

टि.स्मा.च्या प्रवेशद्वाराशीच असलेल्या फुलांच्या दुकानानं शोभा वाढवलेली. इथं फुलांचे बुके इतके सुरेख मिळतात की ते एक तर आपल्याला कोणी द्यावे नाहीतर आपण घेऊन कोणाला द्यावे वाटतं. फुलांची रेलचेल ती इथंच. काही गावांत मी पाहिलंय की हारामध्ये नुसता दोराच दिसतोय. अगदी हार म्हणता यावं म्हणून मधूनच चार दोन झेंडूची फुलं! पुन्हा तो हार इतका लहान की पाहुण्यांच्या डोक्यात अगदी कट्टाकट्टी घुसवायचा. तसं करताना आदरणीय पाहुण्यांची टोपी पाडणं, चश्म्यात हाराचा दोरा अडकवणं असलं काही करून प्रेक्षकांची भरपूर करमणूक करणं हे ओघानंच आलं. हे असले हार कार्यक्रमानंतर पाहुण्यांनी घेऊन जावे असे कधी वाटेल का? पण इथले बुके! अहाहा. गुलाबाच्या फुलांची खास सुशोभित करंडी अशी की पाहुणे एक वेळ मानधन विसरतील पण 'ती फुलांची करंडी तेवढी गाडीत ठेवलीय ना' हे हमखास पाहतील. टि.स्मा.त कार्यक्रम असला की संयोजकांना ऐन वेळी दोन-चार जादा बुके हवे म्हटले तरी 'स्कूटरवरून लवकर जा' म्हणावं लागत नाही. 'अटॅच्ड बुके स्टॉल' असल्यानं नुसतं धावत जाऊन चालतं. पण आता पुण्यात बुके देण्याचं प्रमाण एकंदरीत चांगलंच वाढलंय. 'हॅपी बर्थ डे'चं प्रमाण वाढल्यानं; म्हणजे तो इथंही प्रत्येकाचा वर्षातून एकदाच येतो. पण पूर्वी तो घरातल्या घरात

ओवाळून व्हायचा. आता सगळ्यांना केक कापायला बोलावून होतो. तिथं बुके आलाच. कोणी आजारी पडला तर त्याला तातडीनं भेटायला जाण्याऐवजी वाटेत आधी 'बुके' घ्यायला धावतील. 'विश यू स्पीडी रिकव्हरी' असं बुके देत म्हणतील; तसं पाहिलं तर फुलं देणं काय वाईट आहे? नाही. पण भावनेपेक्षा औपचारिकता डोईजड नको व्हायला!

केसरीची पहिली यंत्रसामुग्री

प्रश्नमंच कार्यक्रमात मी विचारलेला एक प्रश्न—

लोकमान्य टिळकांच्या 'केसरी' या वृत्तपत्राची सुरुवातीची छपाईची यंत्रसामुग्री कोठे आहे?

याचे उत्तर आहे- टिळक स्मारक मंदिराच्या अंगणात आत गेल्याबरोबर उजव्या हाताला ती ठेवली आहे. पण बरेच वेळा आत आल्यावर कार्यक्रमाला जाण्याच्या गडबडीत आपण उजवीकडे न पाहताच निघून जातो. पण आता टि.स्मा.त गेल्यावर मुद्दाम पहा.

स्त्री आत्मचरित्राची लाट

इथं झालेला एक परिसंवाद चांगलाच स्मरतोय. विषय होता- 'स्त्री आत्मचरित्राची लाट.' कवयित्री शांताबाई शेळके, विनोदी लेखिका मंगला गोडबोले, रेखा साने-इनामदार, ॲडव्होकेट सुप्रिया सरवटे आणि मी असे वक्ते होतो. आता आणि 'मी' असं लिहायचं कारण म्हणजे काही नाटकांच्या जाहिरातीप्रमाणं मी महत्त्वाचा होतो असं दाखवायचं नाही तर साऱ्या स्त्रियांना लेडीज फर्स्ट या न्यायानं लिहून काढलं. मग बिचारा मी एकटा पुरुष बापडा ठरलो. माझ्या भाषणाला सुरुवात करताना प्रथमच मी याचा उल्लेख करून म्हटलं-

'आपण मला बोलावून जे पुरुष-दाक्षिण्य दाखविलंत याबद्दल मी गरीब बिचाऱ्या पुरुष जमातीतर्फे आपले मन:पूर्वक आभार मानतो.' मी केलेला दुसरा उल्लेख आठवतो तो म्हणजे हा परिसंवाद ज्यांनी आयोजित केला होता ते लायन्स क्लबचे अध्यक्ष होते एक सरदारजी. त्यांनी मराठीमध्ये असा साहित्यिक विषय निवडावा हे खास कौतुकास्पदच.

गेल्या काही वर्षांत स्त्री आत्मचरित्राची खरोखरच लाट आली. स्त्रियांना अधिक दु:ख असणं हे पूर्वापार चालत आलंय. पण पूर्वी दु:खाला वाचा फोडण्याचे मार्ग ठरावीक होते. आपल्याकडे इतरांनी लक्ष द्यावं म्हणून अनेकविध प्रकार असतात.

कोणालाही काही इजा झाली की ती व्यक्ती 'आई गं' असं म्हणते. त्यामुळे जरा इतरांचं लक्ष जाऊन सहानुभूती मिळते. पूर्वी बायका आपल्याकडे लक्ष वेधायला घरातील भांड्यांची आदळआपट करीत. आता त्यांनी शोधलेला नवा मार्ग म्हणजे 'आत्मचरित्र लेखन'. सामाजिक सुधारणा, शिक्षणप्रसार यांमुळे स्त्रियांच्या अपेक्षा पूर्वीपेक्षा वाढल्या. अपेक्षापूर्ती झाली नाही तर मानसिक तणाव वाढतो आणि तो दूर करण्याचा एक मार्ग म्हणजे शाब्दिक, लिखित आक्रोश- आत्मचरित्र. तत्कालीन सामाजिक प्रश्न घेऊन ज्यांनी आत्मचरित्रे लिहिली ती टिकली. लक्ष्मीबाई टिळकांचे 'स्मृति-चित्रे' आजही लोकांच्या स्मृतीत आहे. म्हणजे धर्मांतर, रूढीप्रियता या त्या काळच्या प्रश्नाचं विदारक रूप वाचकांच्या डोळ्यापुढे येतं. स्त्रीनं सिनेमात जाणं किती कठीण हे कळायला शांता आपटेंचं 'जाऊ मी सिनेमात' पुस्तक वाचलं पाहिजे. सिनेसृष्टीतून बाहेर पडलेल्या स्त्रीची वेदना म्हणून अत्यंत वास्तवतेनं चितारलेलं 'सांगत्ये ऐका' हे हंसा वाडकरचं आत्मचरित्र पहा. ही सारी काही प्रश्नांना बरोबर घेऊन जातात. त्यामुळे ही टिकणार. पण केवळ वैयक्तिक पातळीवरची अमाप उगवलेली आत्मचरित्रं ही लाटेप्रमाणे येतील, विरून जातील.

'नाच गं घुमा' या माधवी देसाईंच्या आत्मचरित्रात रणजित देसाईंनी स्त्री महात्म्य सांगणारी जी वाक्ये त्यांच्या साहित्यात वापरली तिचा उपयोग करून रणजित देसाईंना चांगलंच फटकारलंय. पु.लं.सारखा दर्जेदार विनोदी लेखक घरात असताना सुनीताबाईंना 'आहे मनोहर तरी गमते उदास भारी' असं वाटतं म्हणजे हलवायाला डायबेटीस झाल्यासारखं आहे. सुनीताबाईंची एक तक्रार आहे, त्यांच्या स्वयंपाकघरात लोण्याचा गोळा हातातून सुटला व मोरीत पडला. मोरी स्वच्छ होती. त्यांच्यापुढे 'टु बी ऑर नॉट टु बी' असा प्रश्न आ वासून उभा. हा 'आ' लोण्याचे उदाहरण म्हणून लिहिला नाही हं! लोणी घ्यावे तर मोरीत पडलेले कसे घ्यावे? न घ्यावे तर ते काही वाईट झाले नाही. टाकून का द्यायचे?

शेवटी सुनीताबाईंनी तोडगा काढला, त्या लोण्याच्या तुपाचा वापर फुलवातीसाठी करायचा. पण ते लोणी वापरले म्हणून कुठं सांगू नको म्हणून भाईला बजावलेलं. तर म्हणे भाई हे सगळीकडे सांगतो. आता भाईंनी आम्हा तमाम वाचकांना तर हे सांगितलं नव्हतं. पण आता सुनीताबाईंमुळेच ते कळलं. म्हणजे हे अगदी त्या चोराच्या गोष्टीसारखं झालं. घरातली बाई चोराला म्हणते हे दागिने घे. पण आता तुळशीवृंदावनाजवळ ठेवलेल्या त्या चीजवस्तू तरी घेऊ नको. त्या त्यांनी घेतल्यावर आता फडताळातलं ते अमुक तरी घेऊ नको. म्हणजे स्वत:चं सगळं सांगायचं अन् गमते उदास म्हणायचं.

सुनीताबाईंची भाईंबद्दलची आणखी एक तक्रार पहा.

कोकणातल्या घाटातून सुनीताबाई गाडी चालवत होत्या. मागं भाई व सुप्रसिद्ध गायक वसंतराव देशपांडे बसलेले. तेवढ्यात समोरून एक गवा येताना दिसला. सुनीताबाई घाबरलेल्या. आपल्या गाडीत एवढ्या दोन मोठ्या व्यक्ती बसलेल्या. हा गवा काही इजा तर करणार नाही ना?

"सी, इट इज चार्जिंग टोअर्डस अस"- त्या गव्याकडे पाहत वसंतराव म्हणाले.

तर पु.लं.चं त्यावरचं वक्तव्य-

"हा वसंता त्या गव्याला कळू नये म्हणून इंग्रजीत बोलतोय हं!" यावर सुनीताबाईचं म्हणणं असं की वेळ काय, प्रसंग काय अन् भाईंना विनोद सुचतो!

इथंपर्यंत सारं ठीक वाटतं. पण अजूनही ते आठवून जर सुनीताबाईंना 'गमते उदास' असं होत असेल तर बरोबर नाही. मला वाटतं त्यांनी असं वाटून घ्यायला हवं-

'त्या वेळी मला वाटलं की भाईंनी अशा गंभीर प्रसंगी विनोद करायला नको होता. पण आता ज्या वेळी मी विचार करते तेव्हा असं लक्षात येतं की संकटाच्या वेळीही ज्याची विनोदबुद्धी जागृत राहते तो खरा विनोदकार.' असं जर सुनीताबाईंना वाटलं असतं तर हे आत्मचरित्र वेगळ्याच उंचीवर पोहोचलं असतं.

अहो टि.स्मा. जवळनं जरी गेलो तरी मला तो परिसंवाद आठवतोच.

डाकू कवी

हिंदी हास्य कविसंमेलन हा एक मौल्यवान कार्यक्रम. कार्यक्रम जसा लोकांना खेचून घेणारा तसाच पैसाही बऱ्यापैकी खेचणारा. मी नागपूरमध्ये प्रथम मधू पांड्ये यांचं आमच्या बँकेच्या कार्यक्रमात काव्यकथन ऐकलं अन् शब्दांचं सामर्थ्य जाणवलं.

पत्नीसे परेशान होकर
आधुनिक रामने छुटकारा पाने के लिये
जानबुझकर मृगका पिछा किया
ताकी सीताका हरण हो
रामने लौटकर कुटियाका दृश्य देखा
तो अपना माथा फोड लिया
क्योंकी मौका पातेही, रावण
सीताहरण के बजाय
मंदोदरी को छोड गया ।

होळीच्या दिवशी तर शंभर रुपयांचं तिकीट असूनही हा कार्यक्रम हाउसफुल्ल जायचा.

तेव्हा या टि.स्मा.तल्या कवि-संमेलनाला गेलो तर पुढची सगळी तिकिटं संपलेली. पण आता आलोय तर माघारी नाही फिरायचं म्हणून शेवटचं तर शेवटचं असं म्हणून बाल्कनीचं पंचवीस रुपयांचं तिकीट काढलं. कविगण अजून आलेले नसल्यानं कार्यक्रम सुरू व्हायला वेळ होता. बाहेरच रेंगाळत होतो. तेवढ्यात आमच्या बँकेतील हिंदी विभागाचे अधिकारी डॉ. दामोदर खडसे भेटले. त्यांना तिकीट फार लांबचं मिळालंय ही अडचण सांगितली. त्यांच्याच सूचनेप्रमाणे त्यांच्याबरोबर थांबलो.

कवींना घेऊन एक ॲम्बेसडर आली. ते उतरताच त्यांच्यासह पदाधिकारी व डॉ. खडसे यांच्यासह मीही आत गेलो. रंगमंचाच्या बाजूच्या खोलीत जेव्हा शैल चतुर्वेदी, काबरा, सुरेंद्र शर्मा यांच्याबरोबर गप्पा मारत बसलो तेव्हा माझाच माझ्यावर विश्वास बसेना. कार्यक्रम सुरू झाला. सारे कविवर्य व्यासपीठावर. आता मी कुठं जायचं! कवी काबरा यांनी संयोजकांना सांगून दुसऱ्याच रांगेत माझी व्यवस्था केली. एका संस्थेच्या मदतीसाठी कार्यक्रम असल्यानं संयोजकांनी माननीय जिल्हाधिकाऱ्यांकडे एक एकर जागा संस्थेस मिळवून द्यावी अशी विनंती केली. याच विधानाचा धागा पकडून सुरेंद्र शर्मांनी कार्यक्रम गिअरमध्ये टाकला-

'मेरे एक मित्रने जिल्हाधिकारी कार्यालयको तोफके लिये लायसन्स मांगा! मैने पूछा- हे मित्र, इस जमानेमें तुझे तोफकी क्या जरूरत? तो मित्रने कहा- असलमें मुझे पिस्तूल चाहिये । मगर जब तोफ मांगूंगा तो पिस्तूल मिल पाएगी! इस संस्थाके कार्यवाहने सौ एकर जमीन मांगनी चाहिये । तो उन्हे एक एकर मिलनेकी संभावना है।'' सुरेंद्र शर्मांच्या मारुती कारची धडक ट्रकला बसल्यानं त्यांच्या एका पायाला

लागलं होतं. ते थोडे लंगडत एका हातात काठी घेऊनच व्यासपीठावर विराजलेले. ते पुढे म्हणाले-

"मेरी माँ हमेशा मुझे कहती थी- बडेके मुँहको मत लगना। मैने सुना नही. मेरी मारुती ट्रकके मुँहको लग गयी!'

त्यांच्या 'चार लायना' नामक कविता फार लोकप्रिय. त्यातला एक नमुना पहा-

'मैने पत्नीजीसे कहा- सूरदास कहे विद्यार्थी, मजदूर शूद्र, मृदुंग और स्त्री ये सभी ताडनके अधिकारी है। इसका मतलब समझे या समझाऊँ?'

तो पत्नी बोली- 'इसमे समझानेकी क्या जरूरत है? इसमे एक दफे मैं हूँ और चार दफे आप है!'

काही अपवाद सोडले तर मराठीमधली कविसंमेलने म्हणजे एकदम कंटाळवाणी. त्यात एखादा नवकवी आपली कवितांची वही घेऊन आला म्हणजे श्रोत्यांचे मरणच. अशा कवीइतका लोचट प्राणी अन्य कोणी नसेल. एका हिंदी कविसंमेलनात याचं वर्णन रेखाटलंय. संयोजक श्रोत्यांना आवाहन करतोय. कविसंमेलन सुरू होतंय. श्रोत्यांमध्ये काही कविगण उपस्थित असतील तर त्यांनी व्यासपीठावर यावं. उपस्थित दोनशे लोकांपैकी एक-दोन सोडून सर्व जण व्यासपीठावर. जे वर आले नाहीत ते ध्वनिक्षेपक व बैठक व्यवस्था या संदर्भातले होते. एवढे लोक व्यासपीठावर आल्याने संयोजक गोंधळले. आता हा कार्यक्रम वेळेत कसा पार पाडायचा. त्यांनी जाहीर केलं-

'उपस्थित कवींपैकी दहा कवींना कविता म्हणण्याची संधी देण्यात येईल. जमलेल्या कवींनी आपल्या आपल्या नावाची चिठ्ठी येथे ठेवावी. त्यातून दहा लकी नंबर काढण्यात येतील.'

जवळजवळ दोन हजारांवर चिठ्ठ्या जमल्या. म्हणजेच प्रत्येक कवीनं सुमारे दहा चिठ्ठ्या आपल्या नावावर टाकलेल्या. तेव्हा हाही मार्ग बरोबर वाटेना. मग साऱ्या कवींना एका रांगेत उभं राहायला सांगितलं. प्रत्येक कवीनं दोन मिनिटांत कविता सादर करून खाली उतरायचं. पण जो कवी ध्वनिक्षेपकाचा ताबा घ्यायचा तो जुन्या भाडेकरूंसारखा जाता जायचा नाही. बाकीचे 'याचे हातीचा वेळू कोणी घ्या गं!' या भावनेनं पाहायचे. संयोजकांनी यावर तोडगा म्हणून अध्यक्ष महोदयांपुढे घंटा ठेवली. दोन मिनिटे झाली की घंटा वाजवायची. नंतरचा कवी आला त्यानं ती घंटा उचलली. चक्क खिशात घातली. म्हणाला- माझ्या कवितेचा विषय आहे- 'झुगारून टाका ही बंधने' झालं! हाही प्रयोग फसला. संयोजकांनी एका पैलवानालाच नेमलं. दोन मिनिटं झाली की कवीला खाली खेचायचा. पंढरपूरच्या विठ्ठलाच्या दर्शनाला जरा जास्त उभं राहिलं तर जसं ओढतात तसं. तर एका कवी महाशयांचा त्या पैलवानाच्या कानाशी संवाद चाललेला-

"एका कवीला ओढायला तुला किती पैसे ठरलेत?"

"दोन रुपये."

"हे घे दहा रुपये. मला लवकर ओढू नकोस!"

एवढ्यात त्या कविगणांच्या रांगेत एक बालक उभं असलेलं पाहून संयोजक गहिवरले. त्याच्या समीप जाऊन त्यांनी पृच्छा केली-

"हे बालका, तूही कविता म्हणणार आहेस का?"

"नाही. माझ्या बाबांनी मला इथं उभं केलंय. त्यांचं म्हणून झालं की ते इथं पुन्हा येऊन उभे राहणार आहेत!"

अशी कवींच्या लोचटपणाची टिंगल कवींनीच करून धमाल उडवून दिली. 'डाकू कवी' या शीर्षकाची कविता तर मी विसरूच शकत नाही-

एक कवीने बच्चा चुराया
फिर पत्र भिजवाया
'आपका बच्चा मेरेपास सकुशल है
बच्चेके वापसी के लिये
शामको मेरे कविसंमेलनमे आइये'
और मेरी कवितापे वाहव्वा किजिये
खबरदार पोलिसको बतानेकी कोशीश की तो
रातको बच्चोको चालीस कविता सुना देंगे!

कालिदासाचे ढग

'आषाढस्य प्रथम दिवसे' या उक्तीप्रमाणे त्याच दरम्यान दरवर्षी टिळक विद्यापीठातर्फे कालिदास महोत्सव भरवला जातो. मी लगेच कार्यक्रमाला टि.स्मा.त हजर. पुण्याचे डॉ. भावे हे मूळचे वैमानिक. यांच्या मनानं घेतलं की कालिदासाच्या ढगांनी यक्षाचा निरोप विरहिणी पत्नीला सांगण्यासाठी जसा प्रवास केला तसा प्रवास विमानातून करायचा. त्यासाठी त्यांनी प्रथम 'मेघदूत' शिकून घेतलं.

विमानातून जाताना छायाचित्रण करायला विमानात एक कॅमेरा बसवायचा होता. त्यासाठी विमानाला एक छिद्र पाडणं आलं. तर ते संरक्षण विभागाच्या परवानगीशिवाय अशक्य. त्यासाठी तब्बल दोन वर्षे गेली. नागपूरजवळ रामटेकच्या पायथ्याशी यक्षाला अटकेत ठेवलेलं. त्याची पत्नी हिमालयात अलकापुरीला. नऊ महिन्यांचा विरह सहन केल्यानंतर यक्ष आपल्या अर्धांगीला मेघाद्वारे निरोप पाठवतोय, वाटेत तो जरा बाजूलाच उज्जैनला जाऊन जा सांगतो. त्याचं खरं कारण उज्जैन हे कालिदासाचं मूळ गाव. त्याचं वर्णन करण्याचा त्याला मोह आवरत नाही. विरहामुळं पत्नी आतुरतेनं वाट पाहत असेल. तिचे केस विसकटलेले असतील. ती खिडकीशी उभी असेल असं वर्णन त्या ढगाजवळ करतानाच यक्ष एकदम सावध होतो. त्याच्या मनात येतं की, जर याला ती इतकी विरहिणी बनलीय असं कळलं तर हाच काही गैरफायदा घ्यायचा. म्हणून तो त्या ढगाला जरा सावरतच सांगतो-

'ती तुला भाऊजी म्हणेल!'

कालिदासाची ही प्रतिभा. डॉ. भाव्यांनी विमानातून प्रवास करून मेघदूताच्या वर्णनाशी त्याचा पडताळा घेतला. आश्चर्य म्हणजे ते तंतोतंत जुळले. डॉ. भावे म्हणतात-

'कालिदास हा केवळ महाकवी नव्हता तर तो हवामानाचा तज्ज्ञ होता. भूगोलाचा अभ्यासक होता. म्हणूनच त्याला ढग केव्हा कोठे पोहोचू शकेल याचा अंदाज होता.' स्लाइड शोच्या माध्यमातून डॉ. भाव्यांनी सादर केलेला टि.स्मा.मधील हा कार्यक्रम अविस्मरणीयच!

आणखी एक सिंहासन

आमच्या बँक ऑफ महाराष्ट्रच्या पुण्यातल्या कर्मचाऱ्यांचे स्नेहसंमेलन व्हायचं ते इथंच. स्नेहसंमेलनात करमणुकीचे कार्यक्रम पाहायला लोक येतीलच याची खात्री नसायची; म्हणून संयोजक म्हणून आम्ही असे कार्यक्रम आखायचो की भाग घेणाऱ्यांचीच संख्या वाढेल. पर्वती चढण्याची स्पर्धा, पाक स्पर्धा, छायाचित्र स्पर्धा, ताटाच्या कडेला काढायच्या रांगोळीच्या स्पर्धा हे कार्यक्रम आधीच घेऊन टाकलेले. आता बक्षिसं घ्यायला विजेते तरी येतीलच. कर्मचाऱ्यांच्या मुलांसाठी फॅन्सी ड्रेस स्पर्धा ठेवली तर सत्तर स्पर्धकांनी नावं दिली. म्हणजे त्यांचे आई-वडील धरून दोनशे दहा लोक तर येतीलच ना! पुण्यात स्वत:चा विकास व्हावा असं पालकांना वाटत नाही. कारण ते विकसितच असतात असा त्यांचा समज असतो. पण मुलांसाठी काहीही स्पर्धा ठेवा पालक त्याला पाठवणारच. उन्हाळ्याच्या सुट्टीत व्यक्तिमत्त्व विकासाची जेवढी शिबिरे पुण्यात होत असतील तेवढी जगाच्या पाठीवर अन्यत्र होत नसतील. काही दिवसांपूर्वी एका वृत्तपत्रात आलेलं व्यंगचित्र बोलकं

होतं. सुट्टी म्हणून मुलाला संगीत, खेळ, व्याख्यान, चित्रकला अशा अनेकविध वर्गाला पाठवलं आणि त्या साऱ्यांच्या गर्दीनं तो इतका वैतागलाय की तो विचारतो-

'आई शाळा केव्हा गं सुरू होणार? म्हणजे मी सुटेन यातून!'

स्नेहसंमेलनात आलेल्या साऱ्यांनाच सहभागी करता यावं म्हणून घेतलेल्या स्वाक्षरी स्पर्धेलाही चांगलाच प्रतिसाद मिळायचा. दारावरून आत जाताना प्रत्येकानं सही करायची. चांगल्या तीन सह्यांना बक्षीस. त्याशिवाय वेल ड्रेस्ड मॅन-वुमन हीही बक्षिसं. जेवढी बक्षिसं जास्त तेवढा संमेलनाला प्रतिसाद जास्त.

आनंद मोडक हा नामवंत संगीतकार. बाजीराव रोडला मी बँकेच्या शाखेत त्याला पाहिलं. त्याचं काम तो चोख करायचा. ते सांभाळून मग सुट्टीत संगीत. स्नेहसंमेलनातील गाणी बसवून घेण्यात त्यांनी कधी आळस केला नाही. चंद्रकांत काळे, किरण भोगले, अविनाश देशमुख, राहुल घोरपडे, गजानन खळदकर ही अन्य नाट्यसंस्थांतून काम करणारी मंडळीही आपल्या बँकेचं काम म्हणून वेळ काढायची. मी लिहिलेली 'आणखी एक सिंहासन' ही एकांकिका एक वर्ष या संमेलनात सादर झाली, हा माझा आनंदाचा क्षण. खेळाच्या माध्यमातून सत्तास्पर्धा दाखविलेली. रंगमंचावर सतत हालचाल असल्यानं एकांकिका चांगलीच पकड घेते. दोन राजकीय गट इतरांना आपल्याकडे आणताना कबड्डी खेळतात तेव्हा 'कबड्डी, कबड्डी' म्हणण्याच्या ऐवजी 'खुर्ची' म्हणून जी एन्ट्री होते तेव्हा प्रेक्षक थिएटर डोक्यावर घेतात.

'घरकी मुर्गी' ही मीच लिहिलेली एकांकिका एका स्नेहसंमेलनात सौ.नं. व मी सादर केली. टि.स्मा.त कार्यक्रम पाहिले तसे करायलाही मिळाले.

वसंत व्याख्यानमाला

हजारो दूतींना कुमारिकेकडे पाठवूनसुद्धा कदाचित ती प्रियकराकडे यायला आढेवेढे घेईल. पण वसंतऋतू वातावरण असं काही बदलून टाकतो की हे काम अगदी फत्ते होईल. वैशाखमासी वासंतिक समय शोभतो. वसंतऋतू बरोबरच टि.स्मा.च्या खुल्या प्रांगणात सुरू होते वसंत व्याख्यानमाला. महाराष्ट्राचे संजीवक न्यायमूर्ती महादेव गोविंद रानडे यांनी १८७५ मध्ये सुरू केलेला हा विचारमहोत्सव म्हणजे पुणेकरांना पर्वणीच. गेल्या ११९ वर्षांत १११ वेळा हे प्रत्येकी महिनाभराचे ज्ञानसत्र भरले. आंब्याच्या झाडाखाली असलेल्या व्यासपीठावर हजेरी लावली ती असंख्य नामवंतांनी. जे जे म्हणून महाराष्ट्रात नामवंत व्याख्याते होऊन गेले ते बहुधा इथं आलेलेच. लोकमान्य टिळक, स्वातंत्र्यवीर सावरकर, शि. म. परांजपे, सेनापती बापट अशी कितीतरी महनीयांची यादी होईल. अशा विचारवंतांचे उद्‌बोधन, तेही वसंत ऋतुत. उकाडा कमी भासावा म्हणून उघड्यावर बसायला बरं वाटतं. सभागृहात लोलक टांगलेले असावेत असे आंब्याच्या झाडावर लोंबकाळणारे आंबे. आंब्याच्या झाडाला लपेटलेली गारवेल. कोकिळेचे कूजन. सभोवतालच्या भिंतीमधील महिरपीमध्ये नामवंत समाजधुरीणांचे अर्धपुतळे.

इतिहासतज्ज्ञ न. र. फाटकांचं इथं व्याख्यान झालं. झाशीची राणी रणांगणातून पळाली असा काहीसा उल्लेख होता. नंतर आचार्य अत्र्यांचं याच वसंतव्याख्यानमालेत भाषण झालं. झाशीच्या राणीला पळपुटी म्हणणाऱ्या फाटकांवर अत्रे भयंकर चिडले. ते म्हणाले,

"...अरे अठरा वर्षांची एक तरुणी पाठीवर मुलाला बांधून, एका हातात तलवार अन् एका हातात घोड्याचा लगाम घेऊन चौदा तास घोडदौड करते. हे शौर्य या फाटक्याला दिसत नाही का? अरे न. र. फाटक्या, तू या वसंतव्याख्यानमालेच्या खुर्चीत बैस, मी ही खुर्ची पुढे-मागे, पुढे-मागे अशी हलवतो. तुझं धोतर १४ वेळा

नाही पिवळं झालं तर नाव बदलेन. तरी बरं तासाला एकदाच धोतर पिवळं होईल हे प्रमाण धरलंय. मग तुला तासन् तास घोड्यावर पुढे-मागे कसं व्हावं लागतं ते कळेल.''

प्राचार्य शिवाजीराव भोसल्यांनी तर या व्याख्यानमालेत विक्रमच केलाय. गेली पंचवीस वर्षे सातत्यानं ते या व्याख्यानमालेतून श्रोत्यांचे उद्‌बोधन व मनोरंजन दोन्हीही करताहेत. स्वामी विवेकानंद आणि समर्थ रामदासांवर दिलेली व्याख्यानं श्रोत्यांच्या चिरकाल स्मरणात राहतील. वक्तृत्व गुणांपैकी हातवाऱ्यांचा फारसा उपयोग न करताही केवळ शब्दांद्वारे श्रोत्यांच्या अंत:करणाचा ठाव घेणारे शिवाजीराव म्हणजे यशस्वी व्याख्यानाचे समीकरणच होय.

गतवर्षी या व्याख्यानमालेत गजाननराव वाटवे, बबनराव नावडीकर इत्यादी जुन्या भावगीतकारांचा कार्यक्रम झाला. सत्तरी गाठलेले सारे कलावंत. पण काय सुरेख गात होते. त्यांच्या गाण्याइतकंच त्यांनी म्हटलेली ती जुनी गाणी म्हणूनही महत्त्व. गाणं ऐकताना शब्दांकडे सातत्यानं लक्ष राहिलं तर ते खरं गाणं.

रानात सांग कानात आपुले नाते
मी भल्या पहाटे येते

त्या वेळचे प्रेमिक पहाटे उठण्याच्या शिस्तीतले होते म्हणायचे. गजाननरावांनी हे गाणं म्हटलं अन् कित्येकांना जुन्या आठवणींची मोरपिसं अंगावर हळुवार फिरल्यासारखं वाटलं. टि.स्मा.तल्या आठवणी अगणित आहेत. एकदा 'चैत्रबन' हा मराठी गीतांचा सदाबहार कार्यक्रम चालला होता. महाराष्ट्राचं लाडकं व्यक्तिमत्त्व सुधीर गाडगीळ हा निवेदक. साथीदारांची ओळख करून देताना तरुण तबलजीचं नाव, कलागुण सांगून त्यांनी त्याची रास आणि गोत्रही सांगितलं. तो लग्नाचा आहे हे लक्षात आलंच असेल ही पुस्तीही जोडली. पुण्यातल्या रसिकते-बद्दल बोलायचं झालं तर एका रसिकानं हा कार्यक्रम एकशे अकरा वेळा तिकीट काढून पाहिलाय. त्यानं सारी तिकिटंही संग्रह करून ठेवलीत. या कार्यक्रमात झालेल्या त्याच्या सत्काराला प्रेक्षकांनी मोकळेपणाने दाद दिली. सुधीर गाडगीळचा

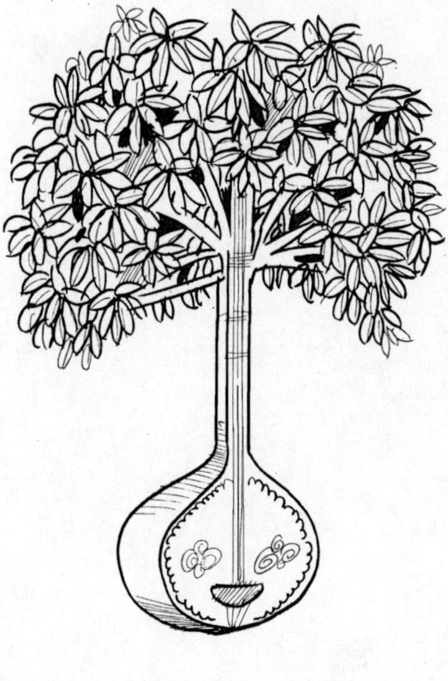

निवेदनाला अनुकूल असलेला आवाज, शब्द उच्चारताना मानेची लयबद्ध हालचाल आणि समर्पक उदाहरणांचं त्याच्याजवळ असलेलं भांडार यामुळे जशी दागिन्याला मखमली पेटी उठावदारपणा आणते तशी कार्यक्रमाला त्याच्या निवेदनामुळे खुमारी येते.

ग.दि.मां.च्या गीतांवर आधारित 'असा रंगला पुरिया' हा कार्यक्रम शैला मुकुंदनी वसंत व्याख्यानमालेत सादर केला. तेव्हा प्रेक्षकांची दाद अपेक्षित आहे हे सांगताना त्या म्हणाल्या-

निगाहे निगाहोंसे मिलती है
दिल दिलसे मिलता है
मगर चाहनेवाला बडी
मुश्कीलसे मिलता है ।

पुण्याचा ज्याला आनंद उपभोगायचाय त्यानं आठवड्यातून एकदा तरी टि.स्मा.त जायला हवं. मग ते चांगलं नाटक असो नाहीतर व्याख्यान असो. दूरदर्शनवर चांगला कार्यक्रम आहे त्याच वेळी टि.स्मा.त चांगलं भाषण आहे. काय करायचं? भाषण ऐकायला जा. दूरदर्शन सर्वांगांनी होत नाही. त्या चित्राला फक्त लांबी-रुंदी असते. खोली दिसत नाही. प्रत्यक्ष होणाऱ्या कार्यक्रमात त्रिमितीचे दर्शन होते. ते अधिक परिणामकारक होते. म्हणूनच चांगलं भाषण दीर्घ काळ स्मरणात राहतं.

♦

बालगंधर्वांचा पानाचा डबा

कसबा हे खरं मूळ पुणं. त्याची वाढ होताना पहिली योजनाबद्ध पेठ वसवली गेली ती सदाशिवराव भाऊ पेशव्यांच्या नावानं. त्या सदाशिव पेठेत इतक्या संस्था आहेत की मजेनं असं म्हटलं जातं- दोन माणसं असतील तर तीन संस्था.

भरत नाट्य संशोधन मंदिर ही नाट्यक्षेत्राला खऱ्या अर्थानं प्रोत्साहन देणारी संस्था. त्यांची नाट्यप्रशिक्षणाची जाहिरात पाहिली आणि मी नाव दाखल करून मोकळाही झालो. तिसऱ्या मजल्यावर चालणारा वर्ग खरोखरच शाळेसारखा होता. शाळा-कॉलेजमध्ये मी कॉमर्सचा विद्यार्थी. आता आपल्याला आवडेल ते शिकावं म्हणून इथं दाखल झालो सतरंजीवर बसून नाटकाचा इतिहास शिकायला. वहीत टिपण काढायला बरं वाटत होतं. अति प्राचीन काळी नाटक हे दोन टेकड्यांच्या मधल्या भागात करीत. टेकड्यांच्या उतारावर बसून प्रेक्षक मजा लुटीत. ध्वनिक्षेपक नाही. त्यासाठी नटांच्या चेहऱ्यावरच्या मुखवट्याचा तोंडाजवळचा भाग कर्ण्यासारखा असल्यानं लांबवर ऐकू जाई. नाटक हा लोकप्रिय कलाविष्कार इथंपर्यंत ठाऊक होतं. पण त्याचा अभ्यास करणं मनोरंजक वाटू लागलं.

नाट्य भिन्नरुचिर्जनस्य बहुधाप्येकं समाराधनम्

एकाच वेळी भिन्न रुचीच्या लोकांचे मनोरंजन करणारी ही कला. नाट्य ही कलांची राणी. यात काय नाही? अभिनय आहे. नाट्यसंहिता प्रेक्षकांपर्यंत पोहोचवण्याचे

कसब म्हणजे अभिनय. संगीत आहे. बालगंधर्वांच्या नाट्यगीतांपासून ते घाशीराम कोतवालमधल्या कोकणी खेळ्यांच्या चालीवर चालणाऱ्या समूह नृत्यापर्यंत संगीत आहे. नृत्यकला तर आहेच. स्थापत्यशास्त्रही इथं दिसतं. नेपथ्य हा प्रकार त्याशिवाय कसा जमणार? 'अश्रूंची झाली फुले' या नाटकात तर रंगमंचावर विमानतळ दाखवलाय. जादू, हातचलाखी हीसुद्धा नाटकात मदतीला धावलीय. नानासाहेब शिरगोपीकराचं 'भाव तोचि देव' नाटक, ज्यावेळी एका नाटकाचा एका गावी एकच प्रयोग चालायचा तेव्हा ते तीन तीन दिवस चालायचे. या नाटकात एकनाथांच्या कावडीत आपोआप पाणी भरलं जाणं असा चमत्कार दाखविला होता. नाटकात पूर्वी वेगवेगळ्या चित्रांचे पडदे वापरायचे. पहिला फ्लॅट सीन आला तो 'सत्तेचे गुलाम' नाटकात. चित्रकला हीही नाटकात आलीच. साहित्य आणि नाटक हे तर हातात हात घालूनच चाललंय. राम गणेश गडकऱ्यांना महाराष्ट्र साहित्यकार म्हणून ओळखतो तो त्यांच्या नाटककार या भूमिकेमुळे.

यंत्रशास्त्रानंसुद्धा नाटकाला आपलं योगदान दिलंय. आचार्य अत्र्यांच्या 'तो मी नव्हेच' नाटकासाठी फिरता रंगमच हवा होता. बऱ्याच यंत्रविशारदांकडे चाचपणी होऊन मनाजोगते काम होईना. अखेरीस कोल्हापूरच्या म्हादबा मिस्त्रींनी हा फिरता रंगमंच करून दिला. मग काय विचारता! अत्र्यांनी त्यांना 'यंत्रमहर्षी' पदवी देऊन 'मराठा'त शेळके कुटुंबीयांवर खास अग्रलेखच लिहिला. कोल्हापूरच्या पार्वती टॉकीजमधील कार्यालयात तो अग्रलेख काचेच्या तसबिरीत लावलाय.

अन् खरंच लक्षात आलं, नाट्य हा कलांचा कल्पवृक्ष. कलांची राणी. रंगमंचाचा भूगोल नावाचा प्रकार आहे हे लक्षात आलं ते याच वर्गात. रंगमंचावर मधली जागा नाट्याविष्कारासाठी जास्त प्रभावी. त्यानंतर प्रेक्षकांच्या डाव्या हाताची आणि मग उजव्या हाताची. आता हे महत्त्व देताना डावं- उजवं का बरं होत असावं? आपण लहानपणापासून वाचन करतो ते डावीकडून उजवीकडे. त्यामुळे आपली नजर डावीकडून उजवीकडे वळत असते. एखाद्या घरात गेल्यावरही आपण डावीकडून उजवीकडे पाहतो. म्हणून दिग्दर्शक कमी महत्त्वाचा प्रसंग उजवीकडे येईल तर अधिक महत्त्वाचा डावीकडे हे बघत असतो. कथेचा जो अत्युच्च बिंदू असेल तो दिसेल मध्यावर. हा भूगोल म्हणे भरत नाट्यमुनींनी लिहून ठेवलाय. या संस्थेच्या नावात उल्लेख आहे तो त्यांचाच.

नाट्यशास्त्र वर्गाच्या निमित्तानं तिथं जाणं वाढलं अन् तिथं काय काय आहे याची सारीच माहिती मिळू लागली. भरत नाट्य मंदिर हे पूर्वी बॅडमिंटन कोर्ट होतं म्हणे. तिथल्या सभागृहाचं परिवर्तन झालं ते नाट्यगृहात. इथल्या दुसऱ्या व तिसऱ्या मजल्यावरचे नाट्यकलावंतांचे लावलेले फोटो पाहिले तरी तास कसा गेला कळणार नाही. अगदी विष्णूपंत भावे, अण्णासाहेब किर्लोस्कर, चिंतामणराव

कोल्हटकर, गणपतराव जोशी, ह. ना. आपटे, नाट्याचार्य खाडिलकर, देवलांपासून ते मादक सौंदर्याचा अ‍ॅटमबॉम्ब म्हणून गाजलेल्या पद्मा चव्हाणपर्यंत. बालगंधर्वांच्या वेळची पायपेटी एका काचेच्या पेटीत ठेवलीय. त्यांचाच चांदीचा पानाचा डबा हा कोणाला विकला होता. तो मोडीसाठी गाडगीळ सराफांकडे आल्यावर त्यांनी तो न मोडता भरतनाट्य संशोधन मंदिरास भेट दिला. इतिहासावर प्रेम करणारी माणसं कुठं कुठं सापडतील त्याचा नेम नाही. पण त्यामुळेच तर अशा वस्तुंचं जतन होतंय. कोल्हापूरला मला नामदार नामदेव व्हटकरांनी त्यांनीच लिहिलेलं 'तमाशा' हे पुस्तक भेट दिलं. त्यात १८७० च्या दरम्यानची मुंबईतील तमाशाची पोस्टर्स छापलेली. तिकिटांचे दर अर्धा आणा, एक आणा. पोस्टर्सच्या कडेच्या बॉर्डरमध्ये दं. क. बा. घा. ये. असे शब्द, म्हणजे दंगा करणाऱ्यास बाहेर घालवण्यात येईल. या दुर्मीळ पोस्टर्सची मोठ्या आकारात पोस्टर्स भरत नाट्यमंदिरात असावीत म्हणून मी तेथील पदाधिकाऱ्यांना सुचवलं. त्यांनीही त्वरेने पोस्टर्स करवून घेऊन त्याला तसबीर केली. पुढे ते पुस्तक माझ्याकडून कोणीतरी वाचायला घेतलं ते त्या पुस्तकप्रेमापोटी त्यांनीच जपून ठेवलं आहे!

नाट्यशास्त्र अभ्यासासाठी काहीही हवं असेल तर भरतच्या वाचनालयात जा. नाट्यशास्त्रावरील पुस्तकं, नाटकं, एकांकिका, समीक्षणे, आत्मचरित्रं, कात्रणं सारं काही मिळेल. इमारतीमध्ये घुंगरांचे आवाज येतात. हे संस्थेच्या नृत्य वर्गाचे. स्वस्त नाटक योजना ही एक लोकप्रिय संकल्पना. यातील स्वस्त हे विशेषण नाटकाला नसून त्याच्या तिकीटदराला आहे. वर्षाला पस्तीस रुपयात दोन जणांना दोन नाटके. माझी सौ. अभिनय निपुण. मी अभिनयात लिंबू-टिंबू. पण तिच्यामुळे आपलं मलाही त्यांनी 'मला तूच हवास' या नाटकात हिरोचा रोल दिला. सौ. हिरोइन. लागोपाठ दोन दिवसांत दोन प्रयोग केल्यावर थकवा आला. व्यावसायिक नाटककार दिवसात दोन दोन प्रयोग कसे करत असतील?

इतर नाट्यगृहांच्या तुलनेत भरत छोटंसं आहे. पहिली रांग आणि व्यासपीठ यातील अंतर फारच कमी. पण इथं काम करताना प्रेक्षकांशी जवळीक साधल्याचा आनंद मिळतो. इथल्या श्रोत्यांची दाद महत्त्वाची. भक्ती बर्वे, इनामदार त्यांच्या मुलाखतीत भरतबद्दलचा जिव्हाळा व्यक्त करीत होत्या,

'इथं खरा प्रेक्षकांचा प्रतिसाद मिळतो. म्हणून भरतला प्रयोग करायला मला आवडतं.'

स्मिता तळवलकर आणि तळवलकर जिम्नॅशिअम

महाबँक स्पोर्ट्स क्लब आयोजित आंतरबँक स्पर्धा दरवर्षी भरतमध्येच भरतात. स्पर्धा मग त्या कोणत्याही असोत- कामगार नाट्य, राज्य नाट्य, पुरुषोत्तम करंडक साऱ्या भरतमध्येच. इथं भाडेही परवडणारं.

एकदा पुरुषोत्तम करंडक स्पर्धेत पारितोषिक विजेत्या संघाचा पुन:प्रयोग होता. प्रेक्षकांत बघतो तर जवळच पु.ल. बसलेले. वेळ होऊन गेली. पडदा काही वर जाईना. तेव्हा पु.ल. हळूच म्हणाले, "कॉलेजच्या मुलांचा हा प्रयोग. जमलेली कॉलेजची मुलं. ही गप्प कशी? शिट्ट्या मारता येत नाहीत काय यांना!"

महाबँक स्पोर्ट्सच्या जोग करंडक बक्षीस समारंभाच्या कार्यक्रमाचं सूत्रसंचलन करायचं काम बऱ्याच वेळा माझ्याकडंच यायचं. १९९१ सालची गोष्ट. पारितोषिक वितरण समारंभाला प्रमुख पाहुण्या होत्या, अभिनेत्री स्मिता तळवलकर. मी व राजेंद्र पोफळे त्यांना घ्यायला शिवाजीनगर रेल्वे स्टेशनवर गाडी घेऊन हजर. गाडी आली पण त्या नाही. म्हटलं त्या इथं न उतरता पुणे रेल्वे स्टेशनवर गेल्या का पाहावं. त्या स्टेशनवर गेलो तर रेल्वे आधीच पोहोचलेली. रिटायरिंग रूम पाहिली. डब्यावरच्या रिझर्वेनच्या याद्या डोळ्याखालून घातल्या. चला म्हटलं त्या ज्या हॉटेलवर उतरणार होत्या तिथं पाहू या! प्रभात रोडवर स्वरूप हॉटेलवर आलो तर त्या होत्याच. त्या आल्या म्हटल्यावर जीव भांड्यात पडला.

संध्याकाळी भरतमध्ये पारितोषिक वितरण समारंभ चांगलाच रंगलेला. स्मिता तळवलकरांनी एक अनुभव सांगितला-

"आमचा एका खेडेगावी नाट्यप्रयोग होता. स्टेजसाठी पिंपे लावलेली. पण ती उभी न ठेवता आडवी ठेवल्यानं पात्रांच्या हालचालीबरोबर स्टेजच हालायचं."

समालोचक म्हणून माझी टिप्पणी-

"स्मितातार्इंनी सांगितलेली अभिनव फिरत्या रंगमंचाची कहाणी आपण ऐकलीत. त्यांचा रंगमंच पिंपामुळे तरी हालत होता. आम्ही भरतसारख्या भक्कम रंगमंचावर उभे राहिलो तरी भीतीनं सारी भूमी हलल्यासारखी वाटते!"

थोड्याच दिवसांत स्मिता तळवलकर निर्मित 'राऊ' ही मालिका दूरदर्शनवर झळकणार होती. मस्तानी म्हणजे सौंदर्याचं प्रतीक. तिनं विडा खाल्ला तरी म्हणे त्याची लाली गळ्यावर दिसायची इतकी तिची कोमल त्वचा.

"आत्तापर्यंत विड्याच्या पानाचे खाल्ल्यानंतरचे ओघळ पाहिले ते गळ्यावरूनच! आता या मालिकेत मस्तानीच्या गळ्यातलं पान दिसतं का पाहू या."

समालोचनात मी आणखी एक चौकार मारला.

परीक्षकांपैकी श्री. विश्वास मेहेंदळे यांनी बँकांनी कलाक्षेत्रासाठी अधिक खर्च

करावा कारण ती त्यांची कुवत आहे असं सांगितलं.

त्यावर समालोचक म्हणून माझा प्रतिसाद-

"बँकेत असलेला पैसा हा ठेवीदारांचा असतो. तो कर्जानं देताना आम्ही कर्जदार हा प्रामाणिक आणि पत असलेला पाहतो. नाहीतर आम्हाला कर्ज वसुलीला फार त्रास होत असतो. एकदा एक बँकर कर्जदाराकडे थकीत हप्ते मागायला गेल्यावर त्या कर्जदारानं दिलेलं मासलेवाईक उत्तर पहा-

It is my principle not to pay interest.

It is not in my interest to pay the principal.

अहो आमच्याकडे टेंपररी ओव्हरड्राफ्ट मागणाऱ्यांचीही आम्ही इतकी चौकशी करतो की खातेदार टी.ओ.डी.चा लाँगफॉर्म 'ताणून ओढून दिलेला' असा करतात. तेव्हा बँकांनाही खर्चावर मर्यादा आहेत हं!"

प्रथम पारितोषिक विजेत्या संघाचं नाव जाहीर झालं. मोठाच्या मोठा करंडक स्मितातार्इंनी शक्तीनं दोन्ही हातांनी उचलून धरला.

मी म्हणालो-

"तळवलकर जिम्नॅशिअम व स्मिता तळवलकर यांचा काय संबंध आहे हे आपण पाहताच आहात!"

स्मितातार्इंनी हसू न आवरता आल्यानं करंडक खाली ठेवला! समालोचनातला तो सिक्सर होता.

एकपात्री बहुरूपी स्पर्धा

भरततर्फे दरवर्षी स्पर्धा भरवल्या जातात त्या एकपात्री बहुरूपी अभिनय स्पर्धा. साऱ्या महाराष्ट्रातून स्पर्धक यायचेच. पण बडोदा, इंदूर येथूनही यायचे. सौ. नं एक वर्ष अंबादास माडगूळकर लिखित 'सुडाने घेतला वन्ही' या नाटकातील द्रौपदी व अश्वत्थाम्याची माता कृपी यांच्यातील संघर्ष सादर केला होता. कोल्हापूरला जयशंकर दानवे यांनी देवल क्लबतर्फे हे नाटक बसवून घेतलं होतं. त्या वेळी मी युधिष्ठिराची व सौ.नं कृपीची भूमिका केली होती. मी पात्राच्या निवडीपूर्वीच युधिष्ठिराला पहिल्या अंकातच फक्त काम असून केवळ छत्तीस वाक्ये आहेत हे पाहून ठेवलेलं. तालमीच्या वेळी दानवेंनी म्हटलं-

"दुसरा अंक सुरू होतोय. या धर्मराज!"

"माझं काम फक्त पहिल्या अंकात आहे." मी.

"युधिष्ठिर म्हणजे धर्मराज! तुम्हाला सर्व अंकांत भरपूर काम आहे!"

लेखकानं दुसऱ्या व तिसऱ्या अंकात सर्वत्र धर्मराज लिहिलेलं. झालं. नंतर

चांगलीच मेहनत घ्यावी लागली. काही नट हे कसलेले नट होते. ते फारशी मेहनत घ्यायचे नाहीत. ''आपण काय ऐन वेळी मारून नेऊ'' असा त्यांचा होरा असायचा. अशा या श्रेष्ठ नटवर्यांमुळे नाटक पडलं. पुन्हा कुठंही प्रयोग झाले नाहीत. पण या नाटकातला प्रवेश भरतच्या स्पर्धेत बक्षीस मिळवून गेला.

प्रथम क्रमांक प्राप्त होईपर्यंत स्पर्धेत भाग घ्यायला परवानगी असायची. दुसऱ्या वर्षी सौ. नं स्वातंत्र्यवीर सावरकरांच्या 'उ:शाप' या नाटकातील कमलिनी, बंगश, ठेंग्या, सुभेदार आणि सत्यवान यांच्या पाचही भूमिका एकटीनं सादर करून पुन्हा पारितोषिक मिळवलं. या कार्यक्रमाला फोटो काढायला यायच्या त्याही एक महिलाच आहेत. हे दृश्य पुण्यातच पाहणं शक्य आहे. 'व्हय मी सावित्रीबाई' हे सुषमा देशपांडे लिखित नाट्य. त्यातील प्रवेशाला पुढच्या वर्षी सौ.ला. प्रथम पारितोषिक मिळालं! पारितोषिकाची हॅट्रिक झाली.

वयोवृद्ध प्रथितयश नटांचा अभिनय हा चित्रफितींद्वारे संग्रहित करण्याचा भरतचा संकल्प आहे. सुरुवात झाली ती चित्तरंजन कोल्हटकरांपासून. 'एकच प्याला'तल्या सुधाकराची भूमिका ते साकारत होते. संवाद जिवंत व्हावेत म्हणून प्रतिसादाची वाक्ये म्हणायला 'सिंधू' म्हणून सौ.ची निवड झालेली. तिचा अभिनय पाहून चित्तरंजन म्हणाले-

''चित्रीकरणात त्याही दिसू द्यात. फक्त माझे शॉट्स नको.''

सौ.ला. मिळालेलं हे खरं भरतमधलं अभिनयाचं प्रशस्तिपत्रक!

शरद तळवलकरांचे टक्कल

दोन वर्षांपूर्वी भरत नाट्य मंदिरात माननीय शरद पवार यायचे होते. कार्यक्रम होता पुण्यातल्या नाट्य कलाकारांचा त्यांना परिचय करून द्यायचा. भरत नाट्यमंदिराचे अध्यक्ष नरूभाऊ लिमये उपस्थित होते. नाट्य संमेलनाचे तेव्हाचे अध्यक्ष शरद तळवलकर सर्वांचं स्वागत करत होते. शरद तळवलकरांच्या अनेक मुलाखती मी ऐकलेल्या. त्यातील एक घटना अजून आठवते.

पुण्यात जोशी-अभ्यंकर हत्याकांड फारच गाजलं. अभ्यंकरांचे, आई-वडील व मुलगी या हत्याकांडात मारली गेली. दुःखामुळे अभ्यंकरांच्या पत्नी फारशा कुठं बाहेर गेल्या नव्हत्या. बऱ्याच दिवसांनी त्यांनी शरद तळवलकर काम करत असलेलं नाटक पाहिलं. नाटक संपल्यानंतर अभ्यंकर शरद तळवलकरांना भेटले अन् म्हणाले-

''आज माझी पत्नी तुमच्या नाटकामुळे सुमारे एक वर्षानंतर हसली. गेल्या वर्षभरात तिच्या चेहऱ्यावर कधी हसू नव्हतं.''

शरद तळवलकर म्हणतात, 'हे खरं कामाचं प्रशस्तिपत्रक! दुःखावर विनोद हाच खरा रामबाण उपाय.'

एका मुलाखतीत त्यांना असलेल्या टकलाचा उल्लेख झाला होता. तर त्यावर शरद तळवलकर म्हणाले,

''टक्कल असल्यानं सकाळी उठल्यावर तोंड कुठंपर्यंत धुवायचं हे कळायला अवघड जातं.''

विनोदी कलाकाराइतकेच ते स्वतःही चांगले विनोद करणारे म्हणून ओळखले जातात.

वर उल्लेखलेल्या बैठकीला माननीय शरद पवार आले नाहीत. मग शरद तळवलकरांनी सर्वांना ओळख करून द्यायला सांगितली.

मानलं तर राजा नाहीतर गोसावी

राजा गोसावी कुठंही दिसले की आठवतो तो त्यांचा सुरुवातीचा काळ. भानुविलास चित्रपटगृहात ते तिकीट विक्रीच्या खिडकीत बसलेले. त्यांचीच प्रमुख भूमिका असलेला 'लाखाची गोष्ट' चित्रपट तिथंच तुफान गर्दीत चाललेला. चित्रपटातला हिरोच तिकीटविक्रीला बसल्याचं उदाहरण जगात अन्यत्र नसेल. त्यांनी आपला परिचय करून देताना एवढंच म्हटलं, ''मानलं तर राजा नाही तर गोसावी.'' पण खरंच हा विनोदाचा राजाच आहे.

मराठी उसण

मद्रासला ए.व्ही.एम. कंपनीच्या 'भाभी' या चित्रपटाचं शूटिंग चाललेलं. त्यात राजा गोसावीही काम करत होता. एक दिवस तो शूटिंगसाठी आला तो अगदी अवघडतच. त्याचं कारण म्हणजे त्याला भरली होती उसण. '''क्या हुआ?'' दिग्दर्शकानं विचारलं.

''उसण भरी है.'' उसणला हिंदी शब्द येत नसल्याने राजा गोसावींनी तसंच ठोकून दिलं.

''ये उसण क्या होती है?'' अडचणीत टाकणारा दिग्दर्शकाचा प्रश्न.

राजा गोसावींनी क्षणभर विचार केला. तरी हिंदीत प्रतिशब्द सुचेना. आता दिग्दर्शकानं विचारलंय म्हटल्यावर काहीतरी सांगायला तर हवं. तो म्हणाला,

''ये उसण मराठीमे भरती है!''

त्यांनी एका मुलाखतीत म्हटलंय— माझ्याजवळ किती पैसा आहे याला महत्त्व नाही. जनतारूपी बँकेत जमा केलेले हसे आणि टाळ्या या महत्त्वाच्या आहेत.

यशवंत दत्त, प्रकाश इनामदार असे नाट्यक्षेत्रातले एक एक दिग्गज तिथं ओळखी करून देत होते. इतक्या कलाकारांचा सहवास लाभण्याचं भाग्य मला या पुण्यानं दिलं.

♦

नागनाथ पार

शनिपाराजवळच नागनाथाचा पार आहे. हा नागनाथ कोण? याचं उत्तर अगदी अकस्मात सापडलं. देवदेवेश्वर पर्वती संस्थानच्या वतीनं कोथरूडला महादेव मंदिरात पी.डी.ए.नं सादर केलेल्या नाटकात ते गवसलं. प्रोग्रेसिव्ह ड्रॅमॅटिक असोसिएशनसारखी नामवंत संस्था एका मंदिरात नाट्यप्रयोग सादर करते हेच आधी कुतूहल वाटणारं. मंदिरात जरा लवकर जाऊन खांब पकडून बसलो. नाटकाचं नाव- नागनाथाचं कारस्थान.

थेऊर येथे माधवरावांचा मृत्यू झाला. रमाबाई सती जाण्याच्या निश्चयानं शवाजवळ येऊन बसली. सर्व आप्तेष्टांनी समजूत काढण्याचा प्रयत्न केला. पण व्यर्थ. जाताना तिनं सवाई माधवरावांच्या धाकट्या बंधूंचा म्हणजे नारायणरावांचा नीट सांभाळ करण्याची राघोबादादांना विनंती केली. दानधर्म केला. वाणे वाटली. रमाबाई सती गेली.

साताऱ्याहून पेशवेपदाची वस्त्रे आणून नारायणरावास गादीवर बसवलं. त्याची पत्नी गंगाबाई ही कृष्णराव हरी साठे यांची कन्या. हिचा विवाह नारायणरावांबरोबर २२ एप्रिल १७६३ मध्ये झाला तो सिंहगडावर. त्याकाळी गर्भादान समारंभही मोठ्या थाटात व्हायचा. तो झाला लग्नानंतर सहा वर्षांनी म्हणजे १७ जुलै, १७६९ रोजी.

राज्य नारायणराव करीत असला तरी राघोबादादांना राज्य हवं असल्यानं त्यांची चालली होती कटकारस्थानं. नारायणराव त्यांच्या मातोश्रींना- गोपिकाबाईंना गंगापुरास भेटायला गेले हे पाहून राघोबांच्या कारस्थानाला ऊतच आला. नारायणरावाला कैदेत टाकण्यासाठी गारद्यांना नऊ लाखाचे आमिष दाखवून तसा करार लिहून दिला. गारदी हा शब्द आला इंग्लिश गार्ड शब्दापासून. पण यांनी गार्ड न करता पुढे मालकाची गर्दन छाटली. राघोबांनी 'नारायणास धरावे' लिहिलेले तर आनंदीबाईंनी 'ध'चा 'मा' करून मारावे अशी आज्ञा बदललेली.

नारायणराव भोजन करून विडा घेऊन महालात निजायला गेले अन् हीच संधी साधून राघोबांचा खास मदतनीस तुळाजी पवार यांनी गारद्यांना त्वरेनं हालचाल करण्यास सांगितले. शनिवार वाड्याच्या दिल्ली दरवाजातून चौकीदारांना न जुमानता गारदी आत घुसले. हुजूरपागेचे प्रमुख इच्छारामपंत ढेरे यांनी गारद्यांना हटकले तर तुळाजीनं त्यांनाही मारण्याचा आदेश दिला. जीव वाचावा म्हणून ढेरे गोठ्यात जाऊन गाईच्या आड दडले. पण गाईसह त्यांना कापले. या साऱ्या गडबडीत झोपलेले नारायणराव जागे झाले. तडक राघोबादादांकडे आले. तुम्ही मला हवे असल्यास कैद करा पण या गारद्यांना आवरा अशी विनवणी केली. नारायणरावाबरोबर होते स्वामीनिष्ठ चापाजी टिळेकर व नारोबा फाटक. 'काका मला वाचवा' अशी आर्त किंकाळी मारून नारायणरावानं राघोबादादांच्या कमरेला मिठी मारली. पण तुळाजीनं त्याला बाजूला हिसकावून घेऊन सुमेरसिंग, खरगसिंग व महमद इसब यांना इशारा दिला. या लहान मुलाला मारू नका म्हणून चापाजी नारायणरावावर पडला. पण गारद्यांनी चापाजीला ठार केले. साक्षात मृत्यू पुढे आला असतानाही, चापाजीला मारलं हे पाहूनही नारोबा फाटक नारायणरावाला वाचवायला त्याच्या अंगावर पडला. गारद्यांनी त्याचा शिरच्छेद केला. हे सारं पाहून नारायणराव बेशुद्ध झाला. पण गारद्यांनी त्याच्यावर अगणित वार करून त्याचा कोथळा बाहेर काढला. नारायणरावाचं शव ज्या दक्षिण दरवाजानं बाहेर नेलं त्या शनिवार वाड्याच्या दरवाजास 'नारायण दरवाजा' म्हणतात.

गंगाबाईंना सती जायचं होतं. पण त्यांना वाड्यातल्या स्त्रियांनी अडवलं. माहेरी साठ्यांकडे वसंत पंचमीला जायचे असा बहाणा करून नाना फडणविसांनी गंगाबाईस पुरंदरास न्यायचं ठरविलं. गंगाबाई गरोदर होती. तिला मुलगा होण्याची शक्यता

आहे असं राघोबाला कळलं असतं तर तिच्या जिवाला धोका होता. नारो अप्पाजी तुळशीबागवाले यांच्या देखरेखीखाली सर्व योजना पार पडली. राघोबांचा सेवक महादजी सदाशिव गोडसे यांनीही या योजनेत मदतच केली. अतिश्रमानं त्याला रक्ताची उलटी झाली. पण त्यानं गंगाबाईंना पुरंदरावर पोहोचवलंच.

गंगाबाई पुरंदरावरून राज्यकारभार पाहायला लागल्या. त्यांना मारण्याची राघोबादादानं कारस्थानं रचली. गंगाबाईला पुत्र व्हावा म्हणून नवस बोललेले ब्राह्मण अनुष्ठानास बसले. या संधीचा फायदा घेऊन जोगेश्वरी येथील पुजाऱ्यास तीर्थ घेऊन पुरंदर किल्ल्यावर जाऊन गंगाबाईस देण्यास सांगितले. तीर्थात विष मिसळायला सांगितल्यानं पुजाऱ्याचं चांगलंच धाबं दणाणलं. पण पुरंदरावर कडेकोट बंदोबस्तात याला प्रवेश मिळणार कसा? त्या भागाचा अंमलदार होता नागनाथ. त्याला हे काम फत्ते झाल्यावर बक्षिसी मिळणार होती ती अधिक मोठी जहागिरी. धनाची लालसा माणसाला दुष्कृत्याकडे वळवते हेच खरं. नागनाथानं पुजाऱ्याला गंगाबाईजवळ पोहोचतं केलं. पण हा कुटिल डाव नाना फडणविसांच्या ध्यानात आला. विषमिश्रित तीर्थ देताना पुजाऱ्याला पकडले. त्याला 'तूच हे तीर्थ प्राशन कर' सांगताच त्यानं नागनाथामुळे आपण इथं आल्याचं कबूल केलं.

गंगाबाईला पुत्र झाला तर तो राज्य करील या भयानं इंग्रजांच्याही पोटात दुखायला लागलं. इंग्रजांचा पुण्यातील वकील मास्टीन यानं अफवा उठवायला सुरुवात केली, गंगाबाईला झालेला मुलगा झाल्या झाल्याच गेला. त्याचवेळी चार-पाच गरोदर बायका गंगाबाईजवळ होत्या. त्यांच्यापैकी एकीचा मुलगा आता गादीवर बसवत आहे. त्याचा परिणाम नाही म्हटलं तरी जनतेत झालाच. मुकुंद शाहिराच्या नकली पोवाड्यातला हा पहा भाग-

'पन्नास बायका दिल्या संगं गर्भारिणी
काही वाणिणी, ब्राह्मणी, शिंपीणी, सोनारणी'

म्हणजे होणारा पुत्र खरोखरीच गंगाबाईचा असला तरी लोक संशयानं पाहत राहणार.

गंगाबाईस पुत्र झाला. १८ एप्रिल, १७७४ हत्तीवरून साखर वाटली. मुलाचं नाव ठेवलं- माधवराव.

अशीही एक वंदता आहे की या मुलाला व गंगाबाईला मारण्यासाठी नागनाथानं पुन्हा कारस्थान रचलं. बाळंतिणीच्या सेवेत असणाऱ्या सुईणीकडून त्यांना मारण्याचा प्रयत्न केला. नागनाथाची कारस्थानं फसली. त्याला अटकेत टाकलं. न्यायालयाचे प्रमुख होते रामशास्त्री प्रभुणे. देहदंडाची शिक्षा फर्मावण्यात आली. आता जिथं शनिपार आहे तिथं हत्तीच्या मागल्या दोन पायांत नागनाथाला बांधण्यात आलं. हत्ती वेगात पळत सुटला. नागनाथाच्या अंगावर हत्तीनं पाय दिला. नागनाथ मृत्युमुखी

पडला. त्या जागी भूतबाधा होऊ नये म्हणून लोकांनी पार बांधला. तोच नागनाथ पार. दुष्कृत्याला कठोर शासन असतेच हे दाखविणारा हा पार.

पहिलं संस्कृत विद्यापीठ

बाजीराव रोडवरील विश्रामबागवाडा पाहताक्षणीच इतिहास डोळ्यापुढून सरकू लागतो. नारायणरावाच्या वधानंतर त्याचं भूत शनिवार वाड्यात वावरतं अशी भीती बाजीरावाला वाटायची. माधवरावांचं तरुणपणीच राजयक्ष्मानं निधन झालेलं, नारायणरावाचा खून, सवाई माधवरावानं भ्रमात कारंजावर उडी मारून केलेली आत्महत्या या मृत्यूमालिकेमुळेही बाजीरावास शनिवारवाड्यात राहणं धार्जिणं नाही असं वाटू लागलं. त्यासाठी त्यानं बुधवार वाडा, शुक्रवार वाडा आणि विश्रामबागवाडा बांधला.

वाड्याच्या प्रवेशद्वाराशी लक्ष वेधलं जातं ते नक्षीकामानं आकर्षित झालेल्या मेघडंबरीनं. अननस, सुसर, मगर यांच्या चित्रांनी कोरलेल्या खांबांवर ही मेघडंबरी तोलली आहे. वाड्याच्या जागी पूर्वी पेशव्यांचे सेनापती हरिपंत फडके यांची बाग होती. त्या काळी ही गावाबाहेरील निवांत जागा! आणि आज विश्रामबागवाड्यातून

महाराष्ट्र बँकेत यायचं तर रस्ता क्रॉस करायलाच कितीतरी वेळ लागतो. इ. स. १७९८ मध्ये ही जागा बाजीरावानं घेऊन तिथं वाडा बांधायचं ठरवलं. डॉ. सत्यशील नाईक जे पुण्यात पक्षीमित्र म्हणून प्रसिद्ध आहेत, त्यांचे पूर्वज बांधकाम क्षेत्रातले प्रवीण. त्याकाळी सुमारे अडीच लक्ष रुपयांना हे कंत्राट श्री. मनखाराम लक्ष्मण नाईक यांना दिलं. वाडा पूर्ण व्हायला सहा वर्षे लागली. वाड्याची वास्तुशांत केव्हा झाली याबद्दल दोन वेगवेगळ्या तारखा उपलब्ध आहेत. एक आहे, २० नोव्हेंबर, १८०८ तर दुसरी आहे ३० डिसेंबर, १८०९.

या वाड्यात एके काळी संस्कृतचे महाविद्यालय होते. ते सुरू केलं ब्रिटिशांनी. १८२१ मध्ये सुमारे शंभर विद्यार्थी अध्ययन करीत. पंडित राघवाचार्य रामानुज हे पहिले प्राचार्य. दहा वर्षांचा हा अभ्यासक्रम पूर्ण झाल्यावर पदवीदान समारंभात शेलापागोटे व रुपये तीस रोख पदवीधारकास मानाने दिले जात. तरीही परक्याच्या हातून मिळालेले बक्षीस म्हणून घरी गेल्यावर अंघोळ करून प्रथम शूचिर्भूत होऊन मगच ती रक्कम वापरास घेत. पाहणीसाठी ब्रिटिशसाहेब इथं यायचे ते बूट बाहेर काढून आत यायचे. १८२१पासून १८६८ इतक्या दीर्घकाल हे संस्कृत महाविद्यालय चाललं. क्रांतिवीर वासुदेव बळवंत फडके हे इथं विद्यार्थी म्हणून होते. महाविद्यालयानंतर इथं एक इंग्रजी शाळा सुरू झाली. ती होती १९२१पर्यंत. नंतर नगरपालिकेने हा वाडा एक लाख रुपयाला सरकारकडून विकत घेतला. शिवशाहीर बाबासाहेब पुरंदरे यांनी येथे 'खांदेरीची लढाई' हा प्रकाश योजनेच्या साहाय्यानं कार्यक्रम दाखविण्याची व्यवस्था केलीय. 'विश्रामबागवाडा बोलतोय' हाही स्लाईड शो इथं दाखविला जातो. शिवसृष्टी प्रदर्शन हेही कायम स्वरूपी आहे. घोड्यावरून किल्ले पाहायला फिरण्याची मोहीम जवळजवळ दरवर्षीच असते. मी बँकेच्या खिडकीतून पाहिलं, स्त्रिया नऊवारी नेसून घोड्यावर बसलेल्या. त्या अश्वमोहिमेची सुरुवात विश्रामबागवाड्यापासून . त्याचं शूटिंग घ्यायला दूरदर्शनवाले तसेच कार्यक्रमावर प्रकाशझोत टाकायला तात्पुरता विजेचा प्रवाह बँकेतून द्या म्हणून काही जण माझ्याकडे आले होते. पुण्याच्या सांस्कृतिक जीवनाला आपल्याकडून तेवढाच हातभार या आनंदानं मीही 'हो' म्हटलं.

पुणे म्हणजे विद्येचे माहेरघर. विविध अभ्यासक्रम पूर्ण करायला जगाच्या विविध भागांतून विद्यार्थी इथं येतात. इंदिरा गांधी, नरसिंह राव असे पंतप्रधानपदी विराजमान झालेले इथले विद्यार्थी. अशा पुण्यातील उच्च शिक्षणाची सुरुवात झाली ती विश्रामबाग वाड्यातल्या या संस्कृत महाविद्यालयात. बँकेत येता-जाता प्रचंड गर्दीतही मला त्या वाड्यातील पुरातन काळातील संस्कृत अध्ययनाचा ज्ञानयज्ञ डोळ्यापुढे येई.

सार्वजनिक काका

विश्रामबागवाडा जसं उच्च शिक्षणाचं पहिलं केंद्र तसं पुण्याच्या सार्वजनिक जीवनाचा प्रथमच पाया घालणारं व्यक्तिमत्त्वही या वाड्यापासून जवळच असलेल्या नव्या विष्णू मंदिराजवळ होतं. त्याचं नाव गणेश वासुदेव जोशी उर्फ सार्वजनिक काका. १८८०च्या एप्रिलमध्ये त्यांचा जन्म झाला तो साताऱ्याला. सातारा हे माझंही जन्मगाव. म्हणून मलाही जरा त्यांचं जास्तच कौतुक. त्यांचं शिक्षण झालं ते साताऱ्यात. सर्वसामान्यांप्रमाणे तेही नोकरीस लागले. पण त्यांचं दुर्दैव की सार्वजनिक जीवनाचं सुदैव कोण जाणे, नोकरीत त्यांच्याविरुद्ध कुभांड रचलं गेलं. परिणामत: त्यांना नोकरी सोडावी लागली. वकिलीचा व्यवसाय सुरू केला. त्यात जम बसला. तरीही त्यांनी सार्वजनिक जीवनात प्रवेश केला. काही वकील व्यवसाय चालत नाही म्हणून सामाजिक कार्यात पाऊल ठेवतात, तर काही वकील भरपूर काम असूनही सार्वजनिक कार्यात रस घेतात. वास्तविक शहाण्यानं कोर्टाची पायरी चढू नये म्हणतात ते अशिलासाठी असतं. पण कवी मंगेश पाडगावकरांनी एक वात्रटिका लिहिलीय-

एक होता वकील
तो फार शहाणा
कोर्टाची पायरी
चढला नाही पुन्हा

चोरून चहा

लोकशाही पद्धतीची पहिली निवडणूक जर देशात प्रथम कुठं सुरू झाली असेल ती 'सार्वजनिक सभेच्या' सभासदांची निवड करताना. स्त्री शिक्षण प्रसारासाठी 'स्त्री विचारवती सभा' ही हिंदुस्थानातली पहिली संस्था काकांच्या प्रेरणेनं त्यांच्या पत्नी व त्यांचे सहकारी गोवंडे यांच्या पत्नीनं काढली. पहिली खादी व स्वदेशीची चळवळ सुरू करणारेही तेच. त्यासाठी त्यांनी देशी व्यापारोत्तेजक सभा स्थापन केली. ते स्वत: खादी वापरत. स्वत:च्या चरख्यावर सूत कातून घरातच हातमागावर स्वत:ला लागणारे कापड विणायचे. त्यांनी देशी मालाच्या विक्रीसाठी दुकाने काढली. आगपेट्या तयार करण्याचा तसेच छत्र्यांच्या उत्पादनाचाही त्यांनी कारखाना काढला. त्यात तूट आल्यानं पुढे ते बंद पडले. तरी त्या वेळी स्वदेशी चळवळ पसरविण्यात काका आघाडीवर होते. परदेशी माल वापरणाऱ्यांना उघडपणे त्या वस्तू वापरणे अशक्यप्राय झाले. तेव्हा चहा हा प्रकार परदेशी समजला जायचा. घरी कोणी चहा प्यायले तर ते बाहेर कळणार नाही याची काळजी घेतली जायची.

त्यासाठी चहा गाळल्यानंतर राहिलेला चहाचा चोथा पहाटे अंधारात नेऊन टाकीत!

काकांनी सार्वजनिक क्षेत्रात असंख्य आघाड्यांवर कार्य केलं. दुष्काळात मदत करणाऱ्या समित्या स्थापन केल्या. स्वस्त धान्याची दुकानं काढली. देशी भाषेत कायदे तयार केले. सार्वजनिक सभेनं दाणे आळीतील वाळवेकर सरदारांच्या वाड्याचा भाग पंधरा हजार रुपयाला घेतला. साहित्यिक ग. ल. ठोकळांचं लेखन-वाचन भांडारही तिथंच आहे. हॉलमध्ये सार्वजनिक काका, न्यायमूर्ती रानडे, औंधचे पंतप्रतिनिधी, महर्षी अप्पासाहेब पटवर्धन, रावबहादूर गोवंडे, रावसाहेब साने यांची छायाचित्रे आहेत.

नव्या विष्णू मंदिरात राजा रविवर्म्यानं काढलेली चित्रे आणि सार्वजनिक काकांचं छायाचित्र आहे. बाजीराव रोडनं जाताना नवा विष्णू मंदिरात जा, काकांचं चित्र पहा. कितीतरी क्षेत्रातले ते प्रथमपणाचे मानकरी आहेत हे लक्षात आल्यावर मग त्या जागेचं महात्म्य लक्षात येईल.

बायक्या विष्णू

सार्वजनिक काका मात्र नावाजलेले कायदेपंडित होते. क्रांतिवीर वासुदेव बळवंत फडक्यांचा खटला चालवला तो सार्वजनिक काकांनी. त्यांच्या कुशल बुद्धिचातुर्यामुळे वासुदेव बळवंतांची फाशीची शिक्षा जन्मठेपेवर आली. पुण्यातल्या एका धनाढ्य व्यक्तीची बरीच प्रॉपर्टी वादात पडलेली. ''काका आमचं वकीलपत्र घ्या अन् एवढी प्रॉपर्टी मिळवून द्या.'' त्यांनी विनंती केली.

''प्रकरण फार गुंतागुंतीचं आहे. दौलत परत मिळविणं सोपं नाही.''

''म्हणूनच आपल्याकडे आलोय. आपला जो काही आकार असेल तो देईन.''

''खटला जिंकला तर अर्धी दौलत मला द्यावी लागेल. नाही जिंकला तर तुम्ही काहीही द्यायचं नाही.''

''मंजूर आहे.''

काकांनी हा खटला जिंकला. आता अर्धी इस्टेट मिळणार या कल्पनेनंच त्यांना हर्षवायूचा झटका आला. पुढे त्या प्रॉपर्टीतूनच त्यांनी बाजीराव रोडवरचं नवा विष्णू मंदिर बांधलं. सार्वजनिक कार्याला वाहून घेतलेली पहिली संस्था त्यांनी सुरू केली, २ एप्रिल १८७० या दिवशी. तो होता गुढीपाडव्याचा शुभमुहूर्त. औंधकर वाड्यात झालेल्या उद्घाटन समारंभाचे अध्यक्ष होते श्रीमंत श्रीनिवासराव प्रतिनिधी. संस्थेचं नाव ठेवण्यात आलं- 'सार्वजनिक सभा.' हे होते राजकारण शिकणाऱ्यांचे मूळ आद्यपीठ. न्यायमूर्ती महादेव गोविंद रानडे हे सार्वजनिक सभेचे डोके होते तर काका धड. नवा विष्णू मंदिर बांधल्यावर काकांनी तिथं अनेक सार्वजनिक उपक्रम राबवले.

तिथं आयोजित केलेलं हळदीकुंकू पुढे पुण्यात बरंच गाजलं. या हळदी- कुंकू समारंभाचं वैशिष्ट्य होतं, तिथं जात पात न पाहता सर्व स्त्रियांना आमंत्रण असायचं. त्या वेळच्या सनातनी पुण्यात या सुधारक हळदी-कुंकू समारंभामुळे या नव्या विष्णूला 'बायक्या विष्णू' म्हणून कुत्सितपणे म्हणू लागले.

पहिला बातमीदार

पुण्यात काकांनी वर्तमानपत्र सुरू केलं. त्यांनी त्रैमासिक काढलं. वृत्तपत्राच्या प्रचारासाठी ते स्वत: फिरत. वृत्तपत्रसृष्टीतील हा पहिला प्रचारक; पहिला बातमीदार. पुढे १८८८मध्ये काकांनी कलकत्त्यास वृत्तपत्र संमेलन भरवलं. वृत्तपत्रांवर बंधन आणणाऱ्या लिंटनविरुद्ध उघड आंदोलन पुकारणारे हे पहिले वृत्तपत्रकार. अलीकडे १९७६मध्ये वृत्तपत्रावर बंधनं घातली. तो अणीबाणीचा काळ पाहिला असल्यानं ब्रिटिशांविरुद्ध वृत्तपत्रस्वातंत्र्य लढा देणं किती धाडसाचं होतं याची कल्पना येते. अणीबाणीत वृत्तपत्रस्वातंत्र्यावर घाला घातला गेला तेव्हा पु.ल.देशपांडे म्हणाले होते,

'विचारांच्या क्षेत्रात नाना रंगांची कारंजी उडण्यात खरी मौज आहे. अर्थसत्ता आणि राजसत्ता यांच्यापुढे ही मुक्त कारंजी उडण्याची थांबली तर मोठा अनर्थ ओढवेल. नारायण नारायण म्हणण्याचा भक्त प्रल्हादाचा हक्क डावलला गेला तेव्हा नरसिंहावतार प्रकट झाला, हे भय बोलून दाखवले नाही तर आत्मप्रतारणा होईल.' विचार-स्वातंत्र्यावर सरकारनं घातलेला हा घाला जनतेमध्ये असंतोष निर्माण करून गेला. अणीबाणी जाहीर केली ती २६ जून, १९७५मध्ये. तेव्हा वृत्तपत्रातून उघड निषेध करणं अवघड होतं. टाइम्स ऑफ इंडियाच्या २८ जून, १९७५मध्येच छोट्या जाहिरातीमधील आलेला हा एक मजकूर पहा-

Classified Advertisements
DEATHS
D.E.M. Beloved D'OCRACY husband
of T. Ruth, Loving father of L. I. Bertie,
brother of Faith, Hope, Justice
expired on 26th June.

या जाहिरात देणाऱ्याच्या कल्पकतेचं मला कौतुक वाटलं. मी टाइम्स ऑफ इंडियाला पत्र टाकून या नावीन्यपूर्ण कल्पककाराचं नाव विचारलं. त्यांनी ते गुप्त असल्याचं कळवलं.

अशा या वृत्तपत्र स्वातंत्र्यलढ्याचे प्रथम सेनानी सार्वजनिक काका हे बाजीराव रोडवरच्या नव्या विष्णूजवळच होते हे तिथून जाताना आजही स्मरतं.

सार्वजनिक काकांचं निधन २५ जुलै, १८८० रोजी झालं.

नारो अप्पाजींची तुळशीबाग

स्त्रियांचं आवडतं पुण्यातलं खरेदीचं ठिकाण म्हणजे तुळशीबाग. इथं काय मिळत नाही? सारं काही आहे. १९०० सालच्या दरम्यान पुण्यात स्त्रियांच्या सौंदर्यप्रसाधनाचं दुकान होतं यावर कोणाचा विश्वास तरी बसेल का? कर्नाटकातून आलेल्या करमसप्पाला तुळशीबागेत जागा दिली होती. तो वनगाईच्या केसांपासून बनवलेली गंगावनं विकायचा. हेच ते पहिले दुकान. त्यानंतर जत्रेत असतात तशी तात्पुरती दुकानं आली. कालांतराने ती स्थिरावली. चकली पात्र, करंजी पात्र, शेवया पात्र, पुरण यंत्र, पाटे वरवंटे, पोळपाट लाटणी, स्वयंपाकाची भांडी, चमचे, वाट्या असं स्वयंपाक घरात लागणारं सारं काही इथं मिळतं. वेण्यांच्या रिबिनी, आकडे, रबरबँड, पिना इथंपासून पादत्राणांपर्यंत ललनांना नटायला लागणारं सारं प्रदर्शनासारखं मांडलेलं असतं. तुळशीबागेत वस्तू मिळाली नाही असं व्हायचंच नाही. अगदी पांढऱ्या केसांचं गंगावनही मिळतं.

प्राचीन काळी ही विश्रामबाग वाड्याप्रमाणेच गावाबाहेरची मोकळी जागा. याला म्हणायचे काळे वावर. नारो अप्पाजी यांनी तुळशीबाग व श्रीराममंदिर बांधले. नारो आप्पाजी हा मूळचा सातारा तालुक्यातील पाडळीचा. काहीतरी उद्योग मिळावा म्हणून हा तिथून पुण्याला चालत आला. सरदार श्रीमंत खासगीवाले यांनी त्याचा सांभाळ केला. तुळशीच्या बागेतून देवासाठी रोज फुलं आणण्याचं काम त्याच्याकडे होतं. एकदा त्याला दसऱ्याच्या दिवशी इतरांबरोबर चांदीच्या ताटात भोजन न दिल्यानं अपमानित मनानं तो उठला. स्वसामर्थ्यावर आपणही वैभव उभं करू असं त्याच्या मनानं घेतलं. अपमानानं खच्ची न होता त्याला विधायक कर्तृत्वाची जोड दिली तर माणूस मोठा होऊ शकतो. अपमानातलं हे सामर्थ्य त्यांनी जाणलं होतं. म्हणूनच पुढे तो पुणे प्रांताचा सरसुभेदार झाला.

एस.एम.वर दांडगाई

रामजन्माचा उत्सव तुळशीबागेत आनंदानं साजरा होतो. दुपारी बारानंतर रामजन्म होतो. रामाच्या पाळण्याला लाल पागोट्याची दोरी बांधतात. रामजन्मानंतर त्या दोरीच्या चिंध्या प्रसाद म्हणून लोक घरी नेतात. ती घरी ठेवल्यावर घरातली लक्ष्मी वाढते अशी भाविकांची श्रद्धा आहे. धार्मिक, व्यापारी घडामोडींशिवाय काही

वर्षांपूर्वी तुळशीबागेस महत्त्व होतं ते राजकीय व सामाजिक क्षेत्रात. इथं मंदिराच्या प्रांगणात सभाही व्हायच्या. 'मी एस.एम.' या एस.एम.जोशी यांच्या आत्मचरित्रात इथलाच एक प्रसंग रेखाटलाय. स्त्रियांना समान हक्क मिळाले पाहिजेत हे प्रतिपादन करणारं त्यांचं व्याख्यान इथंच झालं होतं. एस.एम.जोशी हे तळमळीचे समाजवादी नेते. बहुतेक काळ हा काबाडकष्टात गेलेला. मला एक प्रसंग आठवतो. एस.एम. पुण्यातून लोकसभेवर निवडून आलेले. त्यांची विजयी मिरवणूक निघालेली. चाहत्यांची प्रचंड गर्दी. गळ्यामध्ये फुलांचे हार पडत होते. एक बाई त्यांना साखरेच्या गाठ्यांची माळ घालत होती. गडबडीत त्या गाठीचं नक्षीचं टोक त्यांच्या डोळ्याला लागलं अन् पुढे डोळा बरा व्हायला बरेच उपचार करावे लागले. त्रास असला तर तो केव्हाही होऊ शकतो याचं हे उदाहरण. तर तुळशीबागेतल्या एस.एम. यांच्या व्याख्यानाला प्रत्युत्तर म्हणून भालबा भोपटकर यांनी जाहीर व्याख्यान केलं. एस.एम. विचारवंत तर भोपटकर पट्टीचे वक्ते. सभेला चांगलीच गर्दी होती. भोपटकर खणखणीत आवाजात बोलू लागले, 'हे एस.एम. म्हणतात स्त्री व पुरुष असा भेद करणं बरोबर नाही. पण स्त्रियांनी महिन्यातून तीन दिवस तरी दूर बसायला हवं की नाही!'

विरोधकांचंही मत ऐकावं म्हणून एस.एम.सुद्धा या भाषणाला हजर होते. ते मागं उभे होते. पण जसा भोपटकरांचा आवेश वाढत गेला तसे लोक एस.एम.कडे पाहू लागले. शेवटी श्रोत्यांना वक्त्यांकडून इतकं चिथावलं गेलं की काही लोकांनी एस.एम.जोशींचं धोतरचं ओढलं. ही आठवण सांगताना एस.एम. म्हणतात की, धोतर ओढल्यावर माणसाचं एकदम अवसानच गळतं. त्या दिवसापासून एस.एम. धोतराऐवजी लेंगा घालायला लागले.

ग्राहकाकडे फारच लक्ष

तुळशीबागेतलं आणखी एक आकर्षण म्हणजे श्रीकृष्ण हॉटेल. इथली मिसळ एकदम चवदार. जशी पुण्यात बेडेकरांची मिसळ प्रसिद्ध तशीच हीही. फक्त बसायला जागा मिळायला हवी. मिसळीनं तोंडाची अगदी बाभळी निघून जाते. नंतर काउंटरवर कागदात बांधलेली बर्फीही डेझर्ट म्हणून मस्त लागते. एकदा इथं मिसळ खायला बसलो असता मालकांनी येऊन विचारलं, 'आणखी काही हवंय का?' मी चहा हवाय सांगितलं. नंतर काही नको ना विचारलं. नको सांगिल्यावर पैसे द्यायला नोट कितीची आहे हे विचारलं. ते सांगितल्यावर त्यांनी हिशेब करून परत द्यायचे सुटे पैसे हातात तयार ठेवून तो माझं खाणं संपण्याची वाट पाहत होता. त्यानं दुकानाची अर्धी दारंही लावून घेतलेली. मग लक्षात आलं की, मालकांना दुकान बंद

करायचंय. आपलं खाणं झाल्यावर त्यांचा दुपारच्या सुट्टीचा वेळ अजिबात वाया जाऊ नये म्हणून ते काळजी घेताहेत!

तुळशीबागेत ज्याला जे हवं ते मिळतं. तेही माफक दरात. कित्येक ठिकाणी घासाघीस केल्यावर आनंदही उपभोगता येतो. तमाम स्त्री वर्गाला तर कल्पवृक्षाजवळ गेल्यासारखं वाटत असणार. तुळशीबागेत फेरफटका मारला नाही, तर त्या स्त्रीनं पुणं पाहिलंच नाही.

सुखकर्ता दगडूशेठ गणपती

श्रीमंत दगडूशेठ हे पुण्यातील प्रसिद्ध हलवाई होते. मिठाईचं दुकान जोरात चाललं होतं. पण एक दु:खद घटना घडली. त्यांचा मुलगा प्लेगच्या साथीत गेला. ते व पत्नी निराश झाले. त्याचं सांत्वन गुरू माधवनाथ महाराज यांनी केलं. त्यांनी दगडूशेठला दोन मूर्ती बनवून घेण्यास सांगितलं. एक दत्ताची व दुसरी गणपतीची. या मूर्तीची मुलाप्रमाणे काळजी घेण्यास सांगितलं. गुरूंच्या आज्ञेप्रमाणे दोन मंदिरात दोन मूर्तींची लोकमान्य टिळकांच्या हस्ते प्रतिष्ठापना केली. त्या वेळी शिवरामपंत परांजपे हेही उपस्थित होते.

श्रीमंत दगडूशेठ व त्यांची पत्नी लक्ष्मीबाई यांचं दु:ख निवारण झालं. त्यांना मन:स्वाथ्य लाभलं. बुधवार पेठेतील ही सुवर्ण अलंकारीत मूर्ती भक्तांना गेली ११५ वर्षे 'सुखकर्ता दु:खहर्ता' याची प्रचिती देत आहे.

मंडईजवळ कोणी उपाशी मरत नाही!

व्यवहारज्ञान प्रात्याक्षिकाद्वारे शिकविणारे पुण्यातील सर्वांच्या जिव्हाळ्याचे स्थान म्हणजे मंडई विद्यापीठ. भाजी विकणारे आणि विकत घेणारे या दोघांनाही ते सहजपणे प्राप्त होते.

अशा या मंडईची मूळ जागा खासगीवाल्यांची. त्यांनी जवळच तुळशीबाग उभारल्यावर त्यांची शिल्लक जागा ब्रिटिशांना विकत दिली. या जागी एकूण आठ एकरात आठ रस्ते असलेली अष्टकोनी राजप्रासादासारखी भव्य वास्तू बांधली. त्या वेळचे मुंबई प्रांताचे राज्यपाल लॉर्ड रे यांच्या हस्ते भाजी मंडईच्या या नेत्रदीपक वास्तूचे उद्‌घाटन ५-१०-१८८६ रोजी करण्यात आले. त्यांचंच नाव या मार्केटला दिले गेले. या वास्तूचं बांधकाम रावबहादूर वासुदेव बापूजी कानिटकर आणि नरसो रामचंद्र गोडबोले यांनी केलं. एकूण खर्च रु. २ लाख आला. पुढे १९४२ मध्ये आचार्य अत्रे यांच्या पुढाकारानं या मंडईला महात्मा जोतिबा फुले यांचं नाव देण्यात आलं.

मंडईच्या आठ विभागात विशिष्ट प्रकारचा माल विकला जातो. तरकारी, पालेभाजी, फळभाजी, लिंबू, कांदे-बटाटे, लसूण, केळीची पाने, नारळ, फुले, शेंगा, कोथिंबीर, केळी, ऊस, किराणा, तंबाखू, मडकी, बुरुड, पत्रावळी असे विभाग आहेत. या प्रत्येक विभागाची मंडळे स्थापन झाली आहेत. इथं जाऊन घाऊक व्यापारी दरात ताजी आठवड्याची भाजी खरेदी करणं हा पुणेकरांचा आवडता कार्यक्रम असतो. पिशवीत प्रथम कांदे-बटाटे सारखा जड माल घेऊन शेवटी नाजूक टोमॅटो घेण्याचं व्यवहारज्ञान तो इथंच शिकतो.

मंडई म्हणजे अठरापगड जातीचे लोक एकमेकांना मदत करत काम करणारे विद्यापीठ होय. इथं व्यवहारज्ञानाबरोबर माणुसकी जोपासली जाते. मंडईजवळ कोणीही आला तर तो उपाशी मरत नाही. अशी ही जीवनदायिनी आहे.

मंडईतील व्यवहार हे विश्वास व सचोटीच्या बळावर होतात, व्यापाऱ्यांचे काही व्यावहारिक परवलीचे शब्द आहेत. एक- कैला, दोन- चपडा, तीन -रख, चार- फोरव, पाच- बुध, सहा- डेक, सात- पैद, आठ- मांजे, नऊ- कवन, दहा- सला, अकरा- ईकला, पंचवीस- मासा, पन्नास- टाली. हिशोबासाठी उधारपट (चोकडा), कीर्द, खतावणी, जांगड, पट्टीनोंद, मापवही असते. हिशोबात किंवा वजनात कोठेही फरक येत नाही. येथील मानवी संगणक हा लक्षणीय आहे. लक्ष्मीपूजन हे फटाक्यांच्या दणक्यात साजरे होते.

व्यापाराबरोबरच देशप्रेम व सामाजिक जाण ही मंडईकरांची खास वैशिष्ट्ये. स्वराज्यासाठी झालेल्या अनेक महत्त्वाच्या सभा मंडईत झाल्या. लोकमान्य टिळकांनी समाजजागृतीसाठी सार्वजनिक गणेशोत्सव विंचुरकरवाड्यात सुरू केला. त्याचवेळी त्यांनी तो मंडईतही सुरू केला व त्याच्या कार्याचं स्मरण म्हणून टिळकांचा संगमरवराचा पूर्णाकृती पुतळा मंडईमध्ये २२-७-१९२४ रोजी उभारण्यात आला.

१९४६ मध्ये राजकीय पुढाऱ्यांची तुरुंगातून सुटका झाल्यावर पं. जवाहरलाल नेहरू, सरदार वल्लभभाई पटेल, खान अब्दुल गफारखान, सरोजिनी नायडू यांचा मंडईत भव्य सत्कार करण्यात आला. चीन युद्धानंतर १९६२ मध्ये संरक्षण निधीसाठी सव्वालाख रुपये व सोनंनाणं मंडईतील व्यापाऱ्यांनी दिले.

राजा केळकर वस्तुसंग्रहालय

नागपूर येथे बँक ऑफ महाराष्ट्रच्या ट्रेनिंग सेंटरचा प्रमुख असताना बँकेच्या पुण्याच्या मुख्य कार्यालयाकडून आलेलं एक परिपत्रक पाहिलं. महाराष्ट्र बँकेच्या भारतभर शाखा पसरल्या असल्यानं पुण्याचे राजा केळकर वस्तुसंग्रहालय आणि बँक यांनी एक योजना आखली. देशभर जिथं जिथं मातीचे दिवे पाहण्यात येतील

त्यातील नमुने खरेदी करून केळकर संग्रहालयाला पाठवायचे.

परिपत्रक पाहिल्यावर नागपूरमध्ये बाजारात जाऊन दोन प्रकारचे मातीचे दिवे आणले. एक होता- देवी उभी आहे, तिच्या दोन हातात दोन दिवे आहेत. दुसरा- एका मुख्य दिव्याला सर्व बाजूनं लामण दिव्याप्रमाणे दिवे आहेत. दोन्ही दिवे मिळून मिळाले असतील तीन रुपयात. त्याला भरपूर कागदात गुंडाळून चांगलं कापडी आवरण घातलं. पोस्टेज खर्च आला सुमारे पंचवीस रुपये. केळकर वस्तुसंग्रहालयासाठी आपण काही केल्याचा आनंद आजही मनोमनी आहे.

काही दिवसांनी श्री. दिनकरराव केळकरांना भेटलो. त्यांना मातीचे दिवे गोळा करण्यामागची भूमिका विचारली. ते म्हणाले, ''वस्तुसंग्रहालय म्हणजे केवळ दुर्मीळ गोष्टीच गोळा करणं असं नाही. ज्या वस्तू कालांतरानं पाहायला मिळणार नाहीत पण सध्या विपुल प्रमाणात आहेत अशा वस्तूंचं जतन करणं हाही संग्रहालयाचा भाग होऊ शकतो. सध्या भारतात दिवाळी, पोंगल, दूर्गापूजा अशा विविध सणांच्या निमित्तानं मातीचे दिवे वापरले जातात. कालांतरानं हे दिवे मिळणार नाहीत. म्हणून ते गोळा करायचे ठरविलं.'' पण त्याला प्रतिसाद फारच कमी आला. मातीचे दिवे बाजारात जाऊन आणून त्याचे सुरक्षित पार्सल बनवून पाठविण्याचा बहुतेकांनी आळस केला. कार्यबाहुल्यामुळे हे जमलं नसेल की वस्तुसंग्रहालयाबद्दलची ही अनास्था! अजूनही ही योजना पूर्णत्वाला नेण्याजोगी आहे.

वस्तुसंग्रहामुळं इतिहास डोळ्यापुढून सरकू लागतो. माणसाचं व्यक्तिमत्त्व घडवणारं शिक्षण देण्याचं सामर्थ्य इतिहासात आहे. शिवाजी महाराजांना लहानपणापासून जिजाबाईंनी रामायण शिकवलं. प्रभु रामचंद्रांनी विना तक्रार चौदा वर्षे वनवास भोगला हे त्यांच्या मनावर बिंबवलं. त्यामुळेच आग्रा येथे कैदेत असताना शिवाजी महाराजांचं मनोबल कमी झालं नाही. शिवाजी महाराजांच्या आग्र्याहून सुटकेची कथा ऐकून कितीतरी जणांना संकटातून मार्ग काढण्याची प्रेरणा प्राप्त झाली असेल.

श्री. केळकरांचा हा संग्रह प्रेरणादायी आहे. एक माणूस स्वत:ची फारशी श्रीमंती नसताना भारतभर प्रवास करून वस्तू जमवतो हीच यशोगाथा आहे. कुठंही जुनी वास्तू पाडताहेत असं कळलं की केळकर तिथल्या नक्षीकामाची दारं, खिडक्या, दालनं मिळवत व ती इथं आणून ठेवत. काही वर्षांपूर्वी खासगीवाल्यांच्या वाड्यातलं छत केळकरांनी सोळाशे रुपयात मिळवलं व ते आज संग्रहालयात आहे. हे खासगीवाले म्हणजे श्रीमंत जीवाजीपंत खासगीवाले. हे पेशव्यांचे सरदार. निजामानं आणलेल्या मस्तवाल घोड्याला त्यांनी वठणीवर आणलं होतं. त्यांचा आहार प्रचंड असल्यानं एकदा पंक्तीमध्ये त्यांची चेष्टा केली गेली. त्यावर त्यांनी पुढ्यातील चांदीचा पेला मुठीत दाबून दाखविला. आपण नुसते खादाड नसून शरीरही कमावलेलं आहे हे त्यांनी दाखवून दिलं.

खोडरबराचा संग्रह

त्या वेळी आदरणीय केळकरांचं वय होतं नव्वदच्या पुढं. त्यांनी बदलत्या वस्तू गोळा करण्याचा जो विचार दिला तो मी घरी मुलीला व मुलाला सांगितला व खोडरबर्स गोळा करायचं ठरवलं. आमच्या लहानपणी एक-दोन प्रकारचीच खोडरबरं असायची. एक पेन्सिलचं. दुसरं शाईचं. आणखी एक प्रकार म्हणजे पेन्सिलच्या बुडालाच रबर असायचं. पण बाजारात जसं फिरायला लागलो तसं लक्षात आलं की कितीतरी प्रकारची रबरं बाजारात येताहेत. दूरदर्शनवर रामायण मालिका गाजली की रामायणातील सर्व पात्रांची रबरं. ऑलिपिंक सामने झाले की ऑलिंपिकच्या सर्व खेळांच्या चिन्हांची रबरं. प्राणी, पक्षी, खाद्यपदार्थ, वाहने, इलेक्ट्रिक उपकरणं, भविष्य, राशी, खेळायचे पत्ते अशा सर्व प्रकारची रबरं बाजारातून आणून संग्रह सुरू झाला. असे विविध बावीस विभाग होऊन सुमारे सहाशे रबरं जमा झाली. या चित्रांना साजेशी वाक्यं लिहिलेली कार्डेही रबरांबरोबर ठेवली. प्रदर्शनं भरवली. कॅम्लीन कंपनीला या संग्रहाबद्दल कळवल्यावर त्यांनी कौतुक म्हणून दहा रबरांचा एक सेट भेट म्हणून पाठवला. चित्रांबरोबरच्या वाक्यांमुळं प्रदर्शन जास्तच आकर्षक व्हायचं. ससा आणि कासव यांच्या रबरामध्ये 'स्लो अँन्ड स्टेडी विन्स द रेस' हे वाक्य, तर घोड्याच्या चित्राच्या रबराजवळ 'यू कॅन ब्रिंग द हॉर्स टू द वॉटर बट कॅनॉट मेक हिम ड्रिंक.'

सफरचंदाच्या रबराजवळ वाक्य म्हणजे 'अॅन अॅपल अ डे कीप्स डॉक्टर अवे.' दोन रबर्स आहेत. लठ्ठ आणि सडपातळ माणसांच्या चित्रांची. तिथलं वाक्य पहा,

जाडोको सलाह रुको, मत खाओ ।
पतलोको सलाह रुको मत, खाओ ।

केवळ एक पूर्णविरामाची जागा बदलल्यानं अर्थ बदलतो. टेलिफोनच्या रबराजवळचं वाक्य- 'बी शॉर्ट, यू मे बी वॉंटेड बाय अदर्स.'

हा संग्रह वाढतच चाललाय. एकदा बाजारात आलेल्या चित्रांची रबरं ही पुन्हा एक-दोन वर्षांनंतर दिसत नाहीत. म्हणूनच हा संग्रह दुर्मीळ होऊ शकतो, पण मुळात ही कल्पना राजा केळकर संग्रहालयाच्या मातीच्या दिव्यांचा संग्रह करताना सुचली. साप्ताहिक सकाळनं मुलांची या संग्रहासंबंधी मुलाखत छापली. लिम्का बुक ऑफ रेकॉर्डमध्येही समावेश झाला. दूरदर्शनवर कार्यक्रम झाला.

केळकर संग्रहालयामधील अडकित्त्यांचे प्रकार पहा. दक्षिण भारतात तर अशा चित्रांचे अडकित्ते भरपूर असावेत. त्यांनी भारत भ्रमण करून सारे जमा केले. दक्षिण भारत सहलीत मद्रासजवळ महाबलीपुरम् येथे पांडव लेणी पाहून आलो. भगिरथानं गंगा पृथ्वीवर आणल्याची कल्पना शिल्पामध्ये प्रभावीपणे मांडलेली. फिरणं झाल्यावर

जवळच्या एका दुकानात खरेदीसाठी गेलो. तिथं शंख शिंपल्याच्या वस्तू, धातूची कर्णभूषणे, भांडी अशा अनेकविध वस्तू होत्या. तेवढ्यात माझं लक्ष गेलं, तिथं एक जुना नक्षीचा अडकित्ता होता. केळकर संग्रहालयातल्यासाठी एकतरी अडकित्ता आपल्याला मिळणार म्हणून मी खूश होतो. त्यांनी दोनशे रुपयांपासून तर मी साठ रुपयांपासून बोली सुरू करून सव्वाशे रुपयाला तो घेऊन आलो. माझ्याकडं एक रॉकेलवर चालणारा शंभर वर्षांपूर्वीचा पंखा आहे. त्याला व्हिस्परिंग फॅन असं नाव आहे. तोही मी अतिशय आपुलकीनं जपलाय. या संग्रहालयातल्या केवळ विविध वाद्यांचे प्रकार पाहिले तरी डोळ्याचं पारणं फिटेल.

मस्तानीचा महाल

इथं तुम्ही अगदी थांबून पाहणार आहात, तो आहे मस्तानीचा महाल. जरतारी वस्त्रांनी सजवलेला, झुंबरं, हंड्या यांनी आकर्षित बनलेला हा महाल बाजीराव-मस्तानी या प्रेमकहाणीची आठवण करून देतो. मूळ मस्तानी महालामध्ये मस्तानीसाठी स्वतंत्र हवेली, क्रीडास्थान होतं. हवेलीच्या चार बाजूस चार खोल्या. दुसऱ्या मजल्यावर चारी बाजूस तीन तीन खणाची चार दालनं. असाच तिसरा मजला. गच्चीमधील चौक खुला. मधल्या चौकाच्या खाली जमिनीत उन्हाळ्यासाठी तळघर. चारी दालनातून हवेलीकरीता दोन दोन खिडक्या. मस्तीनी महालाचं हे वैभव होतं.

मस्तानीला पत्नी म्हणून वाड्यात घेण्यास आप्तेष्टांकडून जितका प्रखर विरोध होता, तितकाच बाजीराव त्याबाबत आग्रही होता. मस्तानीच्या निधनानंतर मात्र तिच्याबद्दल पेशव्यांच्या मनात सहानुभूतीच निर्माण झाली. श्रीमंत चिमाजीअप्पा पेशवे यांनी मस्तानीचा टाक पेशव्यांच्या देव्हाऱ्यात ठेवण्याची सूचना केली होती हे लक्षात घेण्याजोगे आहे.

डॉ. आनंदीबाई जोशींची गोधडी

आनंदीबाई जोशींचा जन्म ३१ मार्च, १८६५ रोजी पुणे येथे झाला. त्या काळी भारतात स्त्रियांच्या आरोग्याकडे समाजाचं पूर्ण दुर्लक्ष होत होतं. महिला डॉक्टर नव्हत्या. तेव्हा पतीच्या प्रोत्साहनामुळे आणि स्वत:च्या जिद्दीनं केवळ वयाच्या १९व्या वर्षी त्या अमेरिकेत गेल्या. आर्थिक संकटांना तोंड देऊन अभ्यास केला. डॉक्टर झाल्या. एम.डी. पदवी प्राप्त केली. अमेरिकेत व्याख्यानं दिली. तिथं चांगली नोकरी मिळण्याची शक्यता असतानाही भारतीय स्त्रियांना वैद्यकीय सेवा देण्याचं ध्येय पूर्ण करण्यासाठी त्या भारतात येण्याची तयारी करू लागल्या. त्यांच्या मैत्रिणींनी त्यांना विविध भेटवस्तू देण्याची इच्छा प्रदर्शित केली. या वस्तू बोटीतून दोन महिने प्रवास करून आणणं त्रासदायक होतं. तेव्हा आनंदीबाईंनी मैत्रिणींना विनंती केली, प्रत्येकीनं एक एक हातरुमाल त्यांचे अद्याक्षर विणून देण्यास सांगितले. त्या रुमालांची त्यांनी गोधडी बनविली. ती गोधडी पुढं रँगलर परांजपे यांनी राजा केळकर वस्तुसंग्रहालयाला भेट दिली. तिथं ती आजही पाहायला मिळते. भारतातील पहिल्या डॉक्टरांच्या ध्येयवादी वृत्तीचं दर्शन यातून होतं.

अप्पा बळवंतांचं आडनाव

अप्पा बळवंत चौक सर्वज्ञात ठिकाण.

या अप्पा बळवंतांचं आडनाव काय?

कोणतंही पुस्तक पाहिजे असेल तर ते हमखास मिळण्याचं ठिकाण म्हणजे अप्पा बळवंत चौक. गणपतीची आरती असो, देवीची आराधना करणारं श्रीसूक्त असो, शाळा- कॉलेजातले विषय असोत, नाहीतर अभियांत्रिकी, वैद्यकीय अभ्यासाची पुस्तकं असोत. ती मिळणार या चौकातल्या ओळीनं वसलेल्या दुकानांतूनच. दुकानातल्या दर्शनी भागात असतात लोकांना खरेदीस उद्युक्त करणारी पुस्तकं. पाकशास्त्र, मित्र कसे मिळवावे, कुठं कसं वागावं, शंभर वर्षे जगा, अभ्यास कसा करावा, लठ्ठपणा कसा कमी करावा, यशस्वी जीवनाची गुरुकिल्ली. साधारणत: ही पुस्तकं कर्त्या माणसाला आपल्या घरातील लोकांनी वाचावीत असं वाटत असतं. आपण परिपूर्ण असून, अन्य सदस्यांमध्ये असलेले अपरिपक्वत्व नाहीसं करण्याच्या भावनेतून ही पुस्तके घेतली जातात.

पुस्तकाचा कस महत्त्वाचा

एकदा एक लेखक ग.दि.माडगूळकरांना भेटून म्हणाला, ''पहा, किती पार्शलिटी आहे. माझ्या नाटकाच्या पाच आवृत्त्या निघाल्या. नि 'अपराध'च्या फक्त दोनच नि त्या नाटकाला पहिलं पारितोषिक!'' 'अपराध मीच केला' या नाटकाचा कसदारपणा ग.दि.मां.ना माहीत होता. ग.दि.मा. परखड होते. त्यांनी सत्य सांगून टाकलं, 'आवृत्त्यांवर काही नाही हो! शनि महात्म्याच्या दोनशे आवृत्त्या निघाल्या!'

जुन्या पुस्तकांची खरेदी-विक्रीही इथंच चालते. मोठाल्या पिशव्यांतून पुस्तकं भरून ठेवून विक्रेते ग्राहक पटवितात. रस्ता अडवला म्हणून तक्रार करणारे अधिकारी आले तर पुस्तकाच्या पिशव्या त्वरेनं बाजूला नेता येतात.

या पुस्तक पुराणाच्या नादात वर विचारलेल्या प्रश्नाचं उत्तर राहिलंच. अप्पा बळवंतांचं आडनाव मेहेंदळे.

सकाळ वृत्तपत्रात सौ. मंदा खांडगे यांचा लेख वाचनात आला. त्यामध्ये ही सारी माहिती होती. बळवंतराव मेहेंदळे हे होते पेशव्यांचे सेनापती. पानिपतच्या युद्धामध्ये ते मारले गेले. त्यांच्या पत्नी याही त्या वेळी पानिपतला होत्या. पती निधनानं शोकाकुल झालेल्या पत्नीनं पतीबरोबर सहगमन करायचं ठरवलं. त्या सती गेल्या. सती जाण्यापूर्वी त्यांनी आपला बारा वर्षांचा मुलगा अप्पा यास पेशव्यांच्या स्वाधीन केलं. पुण्यात अप्पा बळवंतांचा प्रभात टॉकीज समोर मेहेंदळे वाडा आहे. अप्पा बळवंत हे पेशव्यांचे अत्यंत विश्वासातले.

ते सावलीप्रमाणे श्रीमंत भाऊसाहेब पेशव्यांबरोबर असत. एकदा श्रीमंत पेशवे हत्तीवर अंबारीत बसून चालले होते तळ्यातल्या गणपतीच्या दर्शनाला. शनिवारवाड्यापासून निघाल्यावर थोडे पुढे आल्यावर एक अपघात झाला. अंबारीतून श्रीमंत पेशवे घसरून खाली पडत होते. तेवढ्यात प्रसंगावधान राखून अंबारीतच असलेल्या अप्पा बळवंतांनी श्रीमंतांचा अंगरखा धरून त्यांना पडताना वाचवलं. दुर्घटना टळली. श्रीमंतांनी अप्पा बळवंतांचं कौतुक केलं. हा प्रसंग ज्या चौकाजवळ घडला त्या चौकालाच अप्पा बळवंतांचं नाव दिलं गेलं. अप्पा बळवंतांचं आडनाव काय हा प्रश्न मी पुण्यातल्या दोन मेहेंदळ्यांना विचारला. पण त्यांना उत्तर सांगता आलं नाही. ते काम मंदा खांडगे यांच्या लेखानं केलं.

दोनशे वर्षांपूर्वीचा मेहेंदळ्यांचा वाडा अजूनही प्रभात टॉकीजसमोर आहे. सध्या त्यांच्या आठव्या पिढीतले लोक तिथं वास्तव्य करून आहेत. वाड्यातल्या भिंती इतक्या रुंद की त्यातूनच वरच्या मजल्यावर जायला जिना. वाड्यात मध्यभागी अत्यंत थंड राहील अशी 'लोणच्याची खोली'. आता फ्लॅटचे स्क्वेअर फुटात दर ऐकणारे आपण लोणच्याची खोली हे वाचूनच थक्क होतो. तिथं मोठमोठ्या

रांजणांत लोणची साठवायचे. म्हणजेच वापरही तसाच प्रचंड असणार. या वाड्यात एकूण जिने होते चौसष्ट. यातून एक वाट भुयारातून थेट शनिवारवाड्यात निघायची. गुप्त खलबतासाठी पेशवे शनिवार वाड्यातल्या भुयारातून इथं येत.

कै. न.चिं.केळकर, कै. दत्तो वामन पोतदार व अप्पा बळवंतांच्या वंशामधील खंडेराव चिंतामणी मेहेंदळे यांनी भारत इतिहास संशोधन मंदिराची स्थापना याच वाड्यात केली. या संस्थेच्या वस्तुसंग्रहालयात अप्पा बळवंतांचा अंगरखा जतन करून ठेवला आहे.

पेशव्यांच्या मेहुण्यांसाठी एक पेठच वसविली होती. ती म्हणजे मेहुणपुरा. तसेच श्रीमंत सदाशिवराव, नारायणराव, सरदार रास्ते यांचीही नावं विविध पेठांना दिली. आत्ताचे प्रभात टॉकीज आहे ती जागा तर खलबतखाना म्हणूनच होती म्हणे.

सिनेमाचा फोटो

पण मला प्रभात टॉकीजची आठवण वेगळ्याच कारणानं येते. महाराष्ट्र सरकारनं छत्रपती शिवाजी महाराजांवर हिंदी व इंग्रजीमध्ये चित्रपट काढायचं काम सुप्रसिद्ध दिग्दर्शक राम गबाले यांच्यावर सोपवलं होतं. कोल्हापूरजवळ पन्हाळगडावर चित्रीकरण चाललेलं. एक दिवस देवल क्लबमध्ये राम गबाले आमच्या 'शितू' नाटकाची तालीम बघायला आले. आमचे दिग्दर्शक होते कडक शिस्तीचे जयशंकर दानवे. मी कुशाचं तर सौ. शितूचं काम करत होती. राम गबाल्यांनी 'शेर शिवाजी' चित्रपटात कल्याणच्या सुभेदाराच्या सुनेची छोटी भूमिका करण्याची सौ.ला विनंती केली. तिनंही हो म्हटलं. बँकेतून रजा काढून मीही बरोबर गेलो. सौ.ची रंगभूषा, वेषभूषा झाली. आम्ही शॉट सुरू व्हायची पाहत बसलो होतो.

'बँकेचा साहेब नटीजवळ बसलाय बघा.' जमलेल्या गर्दीतला एक आवाज कानी आला. त्याला काय माहीत ही माझी सौ. आहे! परीक्षित सहानी (शिवाजी), घोड्यावरून येतो. मग सौ.ला पेटाऱ्यातून बाहेर काढलं जातं. पुढचे सारे संवाद, शॉट ओ. के. पुन्हा तोच देखावा इंग्रजीमधून. इंग्रजीमध्ये या चित्रपटाचं नाव 'स्क्रिप्ट ऑन द स्टोन' असं होतं. शूटिंग झाल्यावर राम गबाले म्हणाले,

''आज आमचा स्टिल फोटोग्राफीचा कॅमेरामन आलेला नाही. त्यामुळे तुमचा फोटो काढता आला नाही. पण फिल्मवरून फोटो घेऊन मी तुम्हाला नंतर देईन.''

संध्याकाळी आम्ही कारनं कोल्हापूरला परतलो. बरोबर परीक्षित सहानीही होते. त्यांना कोल्हापुरात चपला खरेदी करायच्या होत्या.

पुढे कित्येक वर्षे लोटली. फोटो तर सोडाच, पण चित्रपटही प्रदर्शित होईना. आधी काय म्हणे तर परीक्षित सहानी घोड्यावरून पडल्यामुळे त्यांच्या हाताला

फ्रॅक्चर झाल्यानं शूटिंग थांबलं. पुढे काहीच कळेना. एकदा तर विधानसभा प्रश्नोत्तरात हा विषय निघाल्याचंही वाचलं. शिवाजी महाराज आग्र्याहून सुटले, पण दत्तो वामन पोतदारांच्या तावडीतून सुटले नाहीत अशी टीका त्यांच्याबद्दल शिवाजी महाराजांचे चरित्र लिहून न झाल्याबद्दल व्हायची तसेच ते महाराष्ट्र शासनाच्या तावडीतून सुटले नाहीत असं वाटायचं. शेवटी एकदा हा चित्रपट प्रभात टॉकीजमध्ये झळकला.

आम्ही तो आनंदात पाहूनही आलो. वर्तमानपत्रातील जाहिरात कात्रणंही जपून ठेवलं. पण काम केल्याचा फोटो कसा मिळणार? मग मी एका छायाचित्रकाराला घेऊन थिएटरमध्ये गेलो. जाताना सौ.नं काम केलेला भाग केव्हा येतो याचा अंदाज घेतला होता. थिएटरच्या मॅनेजरांची फोटो काढण्याची परवानगी मिळवली. डोअर कीपरनं एकदम पुढच्या दारानं आत सोडलं. आत अंधारात चाचपडू लागलो. पडद्याच्या इतक्या जवळ आलो होतो की शिवाजी महाराजांचे घोडे आता अगदी अंगावर येणार वाटायचं. अगदी जवळून चित्रही नीट दिसेना. मग अंधारातच जरा मागं येऊन स्क्रीन कॅमेऱ्यात बसेल असा फोकस जुळवून घेतला. सौ.नं. केलेल्या कामाचा भाग आल्याबरोबर मी त्याला हळूच सांगितलं. त्यानं प्लॅश मारला. मी खूश झालो. चला सौ.नं सिनेमात काम केल्याचा दुर्मीळ फोटो मिळाला.

दुसरे दिवशी त्या छायाचित्रकारानं सांगितलं, ''फोटो आला नाही.'' माझा चेहरा फोटो काढण्यासारखा झाला.

''फ्लॅश मारल्यामुळे स्क्रीनवरचा फोटो आला नाही.''

''मग आजच्या खेळाला फ्लॅशशिवाय नुसता फोटो काढून पहा.''

''पण आज आता मी थिएटरमध्ये येत नाही. कोणता फोटो काढायचा हे काल दाखवलंच आहे.''

शेवटी एकदाचा फोटो मिळाला!

◆

पुण्यातला पहिला स्टोव्ह

अप्पा बळवंत चौकाजवळ नूतन मराठी विद्यालयाजवळ आहे 'आनंदाश्रम.' 'पण लक्षात कोण घेतो' सारख्या सामाजिक कादंबरीचे लेखक हरी नारायण आपटे यांच्या वास्तव्यानं पुनित झालेला हा आनंदाश्रम. ते जसे प्रख्यात कादंबरीकार तसेच समाजसुधारकही. जुन्या बुरसटलेल्या प्रथांचा त्यांना प्रचंड तिटकारा. जे जे नवं अन् चांगलं ते त्यांनी पुढाकारानं आणलं.

एकदा हरिभाऊंनी मुंबईहून एक वेगळ्याच प्रकारची चूल आणली. ती पाहायला आजूबाजूच्या बायकांना आमंत्रणं केली होती. नऊवारीमध्ये नथी घालून नवी चूल बघायला बराच भगिनीवर्ग आनंदाश्रमात जमलेला. प्रसिद्ध लेखक श्री.ज.जोशींची आई त्या कार्यक्रमात होती. मग हरिभाऊंनी ती पितळी चूल पुढे आणली. त्याला असलेला हवेचा पंप मारला. तेलाचा काकडा पेटवला व त्या चुलीच्या मध्यभागातून निळी ज्योत बाहेर आली. तो पुण्यातला पहिला स्टोव्ह.

लोणी पाव

हरिभाऊ सुधारक असल्यानं मित्रमंडळींना बोलावून लोणी-पाव खायचा कार्यक्रम आखायचे. त्याकाळी हे पदार्थ उघडपणे खाणं म्हणजे पाप करणं होतं. हे अन्य कोणाला कळू नये म्हणून हरिभाऊंनी त्याला परवलीचे शब्द ठेवले होते. स्वामी म्हणजे पाव आणि शिष्य म्हणजे लोणी. हरिभाऊंच्या सांगण्याप्रमाणे त्यांचा नोकर जवळच असलेल्या पानसे वाड्यात आमंत्रणासाठी आला आणि त्यानं समोरच आलेल्या पानशांच्या वडिलांदेखत त्यांना निरोप दिला.

'आनंदाश्रमात आज तीन वाजता स्वामी आणि शिष्य येणार आहेत.'

झालं! अनायसा स्वामी इतक्या जवळ येताहेत म्हणून पानशांचे वडील आनंदाश्रमात यायचा आग्रह धरू लागले! मग स्वामींचे येणे लांबणीवर पडल्याच्या थापा पानशांना माराव्या लागल्या असतील हे सांगणे नलगे.

गप्पाच्या अड्ड्यात चेष्टा-मस्करीही चाले. त्यातली एक दंतकथा-

य.गो.जोशी यांचे साहित्य उच्च प्रतीचं. त्यांनी आई या विषयाभोवती फिरणाऱ्या अनेक कथा लिहिल्या. वाचकांना त्या भावल्या.

या पार्श्वभूमीवर त्यांची आई म्हणे य.गों.ना म्हणाली,

''अरे भाऊ, आईवर इतक्या सुरेख कथा लिहितोस. त्यामुळे चार पैसे कमवतोस. मला देवापुढे ठेवायला एक आणेली तरी दे!''

आनंदाश्रमात आजही दोन-तीन हजार ग्रंथ आहेत. दोन-तीन वर्षांपूर्वी मी हरिभाऊंच्या वास्तव्यानं भारलेली ही जागा म्हणून मुद्दाम पाहायला गेलो होतो. काही पेन्शनरांना काम देऊन ग्रंथांची पानं जुळवणं, त्यांचा एक ग्रंथ झाला की तो कागदात बांधणं, त्यावर ग्रंथांचं नाव, पानांची संख्या इ. माहिती लिहिणं अशी कामं चालली होती. लाकडावर लिहिलेला ग्रंथही इथं आहे. संग्रह मोठा आहे. त्याचा अभ्यास करून तो सर्वांपर्यंत यायला हवा.

सिंहगडावर लोकमान्य टिळकांच्या बंगल्याजवळचा बंगला म्हणजे याच आपट्यांचा. वाड्यात दोन पेटारे आहेत. आत गाद्या वगैरे सामान आहे. या वाड्यात राहून पहाटे सिंहगडावर फिरणं हा एक सुखद अनुभव आहे हेही मी अनुभवांतीच सांगतोय.

शाहिस्तेखानाची बोटं कापली

पुण्यावर आत्तापर्यंत बरीच संकटं आली. पण दर वेळी ते फिनिक्स पक्ष्याप्रमाणे पुन्हा ताठ मानेनं उभं राहतंय. मुसलमानांनी पुण्यावरून गाढवाचा नांगर फिरवून ते नेस्तनाबूत केल्यावर पुढे दादोजी कोंडदेव व जिजाबाई यांनी बाल शिवाजीराजांच्या हस्ते पुण्यात सोन्याच्या नांगरानं कार्यास प्रारंभ केला. पुनवडीत पुन्हा आशेचा अंकुर उगवला, अठरापगड जातींचे मावळे शिवरायांना साथ देऊ लागले. आता जो महाल बांधलाय इथंच पूर्वी शिवाजी महाराजांनी शाहिस्तेखानावर तलवारीनं वार केला. खान पळून गेला. पण पळताना त्याला लागलेल्या निसटत्या वारामुळे त्याची बोटं तुटली. नंतर शिवाजी महाराजांनी पर्वतीमार्गे सिंहगडावर कूच केले. गर्दीच्या रस्त्यानं जातानाही लाल महाल दिसला की शाहिस्तेखानाला अद्दल घडवणारे शिवाजी महाराज आठवतात.

महामहोपाध्याय

आनंदाश्रमाच्या शेजारची वास्तू म्हणजे नू.म.वि. पेशव्यांच्या काळात ही जागा सरदार खासगीवाल्यांची. पुण्यात जी कोणी हुशार माणसं होऊन गेली ती म्हणे नू.म.वि.तून शिकलेली. या शाळेच्या मुख्याध्यापकांत एक होते- महामहोपाध्याय दत्तो वामन पोतदार. त्याचं व्यक्तिमत्त्व अष्टपैलू होतं. विद्यार्थ्यांवर योग्य वयातच संस्कार व्हावेत याकडे त्यांचा कटाक्ष होता. त्यासाठी ते सुभाषितांचा वापर करीत,

दात घासोनी मुखमार्जन करावे
प्रसंगी अखंडीत वाचीत जावे.

दत्तो वामन आजन्म ब्रह्मचारी आणि पूर्ण शाकाहारी होते.

सातारला १९६२ साली झालेल्या साहित्यसंमेलनाला दत्तो वामन पोतदार व

आचार्य अत्रे उपस्थित होते. स्वयंसेवक म्हणून मी त्यांच्याजवळून फिरताना ऐकलेला संवाद स्मरतोय. संध्याकाळचे कार्यक्रम संपले होते. "काय बाबूराव, रात्री जेवणाचा काय बेत?" महामहोपाध्याय.

"तुम्ही काय झाड-पाला खाणार. आपलं जमायचं नाही." अत्रे.

या दोघांमध्ये फार चांगली गट्टी होती म्हणूनच ते चेष्टा- मस्करी करीत.

दत्तो वामन पोतदार हे पुण्यातील कित्येक सार्वजनिक संस्थांचे पदाधिकारी होते. ज्ञानाचा प्रचंड साठा असलेलं त्यांचं वक्तृत्व म्हणजे पुणेकरांना बौद्धिक मेजवानीच. ते भारत इतिहास संशोधन मंदिराचे अनेक वर्षे अध्यक्ष होते. श्री.दि.बा.मोकाशींनी 'संध्याकाळचे पुणे' या पुस्तकात असं म्हटलंय,

'महामहोपाध्याय एका विषयातून दुसऱ्या विषयात असे प्रवास करीत. अनेक विषय मांडीत...त्यांचं भाषण चालू असताना आपण घरी जाऊन स्नान, जेवण, वामकुक्षी उरकून, हवे तर चहा घेऊन यावे, त्यांचं भाषण चालूच. एकदा गायकवाड वाड्यात गणपती उत्सावात त्यांचं भाषण होतं. त्यांनी शिवाजी महाराजांच्या जन्मतारखेबद्दलची मतांतरे मांडून पंचांगामध्ये असलेले वाद विषद केले. नंतर त्यांनी केलेला फ्रान्स, पॅरिस दौरा...असे लांबलचक तरीही श्रवणीय असे त्यांचे व्याख्यान असे.'

इतिहास विषय घेऊन पदवीधर झालेले दत्तो वामन पोतदार या नू.म.वि.त १९१२ पासून १९३५ पर्यंत ज्ञानदान करीत होते. नंतर ते सर परशुराम महाविद्यालयात प्राध्यापक म्हणून रुजू झाले. इतिहास संशोधन मंडळ, हिंदी शिक्षण समिती, वेदशास्त्रोत्तेजक सभा, भारतीय संगीत प्रसारक मंडळ, मराठी ग्रंथालय, केंद्रीय संस्कृत मंडळ अशा अनेक संस्थांचे ते पदाधिकारी होते. वयाच्या नव्वदाव्या वर्षी शनिवारवाड्याच्या फुटक्या बुरजाजवळील निवासस्थानी ६-१०-१९७९ रोजी त्यांचे निधन झाले. त्यांनी तयार केलेल्या मृत्युपत्रापैकी काही भाग पहा-

'आनंदधाम या जागेत मला प्राणापलीकडे प्रिय असलेले धन म्हणजे पुस्तके यांचा संग्रह आहे. तो दुर्मीळ व अपूर्व आहे. त्याचा सांभाळ मी बहुत कष्टाने केला आहे. गेली ८० वर्षे मी वाढवीत आणलेला ग्रंथसंग्रह कोणीही बुद्धिपूर्वक नष्ट करू नये अशी माझी सर्वांना शपथ आहे.'

पुस्तकावरील हे प्रेम आपणा सर्वांनाच मार्गदर्शक नाही का?

म्हणूनच म्हणतात, 'जो वाचेल तो वाचेल.'

◆

पुण्यातला पहिला टेलिफोन

आमदार वसंतराव थोरात यांचा भाऊ महाराजांच्या बोळात जो वाडा आहे तो मूळचा रानडे यांचा. श्री.ज.य.रानडे हे प्रसिद्ध वास्तुशिल्पकार. १९२० च्या दरम्यान तर त्यांचा व्यवसाय अतिशय भरभराटीला आलेला. मोठमोठी धरणं, विमानतळे अशी बांधकामाची कामं त्यांच्याकडे असत. ब्रह्मदेश, सिलोन इत्यादी देशांतही त्यांची कामं चालत. या प्रचंड व्यापामध्ये कार्यकुशलता हवी म्हणून त्यांनी टेलिफोन घेतलेला. त्याकाळी या भागात टेलिफोन असणारं हे एकमेव घर.

लोकमान्य टिळक आजारी होते. मुंबईला सरदारगृहामध्ये त्यांचं वास्तव्य होतं. पुणेकरांना त्यांच्या तब्येतीची काळजी वाटत होती. मुंबईहून कोणी आलं की टिळकांच्या तब्येतीबद्दल कळे. पण त्वरित माहिती मिळावी म्हणून रोज संध्याकाळी रानड्यांच्या वाड्यात फोन यायचा. हे पुण्यात माहिती झाल्यामुळे लोक दुपारपासून रानडे वाड्याजवळ मुंबईच्या फोनची वाट पाहत बसायचे. फोन आल्यावर मग घरी जायचे.

या रानड्यांना दोन कन्या होत्या. त्या अमेरिकेत स्थायिक झाल्या. पुढे रानडेही मुलींकडेच गेले. त्यांनी हा वाडा थोरातांना विकला. या वाड्यात मूळ वास्तुपुरुष रानडे यांची समाधी आहे. या समाधीची पूजा चिरंतनकालपर्यंत चालू ठेवण्याच्या अटीवरच हा वाडा विकला.

बँक ऑफ महाराष्ट्रच्या सुरुवातीच्या सन्माननीय खातेदारांच्या यादीत या रानड्यांचं नाव आहे.

श्रीमंत गच्ची

मॅजेस्टिक सिनेमागृहात तिकिटाचा काळाबाजार करणारी व्यक्ती मॅजेस्टिक बुक स्टॉल काढू शकेल का?

हो. मॅजेस्टिक बुक स्टॉलचे संस्थापक केशवराव कोठावळे यांच्याच शब्दांत पहा-

'मी व्ह. फा. झालेलो होतो. इंग्रजी यत्ताही शिकलो होतो. मुंबईत कुठं निवारा नव्हता. खिशात दमडी नव्हती. एक कप चहासाठी रस्त्यावरच्या हॉटेलवाल्याकडे तास दोन तास कपबशा विसळायचं काम केलंय मी. गिरगावला काही दिवस मी मवाल्यांच्या कंपूत होतो. मारामाऱ्या केल्या. सिनेतिकिटांचा काळाबाजार केला. गळ्यात तांबडा रुमाल, निळा पायजमा असलेल्या वेषात मी वावरायचो. पण आपण करतोय ते अयोग्य आहे. चांगला उद्योग नाही हे लवकरच लक्षात आलं. मग मी त्यातून बाहेर पडलो नि मॅजेस्टिक सिनेमासमोर ओरडून पुस्तकं विकायला लागलो.'

केशवरावांनी सुरू केलेल्या मॅजेस्टिक गप्पांचा कार्यक्रम अगदी उत्साहात चालू आहे. पुण्यातल्या औदुंबर आळीतली सध्याची जागा बाबुराव इनामदारांच्या माहितीनं घेतली. या जागेतली गच्ची ही जगातील सर्वांत जास्त शब्दवैभव उपभोगलेली गच्ची आहे. या गच्चीवर जेवढे साहित्यिक येऊन गेले तेवढे जगात कोणत्याही गच्चीवर आले नसतील. म्हणूनच मी तिला श्रीमंत गच्ची म्हणतो. १ मे ही तारीख वेगवेगळ्या लोकांना वेगवेगळ्या कारणानं महत्त्वाची असेल. मला मात्र लक्षात येते ती मॅजेस्टिक गप्पांचा कार्यक्रम सुरू व्हायची तारीख. पुण्यात पूर्वी एक-दोन वेळा या गप्पांच्या कार्यक्रमाला गेलो. पण गेली पाच वर्षे सातत्यानं मी या गप्पा ऐकतोय. मॅजेस्टिकचे रमाकांत मोदी यांचं आग्रहाचं आमंत्रणही यायचं आणि आमंत्रण असो नसो, कार्यक्रम आवडीचा आहे ना? मग जायचं. मॅजेस्टिक ग्रंथ प्रदर्शनात फेरफटका मारल्यावर नवी पुस्तकं कोणती आलीत, नाटकं कोणती आलीत सारं कळतं. वरच्या मजल्यावर कोठावळ्यांच्या घरात अगत्यानं बोलावलं जातं. तिथं अनेक साहित्यिक, प्रकाशक मंडळींची गाठभेट होते. मग सुरू होतात गच्चीवर साहित्यिक गप्पा.

मॅजेस्टिक आणि गो.नी.दांडकरांचे फार जवळचे संबंध. गोनींची कन्या प्रा. वीणा देव ही या गप्पांमध्ये असतेच. ती दिसली की जुनी गोष्ट आठवते. १९६५ साली आंतरराज्य छात्र जीवनदर्शन कार्यक्रमांतर्गत महाराष्ट्रातून आम्ही चोवीस विद्यार्थी अरुणाचल प्रदेशामध्ये तेथील कुटुंबातून राहायला गेलो होतो. त्या वेळी साताऱ्याहून मी आलो होतो तर पुण्याच्या गटातून वीणा होती. बोरीबंदर स्थानकावर आम्हाला सोडायला आलेल्यांत गो.नी.दां.ही होते.

चकल्या? बडे गुलाम अलींची ठुमरी

या वर्षीची मॅजेस्टिक गप्पांची सुरुवात केली 'गारंबीचा बापू'वाले श्री.ना.पेंडसे यांनी. वय वर्षे ऐंशी. ते म्हणाले-

'माझ्या लेखनामुळे खूप मोठी माणसं माझा पत्ता शोधीत आली. एकदा तर विंदा करंदीकर आले. त्यांना पाहून मी जरा बावरलोच. एवढा मोठा माणूस घरी आलाय याचं जरा मनावर दडपण होतंच. मी त्यांना बसा म्हणून खुर्चीकडे निर्देश केला.'

"इथं आरामात बरंय." असं म्हणून ते पलंगावर मांडी घालून ऐसपैस बसले. जशी काय यांची कित्येक वर्षांची ओळख आहे.

"या घ्या चकल्या." सौ. नं ताज्या केलेल्या चकल्या त्यांना दिल्या. त्याबरोबर लोणीही होतंच. त्या संपवून त्यांनी हुकूम केला,

"वहिनी आणि दोन चकल्या आणा."

श्री.ना. आश्चर्यानं पाहत होते. आणखी चकल्या दिल्यावर श्री.ना. म्हणालो-

"कशा काय झाल्यात चकल्या?"

"कशा झाल्यात? बडे गुलाम अली खाँची ठुमरी आहे ठुमरी!"

साहित्यिक गप्पात पुढचा प्रश्न आला,

"आपण कधी कोणावर प्रेम केलं का?"

"अहो या असल्या माणसावर कोण प्रेम करणार? मग जिच्याशी लग्न झालं तिच्यावरच प्रेम केलं झालं!" परखडपणानं शिरूभाऊंनी सांगून टाकलं अन् गच्चीवरच्या नारळाच्या झाडाजवळ बसलेल्या सौं.नी हसून दाद दिली.

"पुढच्या जन्मात कोण व्हायला आवडेल?" आणखी एक प्रश्न.

"आयुष्य कष्टात काढलं खरं पण त्याचं प्रमाणापेक्षा अधिक कौतुक झालं. प्रयत्नांना जर असंच यश मिळणार असेल आणि एवढी मान्यता मिळणार असेल तर पुढचा जन्मही लेखकाचाच लाभो."

साहित्यिकांची मांदियाळी

गच्चीवर ऐकलेल्या साहित्यिकांची यादीही करणं अवघड. पसायदानावर राम शेवाळकरांनी केलेलं निरूपण, आनंद साधले यांचा परखडपणा, भांडारकर इन्स्टिट्युटचे प्रमुख रा.ना.दांडेकर, य.दि.फडके, संगीतकार राम कदम, हृदयनाथ मंगेशकर, सुनीताबाई देशपांडे यांच्या मुलाखती हे सारं जवळून अनुभवायला मिळालं. भक्ती बर्वेनं तर 'ती फुलराणी'तला प्रवेश इतका प्रभावीपणे म्हणून दाखवला की विसरणंच अशक्य.

गप्पांच्या कार्यक्रमाचा समारोप एका जेवणाच्या कार्यक्रमानं व्हायचा. निमंत्रितांमध्ये साहित्यिक, प्रकाशक मंडळी भेटत. कोठावळे कुटुंबीय आत्मीयतेनं वाढत. सोलकढी हा खास पदार्थ. साहित्यिक श्रीमंती असलेल्या या गच्चीला कोठावळ्यांच्या मनाच्या श्रीमंतीचीही साथ लाभली आहे.

महात्मा फुल्यांचा हौद

आचार्य अत्र्यांनी महात्मा ज्योतीराव फुले यांच्या जीवनावर एक चित्रपट काढला होता. तो साफ पडला तेव्हा अत्र्यांनी त्याची कारणमीमांसा केली. ते म्हणाले, 'मागासवर्गीय फुल्यांबद्दलचा चित्रपट म्हणून तो सवर्णांनी पाहिला नाही व सवर्णांनी तो काढला म्हणून मागासवर्गीयांनी पाहिला नाही! कर्तृत्ववान व्यक्तीचं चरित्र हे दडून राहत नाही. त्याला उशिरा का होईना महत्त्व येतं.'

पुण्यात त्या काळी पाण्याची सोय फक्त सदाशिव, बुधवार, नारायण, शनिवार या पेठांतच होती. गंजपेठेत दलितांना पाणी मिळत नव्हतं. अस्पृश्यांना जवळ करणं जेव्हा रूढीबाह्य समजलं जात होतं तेव्हा महात्मा फुल्यांनी दलितांसाठी हौद बांधला. ज्योतीबा फुल्यांनी सत्य आणि समता या तत्त्वांचा मनोभावे प्रचार केला. ते कट्टर देशभक्त होते. पुणे महानगरपालिकेत लॉर्ड रिपन यांना मानपत्र देण्याचा ठराव आला तेव्हा फुल्यांनी त्याला विरोध दर्शविला. लॉर्ड रे मार्केटलाही त्यांनी विरोध करून त्याच पैशात प्राथमिक शाळा काढावी असे सांगितले. पण मार्केट झाले. पुढे याच मार्केटला आचार्य प्र.के.अत्रे यांच्या प्रयत्नानं महात्मा फुले मंडई असे नाव दिले. तीच सध्याची पुण्याची सुप्रसिद्ध भाजी मंडई.

जोगेश्वरी बोळात भिडे वाड्यात त्यांनी मुलींची पहिली शाळा काढली. त्यांनी दलितांसाठी शाळा काढली त्याला प्रखर विरोध झाला. त्यासाठी त्यांनी घर सोडले व ३९५, मीठगंज येथे मांगवस्तीत येऊन राहिले. एकदा ते झोपले असता मागच्या दारावर आवाज आला. दोन माणसं कुऱ्हाडी हातात घेऊन आत आली होती. ते फुल्यांना मारणार तोच पत्नी सावित्रीबाई

मध्ये पडल्या. 'तुम्ही का मारताय?' विचारल्यावर ते म्हणाले-

"काही लोकांनी तुमाला मारायची सुपारी दिलीय. तुमचं शाळा शिकवन्याचं काम समाजाच्या भल्यासाठी बंद करावं आसं त्यांचं म्हननं हाय."

"तुमालाबी तसं वाटतंय?" सावित्रीबाई.

"आमाला काय कळत न्हाय. आमाला हजार रुपयं मिळणार हायत."

"माझ्या मरणानं तुमचा फायदा होणार तर मारा मला. गरीब जनतेची सेवा हे मी माझं पुण्य मानतोय. तेव्हा तुमच्या हातून मरण येणं चांगलंच!"

फुल्यांनी त्यांच्यापुढे मान केली. मारेकरी विचार करायला लागले. त्यांना पश्चात्ताप झाला. त्यांनी कुऱ्हाडी खाली टाकल्या. ज्योतीबांचे पाय धरले. त्या मारेकऱ्यांची नावं होती धोंडीराम नामदेव कुंभार आणि रोडे. नंतर ते दोघेही रात्रीच्या शाळेत शिकायला लागले. ज्योतीबांचे शरीररक्षक म्हणून रोडे काम पाहायला लागले तर कुंभार यांनी 'वेदाचार' नावाचा ग्रंथ लिहिला. स्त्रीशिक्षणाचं कार्य केल्याबद्दल ज्योतीबांचा विश्रामबाग वाड्यात मेजर कँडी यांच्या हस्ते सत्कार झाला होता.

'बालहत्या प्रतिबंधक गृह' हेही ज्योतीबा व सावित्रीबाई फुले यांनी त्यांच्या घरीच सुरू केलं. सर्वांना कळावं म्हणून जाहिराती छापून घेतल्या- 'काळं पाणी टाळण्याचा उपाय- ज्या बायांचे आडमार्गानं पाऊल पडून गर्भ राहिले आहेत त्यांनी ज्योतीराव गोविंदराव फुले यांचे घरी येऊन बाळंत होऊन जावे. बाळंतिणीचे नाव गुप्त राखण्यात येईल.' अशा जाहिराती पुण्याशिवाय आणखी पंढरपूर, वाई, काशी, नाशिक अशा तीर्थक्षेत्राच्या ठिकाणी लावल्या. अशा ठिकाणी मुली जीव द्यायला जायच्या. सावित्रीबाईंनी कित्येक कुमारी मातांची बाळंतपणं मायेनं केली.

महात्मा ज्योतीराव फुले २७ नोव्हेंबर, १८८९ साली दिवंगत झाले. लकडी पुलाच्या स्मशानभूमीत त्यांना श्रद्धांजली वाहताना न्यायमूर्ती रानडे म्हणाले-

"महात्मा फुले यांनी दिलेली दिव्य शिकवण, सत्य आणि अहिंसा धर्माचा संदेश सतत डोळ्यापुढे ठेवून महाराष्ट्राने आपला उद्धार करून घेतला पाहिजे."

गंजपेठेतील दीडशे वर्षांचा फुले वाडा पाहताना इतिहास डोळ्यापुढून सरवू लागतो.

दोन रमाबाई

सन १८५८ ते १९२४ या काळात महाराष्ट्रात दोन महान रमाबाईंनी स्त्री शिक्षण व सामाजिक सुधारणांसाठी मोठे कार्य केले. रमाबाई महादेव रानडे व पंडिता रमाबाई दास या त्या दोन रमाबाई होत.

पंडिता रमाबाई

यांचा जन्म गंगामुळा, कर्नाटक येथे २२-४-१८५८ रोजी झाला. बालपण माळेहरंजला गेलं. वडील अनंतशास्त्री डोंगरे वेदशास्त्रसंपन्न विद्वान होते. त्यांची विद्वत्ता पाहून म्हैसूरच्या महाराजांनी त्यांना पंचवीस हजार रुपयांची देणगी दिली होती. काश्मीरच्या महाराजांनी आणि नेपाळच्या नरेशांनीही त्यांचा सन्मान केला होता. पण दानधर्मामध्ये सारी संपत्ती गेली. अन्नान्न दशा झाली. गावोगाव भटकंती झाली. दारिद्र्य व उपासमारीनं वडिलांचं व पाठोपाठ आई लक्ष्मीबाईचं निधन झालं.

आपला भाऊ श्रीनिवास याच्याबरोबर रमाबाई दक्षिणेतून निघाल्या त्या उत्तरेत हिमालयाच्या परिसरात चालत गेल्या. तिथून पूर्वेस कलकत्त्यास आल्या. आगगाडी नाही. बैलगाडी नाही. चार हजार मैलांचा प्रवास या भावंडांनी पायी केला. प्रवासात अन्न नाही, पैसा नाही, जोडे नाहीत, छत्रीसुद्धा नाही. मीठ घालून उकडलेल्या भाज्या खात धर्मशाळेचा आश्रय घेत. ते साल होतं १८७८. वीस वर्षांच्या रमाबाईंनी दारिद्र्यात असतानाही ज्ञानाचा समुद्र आत्मसात केला होता. त्या अस्खलित संस्कृतमध्ये बोलत. पुराणातील अठरा हजार श्लोक तोंडपाठ म्हणत. पाणिनीचा पहिला भाग संपूर्ण ज्ञात होता. देवळातून पुराण सांगत.

कलकत्त्यातील सिनेट हॉलमध्ये रमाबाईचं अनेक विद्वानांच्या उपस्थितीत व्याख्यान झालं. साऱ्यांनी त्यांच्या विद्वत्तेचं मुक्तकंठानं गुणगान केलं. त्यांना 'पंडिता रमाबाई सरस्वती' ही पदवी बहाल केली. आसाममध्ये अनेक गावांतून त्यांची व्याख्यानं झाली. पुढे ढाका येथे त्या गेल्या. त्यांचं व्याख्यान ऐकून स्त्रियांना त्यांची दुःखं मांडणारं कोणी आहे याचं समाधान मिळालं. ढाक्याला रमाबाईंचे बंधू श्रीनिवास यांचं आजारपणात निधन झालं.

एकट्या पडलेल्या पंडिता रमाबाईंना महाराष्ट्रात बोलविण्याच्या प्रयत्नात काही पुढारी होते. त्याचवेळी रमाबाईंनी सिल्हेर येथील कोर्टातील वकील, बाबू बिपिन बिहारी दास यांचेशी लांकीपूर येथील रजिस्ट्रारपुढे रजिस्टर पद्धतीनं विवाह केला. महाराष्ट्रात ही बातमी समजताच धर्ममार्तंडांनी टीका सुरू केली. काही दिवसांतच रमाबाईंना मुलगी झाली. तिचे नाव मनोरमा ठेवलं. पण लग्न होऊन दीड वर्षातच रमाबाईंचे पती बिपिन बिहारीदास कॉलऱ्यानं निधन पावले.

मुंबईमार्गे रमाबाई पुण्याला आल्या. शुक्रवार पेठेत, सचिवांच्या वाड्याच्या पिछाडीस अभ्यंकरांच्या वाड्यात त्या उतरल्या. रमाबाई पुण्याला येण्यापूर्वी सहा दिवस आधी पुण्यात बिनबोभाटी स्त्री सभा भरली होती. सर्व स्त्रियांना रमाबाईंना पाहण्याची व ऐकण्याची उत्सुकता होती. या सभेला रमाबाई रानडेही उपस्थित होत्या.

पंडिताबाईंचं पहिलं पुराण रमाबाई महादेव रानडे यांच्या घरी झालं. पतीचा

पुराण आयोजनास पाठिंबा होता पण घरातून बाकी साऱ्यांचा विरोध होता. पंडिता रमाबाईंचे विचार व वक्तृत्व यांनी सारे जण भारावून गेले. शंकेखोर, टवाळखोर पुरुषांची चांगलीच जिरली. त्यांनी पुढे सांगितले, ''माझ्या व्याख्यानाला, पुराणाला जो कोणी पुरुष येईल त्यांनी आपली पत्नी, सून, बहीण, भावजय अशांपैकी घरची स्त्री बरोबर आणल्याशिवाय त्याला व्याख्यानाला बसता येणार नाही.''

महाराष्ट्रात सोलापूर, बार्शी, अहमदनगर, मुंबई, ठाणे, पंढरपूर वगैरे अनेक ठिकाणी जाऊन रमाबाईंनी आर्य महिला समाजाची स्थापना केली. पंडिताबाईंचा व्याख्यानांचा संग्रह 'स्त्री धर्मनीती' या नावानं प्रकाशित झाला.

डॉक्टर होण्यासाठी रमाबाई बोटीनं एप्रिल १८८३ मध्ये इंग्लंडला गेल्या. डॉक्टर होऊन भारतातील स्त्रियांची सेवा करण्याचा त्यांचा मनोदय होता. इंग्लंडमध्ये ख्रिस्ती धर्मातील सेवाभाव त्यांना प्रभावित करून गेला. त्यांनी ख्रिश्चन धर्म स्वीकारला. भारतातून टीकेची झोड उठवली गेली. तरीही त्या स्थिर राहिल्या.

अमेरिकेहून आनंदीबाई जोशी यांना डॉक्टर पदवी देण्याच्या समारंभाचं आग्रहाचं आमंत्रण रमाबाईंना होतं. रमाबाई अमेरिकेस गेल्या. भारतातील पहिली स्त्री आनंदीबाई जोशी अमेरिकेत जाऊन डॉक्टर होत होती. पदवीदान समारंभ उत्साहात पार पडला. त्यानंतर रमाबाईंची व्याख्याने होऊ लागली. तिथं त्यांनी 'The High Caste Hindu Woman' हे पुस्तक लिहिलं. त्या पुस्तकाच्या दहा हजार प्रती खपल्या.

सहा वर्षे परदेशात राहून रमाबाई भारतात परतल्या. मुंबईत शारदासदन ही उच्चवर्णीय बालविधवांसाठी शाळा काढली. स्त्रियांना समजेल अशा सोप्या भाषेत 'मूळज्ञान' नावाची पुस्तिका तयार केली. पुण्यातही शारदासदन सुरू केलं. पुण्यात रमाबाईंना खूप विरोध झाला. त्यांनी पुणं सोडलं आणि तीस मैलावर केडगावला आश्रम बांधला. मुलींच्या शिक्षणाचं कार्य चालू ठेवलं. या मुक्तिसदनात शिस्त, टापटीप होती. शेती, गोठा, छापखाना, हातमाग, जनरेटर, प्रार्थनामंदिर, दवाखाना, अंधांसाठी, वृद्धांसाठी, मुलांसाठी, अपंग, आजाऱ्यांसाठी बांधलेली निरनिराळी सदने होती. पंडिताबाईंनी नऊ विहिरी खणल्या होत्या. त्यातील दगडातून दोन हजार माणसं बसतील असं प्रार्थनामंदिर बांधलं होतं.

बादशहानं रमाबाईंना कैसर-ए-हिंद हे सुवर्णपदक बहाल करून त्यांच्या समाजसेवेचा बहुमान केला. अशा या पंडिता रमाबाईचं निधन ५-४-१९२२ रोजी झालं.

रमाबाई रानडे

सांगली जिल्ह्यातील देवराष्ट्रे गावी रमाबाई रानडे यांचा जन्म ५ जानेवारी, १८६२ रोजी झाला. त्यांचं माहेरचे नाव यमुना कुर्लेकर. बालवयातच विवाह झाला.

पुण्याचे महादेव गोविंद रानडे यांच्या प्रथम पत्नीचे निधन झाले होते. त्यांच्याशी यमूचा अकराव्या वर्षी विवाह होऊन ती रमाबाई रानडे झाली. सासरी सर्व वातावरण सनातनी होते. स्त्रियांनी शिकणे म्हणजे अधर्म मानला जाई. परंतु पती महादेव गोविंद रानडे हे सुधारक वृत्तीचे होते. आपल्या पत्नीनं तसेच सर्वच स्त्रियांनी शिकावं असं त्यांना वाटे. आपल्या घरी रमाबाईंना ते लिहायला- वाचायला शिकवू लागले. घरच्यांनी विरुद्ध बोलले तर ते ऐकून घ्यायचे. उलट उत्तर करायचे नाही. पण शिक्षण चालूच ठेवायचे असा उपदेश त्यांनी रमाबाईस केला होता. तो त्यांनी पूर्ण संयम बाळगून पाळला.

महादेव गोविंद रानडे हे मुंबईमध्ये न्यायमूर्ती म्हणून कार्यरत झाले. रमाबाई मुंबईस आल्या. स्त्रीशिक्षणाचे कार्य जरा मोकळेपणानं करता येऊ लागले. सुधारक वृत्तीच्या 'प्रार्थना समाज' या संस्थेचे त्या काम करू लागल्या. बालविधवांना, अनाथ महिलांना शिक्षण देण्यासाठी त्यांनी आर्य महिला समाज या संस्थेची स्थापना केली.

महिलांना केवळ लिहायला-वाचायला येऊन थांबायचे नाही असा निर्धार त्यांनी व्यक्त केला. महिला अर्थार्जन करू लागल्या तर त्यांना सन्मान प्राप्त होईल हे त्यांनी ओळखलं. मुलींसाठी शिवणयंत्राचे वर्ग चालवत. पंडिता रमाबाई यांची 'स्त्रीउद्धार' या विषयावरील व्याख्यानं आयोजित केली. महिलांमध्ये जागृती निर्माण केली. सन १९०१ मध्ये महादेवरावांचे निधन झाले. सत्तावीस वर्षांचे सहजीवन संपले.

पती निधनानंतर त्या पुण्यास आल्या. फुले मार्केटजवळ त्यांचे घर होते. 'स्त्रीशिक्षण व विकास' हे कार्य त्यांनी पुन्हा जोमानं सुरू केलं. अनाथ महिलांना राहण्याची, शिक्षणाची सोय केली. सेवासदन संस्थेच्या अध्यक्षा झाल्या. त्या माध्यमातून अनेक स्त्रियांना आधार मिळाला. त्या स्वबळावर अर्थार्जन करू लागल्या. आजारी माणसाची सेवाशुश्रूषा स्त्रीच चांगल्या पद्धतीनं करू शकते, हे जाणून त्यांनी स्त्रियांना नर्सिंग शिक्षण देण्याची सोय केली. त्यासाठी समाजातून होणाऱ्या विरोधाची पर्वा केली नाही. आजारी स्त्रियांना स्त्री नर्सेसची सेवा मिळाल्यानं त्यांना फार मोठा दिलासा प्राप्त झाला.

स्त्रियांसाठी शिक्षण देणारी हुजूरपागा शाळा त्यांनी सुरू केली. विशेष म्हणजे दूरदर्शनवरील 'उंच माझा झोका' या मालिकेत काम करणारी कलाकार याच शाळेत शिकत आहे. पंडिता रमाबाईंच्या स्त्रीविकासाच्या कार्यास या रमाबाईंनी सतत पाठिंबा दिला. त्यांनी लिहिलेल्या महादेवरावांच्या सहवासातल्या आठवणी 'आमच्या आयुष्यातल्या आठवणी' या नावानं प्रसिद्ध झाल्या. पत्नीनं आपल्या पतीबद्दल अशा आठवणी लिहिण्याचा भारतातील हा पहिलाच प्रयोग होता. येरवडा तुरुंगाच्या १९०४ मध्ये त्या मानद अधीक्षक झाल्या. दर १५ दिवसांनी त्या तुरुंगातील स्त्री कैद्यांना

भेटायच्या. त्यांच्या कामाची, खाण्यापिण्याची, विश्रांतीची चौकशी करायच्या. त्यांच्या मुलांच्या व्यवस्थेचीही चौकशी करायच्या. संतांचे अभंग सोपे करून कैद्यांना सांगायच्या. स्त्री कैद्यांच्या मुलांना सणासुदीला गोड पदार्थ द्यायच्या. गुन्हेगार स्त्रियांना साक्षरतेचे धडे द्यायच्या.

अशा या रमाबाई रानडे यांचे निधन १९-४-१९२४ रोजी झाले. आपल्या मृत्युपत्राद्वारे त्यांनी आपली संपत्ती सेवासदन संस्थेस दिली.

सार्वत्रिक विरोध असताना त्या काळात या दोन रमाबाईंनी स्त्रीसुधारणेचे जे मौलिक कार्य केले, त्यासाठी मनाचा निर्धार केला हे पाहिले म्हणजे त्यांच्याबद्दलचा आदर द्विगुणित होतो.

सवारी गेट

औंध संस्थानाकडून येणाऱ्या गाड्या आता जिथं स्वारगेट स्टेशन आहे तिथं थांबायच्या. मग तिथून लोक गावात यायचे ते टांग्यानं. या टांगेवाल्यांना सवारी मिळायच्या त्या या गेटावर. म्हणून त्याला 'सवारी गेट' म्हणायचे. त्याचंच पुढे झालं स्वारगेट. इथून लकडी पुलापर्यंत जातो तो टिळकरोड. आठवणी चांदण्यांसारख्या असतात. कोणती केव्हा लुकलुकेल सांगता येत नाही. या टिळकरोडवर फेरफटका मारला तर याचीच प्रचिती येते.

सुभाषनगर आणि सरदारजीचं काम!

लग्नात अहेर केल्यावर प्रतिअहेर करण्याची पद्धत आहे. म्हणजे ताट अहेर म्हणून दिले तर ताटली प्रतिअहेर म्हणून मिळायची. माधवराव पेशव्यांच्या लग्नात प्रतिअहेर म्हणून सरदार पुरंदऱ्यांना भेट म्हणून मिळालेली ही जमीन. पूर्वी पुरंदरे कॉलनी म्हणायचे. आता झालं सुभाषनगर. इथं आमच्या बँकेतले आमचे सहकारी अविनाश देशमुख राहतात. प्रा. वसंत कानेटकरांचं 'आम्हीच आमचे बाप'चं नाट्यवाचन त्यांच्या गच्चीवर ऐकलं. पण अविनाश देशमुख म्हणजे 'रायगडला जेव्हा जाग येते' हेच आठवतं. या 'रायगडा' वरून आठवलं. या नाटकाला मराठी माणसांचं येणं समजू शकतं. पण एकदा एक सरदारजी या नाटकाला आलेला पाहून, नाटक संपल्यावर आनंदित झालेल्या प्रा. वसंत कानेटकरांनी त्याला प्रतिक्रिया विचारली. त्याचं उत्तर संस्मरणीय आहे-

"मैं तो इस नाटकको बारबार आता हूँ। इसमे बडे सरदारजी और छोटे सरदारजी दोनोंका काम अच्छा हो गया है।"

एस.पी.मध्ये अत्रे

'एस.पी.कॉलेज' म्हणजे विनोदानं म्हटलं जायचं, 'सुंदर पोरींचं कॉलेज'. पण विनोद हा अपेक्षाभंगातून होतो. इथं मात्र वस्तुस्थितीच तशी आहे! युवक युवतींची जशी जा-ये तसेच इथं कितीतरी कार्यक्रम चाललेले असतात. स्नेहसेवा संस्थेतर्फे आम्ही रक्तदान कार्यक्रम घेतला तो इथंच. बँक ऑफ महाराष्ट्रतर्फे जिल्हा वेट लिफ्टिंग स्पर्धा, शिवाय खो-खो स्पर्धा घेतल्या त्या इथंच. एस.पी.चं मैदान म्हणजे शहरातलं सर्वांत मोठं मैदान.

या कॉलेजच्या सभागृहात एकदा आचार्य अत्र्यांचं भाषण होतं. त्यांनी भाषणाला सुरुवात केली -

"सभ्य गृहस्थ हो..."

"ओ." एक वात्रट युवकानं आवाज दिला.

"मी तुम्हाला नाही म्हटलं. सभ्य गृहस्थांना म्हटलं." हजरजबाबीपणानं अत्र्यांनी उत्तर दिलं.

एखाद्या वाक्यानंसुद्धा श्रोतृवर्गाला काबीज करण्याचं सामर्थ्य आचार्य अत्र्यांच्या वाणीत होतं.

मधुसूदन कालेलकरांना नानावटी खून खटल्यावर आधारित 'अपराध मीच केला' नाटक लिहायचं होतं. त्याच वेळी आचार्य अत्र्यांचं काझी खटल्यावर

आधारित 'तो मी नव्हेच' जोमानं चाललेलं. कालेलकर अत्र्यांना भेटायला गेले अन् म्हणाले, "मला नानावटी खटल्यावर आधारित नाटक लिहायंच. पण लोक तुमच्या नाटकाशी तुलना नाही ना करणार?" आचार्य अत्र्यांनी त्यांना प्रोत्साहन देऊन नाटक लिहायला सांगितलं, वर मराठामधली सगळी कात्रणं उपलब्ध करून दिली.

'अपराध मीच केला' नाटकाचं उद्घाटन आचार्य अत्र्यांच्या हस्ते होतं. पडद्याला रिबन लावलेली, ती कापून नाटकाचं उद्घाटन जाहीर करणं एवढाच कार्यक्रम. आचार्य अत्र्यांनी हातात कात्री घेऊन पडद्याबाहेर डोकं काढलं अन् म्हणाले -

"रसिकहो, कुठलीही गोष्ट कापल्याशिवाय जन्माला येत नाही. म्हणून मी हे कापतो. आणि नाटकाचा जन्म झाला असे जाहीर करतो."

टाळ्यांच्या कडकडाटानं दाद मिळाली.

एस.पी. जवळच ना.सी.फडक्यांचा 'दौलत' बंगला. प्राध्यापक प्रणयरम्य कथांचे कादंबरीकार. 'प्रतिभासाधन'सारखा मौलिक ग्रंथ मराठी साहित्याच्या अभ्यासकांना मिळवून देणारे, उत्कृष्ट वक्ते असे फडके इथं राहत असं मनात आलं तरी बरं वाटतं. प्रा. फडके घरात येरझाऱ्या घालत कादंबरीचे शब्द सांगत. लेखनिक लिहून घेत. हे चित्रही डोळ्यापुढे येतं. 'कलेसाठी कला' ही आपली बाजू त्यांनी कितीही टीका झाली तरी सोडली नाही. त्यांचं वक्तृत्व म्हणजे उत्कृष्ट तयारीचं उदाहरणच. टीकाकार त्यावर म्हणत-

'फडके भाषणाची इतकी तयारी करीत की जर टिपणामध्ये त्यांनी अर्धविराम दिला असेल तर तिथं ते थांबून पाणी पीत!'

दुर्गा भागवतांसारख्या ज्येष्ठ लेखिकेनं म्हटलंय, कालिदास म्हणजे संस्कृतातला ना.सी.फडके. प्रसिद्ध कथालेखक पु.भा.भावे राहत तो 'कोंदणं' बंगला टिळक पथावरच. स्वातंत्र्यवीर सावकरांवर 'काळे पाणी' लिहिलं गेलं ते इथंच. जवळच राहत होते गीतकार सुधीर फडके उर्फ बाबूजी. पुण्यात सुदर्शन हॉलमध्ये दरवर्षी पु.भा.भावे कथाकथन स्पर्धा भरते. एक वर्ष मीही त्यांची 'सार्थक' ही कथा सांगितली. कथा निवडीच्या निमित्तानं आणखी काही कथा वाचायला मिळाल्या हा खरा लाभ.

गीतरामायणाला पंचवीस वर्षे पूर्ण झाल्यावर न्यू इंग्लिश स्कूलवरच्या पटांगणावरचा जसा कार्यक्रम अनुभवायला मिळाला तसाच गरवारे महाविद्यालयाच्या पटांगणावरचा स्वातंत्र्यवीर सावरकर स्मारक निधीसाठी आयोजित केलेला बाबूजींचा गीतरामायणाचा कार्यक्रमही. टिळक पथावरच्या त्यांच्या निवासस्थानावरून चाललं की हे मनात येऊन जातं.

मधुकर पाठक, व्यंकटेश माडगूळकर हे राहत पंतांच्या गोटातील त्यांच्या खोलीत. त्यांच्याकडे ग.दि.मा. येत. रामजोशी चित्रपट एवढा गाजला की, ग.दि.मां.चं

नाव अगदी सर्वसामान्यांपर्यंत पोहोचलं. मधुकर पाठक आणि कं. ची आर्थिक स्थिती तेव्हा बेताचीच होती. चहावाल्याची उधारी राहायची. तो पैशासाठी तगादा लावायचा. अशा या काळात एकदा ग.दि.मा. या खोलीवर आले. येताना त्या हॉटेलवाल्यानं पाहिलेलं. त्यानं आनंदानं खोलीवर चहाच काय भजीसुद्धा पाठवली. तो स्वत: ग.दि.मां.ना बघायला खोलीवर येऊन गेला. ग.दि.मां.च्या या प्रसिद्धीमुळे पुढे चहावाला मधुकर पाठकांना उधार देऊ लागला!

स्नेहसेवा

पुण्याहून सोलापूरला बदली झाल्याचं पत्र हाती पडलं. पुणं सोडताना जर सर्वांत वाईट कशाचं वाटलं असेल तर तो 'स्नेहसेवा' या संस्थेतील मित्रांचा सहवास दुरावला म्हणून. पुण्यात ज्याला चांगलं जगायचंय त्यानं या संस्थेत सामील व्हायला हवं. एस. पी. कॉलेजच्या मागील बाजूस बी. एड. कॉलेज आहे. तिथं दर मंगळवारी मीटिंग होते. रात्री ९ ला कार्यक्रम सुरू. एखादा वक्ता येतो. त्याचे विचार, प्रश्नोत्तरं. सव्वादहाला कॉफी किंवा ऋतुमानाप्रमाणं उसाचा रस असा नेटका कार्यक्रम. सदस्य होते सुमारे एकशे पाच. पण कार्यक्रमाला असायचे तीस-

चाळीस. या संस्थेनं सिंहगड रस्त्यावर खानापूरला कँपसाठी कायम जागा घेतलीय. कडेनं नदी वाहतीय. स्वयंपाकासाठी किंवा निवाऱ्यासाठी शेड बांधलीय. कार्यक्रमासाठी बाहेर एक शेड आणि शिबिरार्थींसाठी तंबू असा सारा लवाजमा आहे. दरवर्षी उन्हाळ्याच्या सुट्टीत इथं होणाऱ्या शिबिराला येणाऱ्या मुलांत मुंबईची संख्या बऱ्यापैकी असते. मी एकदा प्रश्नमंच कार्यक्रम घेतला. त्यानंतर मुलं सांगत होती, 'एवढा अंधार मी प्रथमच पाहिला.' खरंच मुंबईतून गडद अंधाराचं आकाश दिसणं दुर्मीळच. स्नेहसेवामधले एक ज्येष्ठ सदस्य-डॅडी चांदवलकर मुलांना युद्धकथा सांगायचे. ते मुलांना इतके जवळचे झाले की 'उद्या कँप संपणार' या कल्पनेनं मुलांच्या आणि डॅडींच्याही डोळ्याला पाणी आलं.

स्नेहसेवेचा आणखी एक मस्त उपक्रम म्हणजे आजी-आजोबा शिबिर. सकाळी बसनं आजी-आजोबा या ठिकाणी यायचे. चहा-नाष्टा, भोजन अगत्यानं दिलं जायचं. लहानपण आठवेल असे खेळ. दुपारी सुप्रसिद्ध विनोदी कथाकार द.मा.मिरासदार यांचं बहारदार कथाकथन. त्यानंतर अर्ध्या तासाची मी उपस्थितांकडून ध्यानधारणा करवून घ्यायचो. अशा कार्यक्रमांमुळे मी स्नेहसेवेत एकरूप होऊन गेलो. इथं सारे जण मनापासून काम करणारे. शंभर रुपयाची सेवा अन् हजार रुपयाचे फोटो असला प्रकार नाही. कार्यक्रमात वेळेचं भान पाळणारे, हेही महत्त्वाचे. कार्यक्रमांची तर रेलचेल असायची. आंतरराष्ट्रीय कीर्तीचे शास्त्रज्ञ जयंत नारळीकर यांची व्याख्यानं आयोजित व्हायची. ते या संस्थेचे सभासदही आहेत.

साहित्यिका मंगला गोडबोले यांच्याशी झालेल्या साहित्यिक गप्पाही स्मरणीय आहेत.

या संस्थेच्या सभासदांत जे कोथरूडला राहायचे त्यांचा आणखी एक गट स्थापन झालेला- कोथरूड गट. साधारणतः वीस जणांचा. हा गट दरमहा एका सदस्याच्या घरी जमायचा. सर्वांनी आपआपल्या घरी जेवून रात्री नऊला एकाच्या घरी यायचं. तिथं चहा, कॉफी, शेंगा, बिस्किटं, भेळ यातलं काहीतरी असायचं. खाण्याला फारसं महत्त्व नव्हतं. किंबहुना एखाद्यानं खाण्याचा थाट मांडला तर त्याला तसं न करण्याची प्रेमळ सूचना मिळायची. तिथं चालणाऱ्या गप्पा होत्या त्या अविस्मरणीय. आखीव विषय नसायचा. पण हास्यविनोदात रमण्याचे ते क्षण. आमच्या त्या गटात माधवी वैद्य या, एस.एन.डी.टी. मधल्या प्राध्यापिका शिवाय नाट्यक्षेत्रात नावाजलेल्या, आल्या की साऱ्या मैफलीचा ताबा त्यांच्याकडे आपोआप जायचा.

"माधवी, उद्या वटपौर्णिमा आहे." कोणीतरी किल्ली दिली.

"मी नाही बाई करत वडाची पूजा. एक जन्म ठीक आहे. सात जन्म हाच नवरा कशाला? आमची कामवाली बाई नवऱ्याबद्दल तक्रार करते तो मारतो म्हणून. मी तिला म्हटलं, 'तू कशाला वडाची पूजा करतेस? मीसुद्धा करत नाही.' तर ती कशी विचारते पहा- बाई, तुमचा नवराही असं काही वागतो का?"

कलियुगातही काही आदर्श माणसं आहेत हे पाहायचं असेल तर ताम्हणकर पती-पत्नीचं कार्य पाहायला हवं. हिंगणे स्त्री संस्थेतील गरीब मुलींना आहारात दही, ताक हे पदार्थ मिळावे म्हणून त्यांनी ती योजना पूर्णत्वाला नेली. स्वत:च्या घरी एका मुलीचा सांभाळ करून तिचा संसार थाटून देईपर्यंत पालकत्व स्वीकारलं. अजून तिला हक्काचे माहेरपण लाभावे म्हणून हे घर आहेच. अशा माणसांचा सहवास लाभलेली ही स्नेहसेवा!

प्र.बा.जोग

१९६८ची गोष्ट. टिळक रोडजवळच्या चिमणबागेत मी प्रा. चंद्रकांत माणकीकर या माझ्या मामांकडे काही दिवस होतो. घरमालक होते श्री.प्र.बा.जोग, वकील. त्यांच्या बंगल्याचं एके काळी नाव होतं 'मोरारजी कृपा'. मोरारजी देसाईंनी प्रथम दारूबंदी कायदा केला. त्यामुळे जोग वकिलांना जोरानं कोर्टाची कामं मिळायला लागली. म्हणून त्यांनी आपल्या निवासस्थानाचं असं नामांतर केलं. त्यांच्या या घरावर एक फलक होता- खुल्लम खुल्ला प्रकटन. ज्यांचे माझ्याशी जमत असेल त्यांनी यावे. इतरांनी कटावे. 'कटण्याचा मार्ग' असे लिहून बाहेरच्या बाजूला बाणांनी दिशा दाखविलेली. त्यांच्या घरात प्रवेश करायचा तर दारातून जिन्यात लावलेला नियमावलीचा फलक दृष्टोत्पत्तीस यायचा. त्यातले काही नियम-

१. मला भेटण्याच्या वेळा-कामासाठी अमुक अमुक.
   खासगी कामासाठी अमुक अमुक.
   याखेरीज कोणीही कोणत्याही कारणासाठी भेटू नये.
२. लक्स-फिक्स, इना-बिना इ. विक्रेत्यांनी येऊ नये.
३, वर्गणी, देणगी इ. मागण्यासाठी कोणी येऊ नये.
४. लग्न, मुंज, सत्यनारायण यांची आमंत्रणे देण्यास आत येऊ नये. ती पत्रपेटीत टाकावीत. मला मिळतील.
५. व्याख्यानासाठी आमंत्रण करण्यास आला असाल तर मानधन रुपये शंभर व जाण्यायेण्याचे प्रथम वर्गाचे भाडे आगाऊ आणले असेल तरच भेटावे.
६. पत्ता वगैरे विचारण्यास येऊ नये.
७. बेल हळूच व एकदाच दाबावी.

असे काही नियम लिहून शेवटी म्हटलेलं- गेल्या काही वर्षांत झालेल्या त्रासांमुळे हे नियम घातले आहेत. ते पाळून सहकार्य करावं.

वर्तमानपत्रं टाकणाऱ्यांनी घरात न येता बाहेरच्या पेटीत ती टाकायचा नियम होताच. पण दूधवाल्यानंही घरात येऊ नये म्हणून त्यांनी वेगळी व्यवस्था केली

होती. त्या वेळी आत्तासारख्या दूधाच्या पिशव्या नव्हत्या. त्यांनी दाराशी एक पत्र्याची पेटी केली होती. त्यामध्ये किती दूध हवे त्या आकाराचे स्टीलचे पातेले ठेवायचे. त्या पेटीची एक किल्ली दूधवाल्याकडे आणि एक जोगांकडे.

घरात प्रवेश केल्यावरही नियमांचे बोर्ड दिसायचेच. त्यांच्याशी बोलताना ते त्यांच्या पुढ्यातील पेपरवेटसारखे वापरले जाणारे बोर्ड अशा तऱ्हेनं फिरवायचे की समोरच्यास योग्य समज मिळेल. 'आपले म्हणणे थोडक्यात मांडा.' 'काम झाले असल्यास उठावे' इ.

श्री. जोग अतिशय कडक शिस्तीचे. घरातली वस्तू वेळच्या वेळी सापडावी म्हणून त्यांनी एक वही करून त्यामध्ये अनुक्रमणिका तयार करून प्रत्येक वस्तू नोंदविलेली. ती कुठं ठेवलीय याचा तपशीलही तिथंच उपलब्ध. घरातील मुले, पत्नी यांचे काही चुकल्यास त्यांना आवश्यकतेनुसार धडा शिकविण्यासाठी घरात छडीही असायचीच. पुन्हा वहीत छडी पूर्व भिंतीवर, खुंटीवर ठेवलीय अशीही नोंद आहेच. घरात लागणाऱ्या सर्व वस्तू ते विकत आणत. कोणाकडेही कोणतीही गोष्ट ते उसनी मागत नसत.

एकदा जवळच्या एका इमारतीवर रात्री भजन चाललं होतं.

"तुमच्या भजनामुळे माझी झोपमोड होतेय. तुम्ही भजन बंद करा."

"आमच्या गच्चीवर आम्ही काहीही करू. तुम्ही कोण आम्हाला सांगणार?"

दुसरे दिवशी प्र.बा.जोगांनी पाहिलं की पुन्हा भजन चाललंच आहे. त्या वेळी वारा जोगांच्या गच्चीकडून भजनवाल्यांच्या गच्चीकडे वाहत होता. त्याचा फायदा घेऊन जोगांनी गच्चीवर तिखट मिरच्या जाळल्या.

"अहो, तिथं मिरच्या कोण भाजतंय? इकडं आम्हाला ठसका बसतोय. भजनात व्यत्यय येतोय."

"आम्ही आमच्या गच्चीवर काहीही करू. तुम्ही कोण आम्हाला सांगणार?"

शेजारी घराजवळ वाटेतच कचरा टाकायचे. एकदा त्या कचऱ्यातली पाकिटं वाचून त्यावरील पत्त्यावरून हा कचरा कोण टाकतं याचा छडा जोगांनी लावला. त्यांनी तो कचरा पुन्हा कागदात बांधून ज्यांनी टाकला त्यांच्या गच्चीत टाकला. त्यामुळं कचरा टाकणारे समजायचं ते समजलं.

जोगांनी 'मी कसा भांडतो' हे पुस्तक लिहून त्यात सहाशे भांडणं दिलीत. तसेच त्यांचं 'पुण्यातील चारशेवीस वकील व मी' हेही पुस्तक गाजलं.

पुण्यातल्या वसंत व्याख्यानमालेत व्याख्यान द्यायला त्यांना बोलवायचे नाहीत म्हणून त्यांनी स्वतंत्र पसंत व्याख्यानमाला काढली. त्यांचा मुलगा गाडी चालवायचा. हे टपावर केलेल्या आसनावर बसायचे. कंडक्टरप्रमाणे घंटी वाजवली की गाडी थांबायची. मग ते स्वत:च्या भाषणाची स्वत:च जाहिरात करायचे, "माझ्या मित्रमैत्रिणींनो,

आपण काहीही करत असाल तर क्षणभर थांबा व मी काय सांगतो ते ऐका. आज अमुक ठिकाणी माझं अमुक विषयावर व्याख्यान आहे. उद्या व परवाच्या माझ्या व्याख्यानाचे विषय आहेत...''

बहुधा तीन व्याख्यानांची यांची पसंत व्याख्यानमाला असायची. शनिवारवाड्यावर यांचं 'जिगरी दोस्त' या चित्रपटावर व्याख्यान झालं होतं म्हणे. त्यातील एक नाचही त्यांनी तेव्हा उदाहरणादाखल करून दाखवला. स्व. पंतप्रधान श्रीमती इंदिरा गांधी यांच्याबद्दल भाषणात काढलेले उद्‌गार अश्लील आहेत म्हणून त्यांना साडेतीनशे रुपये का काहीसा दंड झाला होता.

एकदा साताऱ्यात मी त्यांचं पसंत व्याख्यानमालेतलं भाषण गांधी मैदानावर ऐकलं होतं.

अगदी सुटाबुटात ऐटीत आले. खणखणीत आवाजात श्रोत्यांना मनमुराद हसवत भाषण झालं. पोलिसांनी परवानगी देताना वेळेचं बंधन घातल्याचं त्यांनी सांगितलं व ते त्यांनी पाळलंही.

दुसरे दिवशी चट्ट्यापट्ट्याचा मॅनीला व पँट घालून आले. ते म्हणाले, ''काल पहिला दिवस म्हणून मी तुमच्यावर इंप्रेशन मारायला सुटाबुटात आलो. पण फार गरम होतंय म्हणून आरामशीर नटासारखा मॅनीला घालून आलोय. हे भाषण फुकट आहे. याला काही तिकीट नाही. तुम्ही सगळे बसून ऐकणार. मग मी उभं राहून का बोलायचं?'' असा सवाल करून ते टेबलावर मांडी घालून बसले अन् भाषण ठोकलं.

तिसरे दिवशी त्यांच्या प्रथेनुसार मुलगा बोलायला उभा राहिला. यांच्या व्याख्यानाला अध्यक्ष त्यांचा मुलगाच असायचा. तो म्हणाला, ''बाबांचं भाषण झाल्यावर कोणीही थांबत नाही म्हणून अध्यक्षीय व आभाराचं भाषण नेहमीप्रमाणं मी सुरुवातीलाच करून घेतो. तुम्ही सर्व जण आलात याबद्दल आभार आणि आमचे बाबा नेहमीच्या मानानं कमी वात्रट बोलले म्हणून त्यांचेही आभार...''

प्र.बा. म्हणाले, ''मला नऊ वाजेपर्यंत बोलायची पोलिसांनी परवानगी दिलीय. पण आज ते अडवेपर्यंत बोलायला हरकत नाही. कारण तेवढाच जास्त वेळ पदरात पडेल आणि उद्यापासून मला त्यांच्या परवानगीची गरज नाही. कारण आजचं अखेरचं भाषण आहे! मी अश्लील बोललो म्हणून मला पुण्याला दंड केला. पण आज सिनेमातून जे दाखवतात ते चालतं. मला जे पाहिजे ते मी बोलणारच. दंडाइतकी रक्कम खिशात ठेवूनच मी भाषणाला उभा असतो. इथं जे पोलिस असतील त्यांनी लक्षात घ्यावं. भाषण करताना अडवता येत नाही. भाषण झाल्यावर दावा दाखल करून निकाल लागल्यावर ते सिद्ध झालं तर दंड असतो.''

वकिलीपूर्वी प्र.बा.जोगांनी एकदा खानावळ काढली होती. आचारी सगळं करायचा. त्यानं वाढल्यावर मालक म्हणून प्र.बा.जोग कौतुकानं जाऊन तूप वाढायचे.

तेव्हा आचाऱ्यानं त्यांना आत बोलावून घेतलं अन् म्हणाला-

"एवढा चमचा भरभरून तूप वाढलंत तर आपलं दिवाळं वाजेल. इकडं आणा तो चमचा!"

त्यानं चमचा घेऊन तो वरवंट्यानं ठेचून सपाट केला व त्यांच्या हातात देत म्हणाला-

"आता वाढा!"

वरील साऱ्या विवेचनावरून प्र.बा.जोग विक्षिप्त व लहरी वाटतील. पण ते तितकेच बुद्धिमान, कष्टाळू होते. ते पुण्याचे उपमहापौर होते. त्यांच्या एका व्याख्यानात ते म्हणाले-

"कोण म्हणतो या देशात बेकारी आहे. भरपूर कामं आहेत. काम करायची युवकांची तयारी हवी. मी घरावर बोर्ड लावला होता येथे कोणतेही काम करून मिळेल. एक दिवस फर्ग्युसन कॉलेजचे प्राचार्य तुळपुळे यांचा निरोप आला. त्यांच्या घरात खूप झुरळं झालेली. ती त्यांना मारून हवी होती. मी हो म्हटलं. त्याचे तीन रुपये पडतील सांगितलं. त्यांच्या घरातल्या कपाटातलं सामान बाहेर काढून औषध फवारून दिलं. अर्धी बादली भरतील इतकी झुरळं मारली. पैसे घेऊन घरी परत.

"एकदा पुण्यात एक मारवाडी स्त्री वारली. अंत्यसंस्कार करण्यासाठी तिचं शव स्मशानात नेलं. सगळे आप्तस्वकीय जमले. दहन करण्यापूर्वी असं लक्षात आलं की ती स्त्री गरोदर असताना मृत झाल्यानं प्रथेप्रमाणे तिचं दहन करता येणार नाही. तिच्या पोटातील मूल बाहेर काढून मग तिचं दहन करावं लागेल. हे काम करणारा एक ठरावीक न्हावी होता. त्याला आणायला काही जण गेले तर कळले की तो मारवाडात गेलाय. मग काही जण गावातल्या डॉक्टरांकडे गेले व ऑपरेशन करून मूल बाहेर काढून द्या म्हणू लागले. डॉक्टरांनी सांगितलं, ते शव घेऊन ऑपरेशन थिएटरमध्ये या. पण प्रथेनुसार स्मशानात नेलेले प्रेत बाहेर आणता येत नाही. साऱ्यांनाच उशीर व्हायला लागला. तेवढ्यात एकाच्या लक्षात आलं. कोणतेही काम करून मिळेल, असा बोर्ड लावणारे प्र.बा.जोग आहेत. मग मंडळी माझ्याकडे आली. काम ऐकल्यावर मी मनातून चरकलोच. पण तरीही हो म्हटलं. मी डॉक्टर नव्हतो. पण प्रेत फाडूनच मूल बाहेर काढायचं असल्यानं हो म्हटलं. वडील डॉक्टर होते. त्यांची बॅग माळ्यावर चढून शोधून काढली. बॅगेतून धारदार कात्री, सुरी, दाभण, दोरा, सुतळी असं सामान घेऊन डॉक्टरच्या रुबाबात गेलो. स्मशानात सारे वाटच पाहत होते. तिथल्या दोघा लोकांना आडवं धोतर धरायला लावून आडोसा निर्माण केला. मूल बाईच्या पोटात असतं हे माहीत असल्यानं सुरी खूपसून मी पोट कापलं. त्यातल्या रक्तानं हात बुळबुळीत होत होते. सुरी धरणं अवघड होत होतं. जवळच्या काखेत हात घासून कोरडे करून पुन्हा काम सुरू केलं. मूल बाहेर काढून

दिलं. दाभणीच्या साहाय्यानं पुन्हा पोट शिवून दिलं. तिथं जमलेल्या लोकांची सुटका झाली.

"माझा आकार मला मिळाला. इतकंच नाही तर तिथं जमलेल्यातल्या एकानं मारवाडी असूनही मला पाच रुपये बक्षिसी दिली. युवकांनो, हिम्मत असेल तर कामं आहेत. मी बेकार आहे म्हणून रडत बसू नका."

आपल्या मृत्यूनंतर स्मशानात कोणीही भाषण करू नये. आपणच तयार केलेली कॅसेट त्या वेळी लावावी ही त्यांची सूचना होती. ते वरचेवर कॅसेटमध्ये योग्य तो बदल करीत.

जोग क्लासेस ही पुण्यातील प्रसिद्ध संस्था त्यांच्या मुलाची. त्या क्लासची जाहिरात पाहिली किंवा चिमणबागेतून त्यांच्या घरावरून चाललो की मला प्र. बा. जोगांची निश्चित आठवण येते.

महाराष्ट्र मंडळ

एक ऑगस्ट आणि लोकमान्य टिळक पुण्यतिथी हे समीकरण लहानपणापासून मनात वसलेलं. शाळेत त्या वेळी टिळकांवर भाषण करणं व त्यासाठी घरी त्याची तयारी करणं हे अगदी ओघानं यायचं. घरच्या तयारीत वाक्यंही ठरलेली असायची. 'चिखलातून जसे कमळ उगवावे तसा बाळ गंगाधर टिळक यांचा जन्म चिखली या गावी झाला.' हे वाक्य चिखल आणि चिखली यांना ओढून ताणून जवळ आणणारे. मग हीच सवय पुढे राहून कोणत्याही पाहुण्यांची ओळख करून देताना यांच्या नावातच आनंद आहे नाहीतर विजय आहे असली प्रास्ताविके होत राहतात. वास्तविक त्या पाहुण्यांच्या स्वभावाचा आणि आनंदी वृत्तीचा विचार केल्यावर सगळा आनंदच असण्याची शक्यता. पण नावावर कोटी केल्याशिवाय भागत नाही ना? नावावर कोट्या आजवर का कमी झाल्यात! पण त्या उच्च कोटीच्या असल्या तर दाद घेऊन जातात. ना. सी. फडक्यांना एका विद्यार्थिनीनं एक कविता दाखविली व ओळख करून देताना म्हणाली-

"माझं नाव युगंधरा."

"बरंच मोठं आहे की."

"पण मला नुसतंच युगाताई म्हणतात." युगंधराचा अर्थ न कळल्यानं ती असं म्हणाली की काय कोण जाणे?

"नशीब तुम्हाला फक्त धराबाई धराबाई असं कोणी म्हणत नाही ते!"

नाट्यकलाकार शंकर घाणेकर म्हणायचे, "नाव असावं तर कसं, माधव मनोहर, सदैव मनोहर. नाहीतर आम्ही! दिवसातून तीनदा अंघोळ केली तरी घाणेकर!"

काहीही असो, एक ऑगस्टमुळे शाळेत मुलांच्या वक्तृत्वकलेचा पाया घडवायला मदत होते हे निर्विवाद सत्य. पुण्यात टिळक पुण्यतिथीचा कार्यक्रम टिळक स्मारक मंदिरात असतोच. त्यानिमित्त उल्लेखनीय समाजकार्य करणाऱ्या व्यक्तीला टिळक पुरस्कार प्रदान करण्यात येतो. या कार्यक्रमाला राज्यपाल किंवा अन्य मोठी व्यक्ती उपस्थित असते. हा मोठा कार्यक्रम झाला की तेथील प्रमुख पाहुणे हे महाराष्ट्र मंडळात टिळक पुण्यतिथीच्या कार्यक्रमाला प्रमुख पाहुणे म्हणूनच येतात. नकळत असा पायंडाच पडलाय. या मंडळाचे कार्यवाह श्री. रमेश दामले यांनी मला कायमचं आमंत्रण देऊन ठेवलंय- 'एक ऑगस्टला ज्या ज्या वेळी पुण्यात असाल तेव्हा रात्री साडेआठ वाजता टिळक पुण्यतिथी कार्यक्रमास या.' हा कार्यक्रम अगदी नेटका असतो. पाहुणे आले की ते टिळकांच्या प्रतिमेस हार घालतात व सहभोजन होते. भाषणं नाहीत. पण ओळखी खूप होतात. पुण्यातील बहुतेक संस्थांचे प्रमुख असे निवडक शंभर एक लोक येतात. एक वर्ष राज्यपाल सी.सुब्रह्मण्यम होते. त्यांचं भोजन वाढलं केळीच्या पानावर. एक वर्ष माननीय मधुकरराव चौधरी होते तर पुढल्या वर्षी संसदपटू मधू लिमये. या महान व्यक्तित्वांचा सहवास हे माझ्या दृष्टीनं खास आकर्षण.

टिळक रोडसारख्या गजबजलेल्या ठिकाणी या संस्थेनं राखलेलं क्रीडांगण आणि पोहण्यासह साऱ्या खेळांची सोय या कार्याला तोड नाही. आमच्या बँकेनं बँक स्पोर्ट बोर्डातर्फे इथं आंतरबँक कुस्ती स्पर्धा आयोजित केल्या होत्या. त्या वेळी कळलं की कुस्तीच्या मॅटची किंमत एक लाखावर असते म्हणून. शिवाय ते रोज रात्री झाकून ठेवायचं. स्पर्धकांची वजनं जेवल्यावर घ्यायची का केव्हा? त्यावरून वजन कमी दाखवणार का खरं वजन जाहीर होणार असल्या चर्चाही नवीनच होत्या. कुस्त्या लावायला प्रमुख पाहुणे होते दिल्लीच्या सत्पालला हरवणारे हरि बिरासदार. कोल्हापूरला असताना त्यांनी कुस्ती जिंकली म्हटल्यावर बँकेला ठेव मिळेल म्हणून रात्री त्यांच्या तालमीत जाऊन अभिनंदन केलं होतं. बक्षीस समारंभाला आले होते पैलवान हिंदकेसरी मारुती माने. त्या शक्तिमान व्यक्तित्वाशी केलेलं हस्तांदोलन स्मरणीय आहे.

त्यांच्या भाषणातला एक मुद्दा माझ्या चांगलाच लक्षात राहिलाय, 'प्रत्येकानं त्याच्या कामात मन ओतून यशस्वी व्हावं. कुस्तीगिराला सारे डाव माहिती असतात. अगदी गरीब मेंढपाळ पहा. त्याला दोन कळप एकत्र झाले तरी आपल्या मेंढ्या वेगळ्या शोधून काढता येतात. शिवाय त्याच्या कळपातली प्रत्येक मेंढी तो वेगळी ओळखतो. हे बँकेतल्या माणसाला नाही जमणार. तो त्याच्या हिशेबात तयार!'

सोळा लाखाची खिचडी

'पूर्वज' या पु.ल. देशपांडे लिखित एकांकिकेत मी लहानपणी गणेशोत्सवात काम केलं होतं. केवळ पूर्वजांच्या वैभवाच्या बाता मारून वंशजांनी कर्तृत्वशून्य राहायचं या वृत्तीला या एकांकिकेत विनोदानं चिमटे काढले. त्यातला एक पूर्वज संपादकाला घर दाखवून म्हणतो- या वाड्यातून एक वाट थेट पर्वतीला जात असे. अहो! घोडेच काय अंबारीसह हत्तीसुद्धा जात असे त्या वाटेनं. तेव्हापासून मला पर्वतीबद्दलचं आकर्षण. मंदिराची शोभा ही जशी त्याच्या आकाशाकडे झेपावलेल्या कळसामध्ये तशी पुण्याची शोभा ही पर्वतीमध्ये. पुण्यातून बहुसंख्य ठिकाणाहून दिसणारी ही पर्वती टेकडी आणि त्यावरील नयन मनोहारी मंदिर हा पुणेकरांचा जिव्हाळ्याचा विषय. सकाळी फिरायला जायचं ठिकाण, पाहुण्यांना प्रेक्षणीय स्थळ म्हणून घेऊन जायचं स्थळ अशा विविध कारणांनी ते आवडतं झालंय.

पर्वतीजवळ एक जळकीवाडी नावाचं गाव होतं. नौलोबा तावरे हा तिथला गावकरी. त्याची आई दुर्धर रोगानं आजारी पडली. तिला स्वप्नात येऊन देवीनं दर्शन दिलं. तिनं मुलाच्या मदतीनं ती देवी शोधून काढली. आईची तब्येतही बरी झाली आणि त्यानं देवीची नियमितपणे पूजाही सुरू केली. ही बातमी श्रीमंत नानासाहेब पेशव्यांच्या मातोश्री काशीबाई यांनाही कळली. त्यांच्या पायाला दुखत होते. त्यांनी त्या देवीला नवस बोलला. तो फेडताना त्यांनी इथं पर्वती देवीचं भव्य मंदिर बांधलं. त्यामध्ये शिवलिंगाची स्थापना केली. एक शंकराची मूर्तीही आणवली. या मूर्तीच्या एका मांडीवर पार्वती व दुसऱ्या मांडीवर बालगणपती आहे. देवदेवेश्वर हे नाव पर्वतीवरील शंकराचे.

या मंदिरातील शंकराची चांदीची मूर्ती ६३३७ तोळ्यांची, पार्वतीची व गजाननाची मूर्ती अनुक्रमे १२४५ व ६८६ तोळ्यांची होती. पण दुर्दैवानं १९३२ साली या मूर्ती चोरीस गेल्या. त्यानंतर तिथं असलेल्या सर्व मूर्ती चांदीच्या असून त्यांना सोन्याचा मुलामा दिला आहे.

शेजारीच असलेल्या विष्णू मंदिरातील मूर्तीबद्दल एक कथा आहे. गंडकी येथील शिळा मूर्तीसाठी चांगली म्हणून जासूदांना शिळा आणण्यासाठी गंडकीला पाठवलं. पण तेथील राजानं जासूदांना नकार घंटा दाखवून रिकाम्या हातानी परत पाठवलं. 'सीधी उंगलीसे घी नही निकलता' या न्यायानं श्रीमंत नानासाहेब पेशवे यांनी मध्यप्रदेशातील होळकर-शिंदे यांना गंडकीस जाऊन शिळा आणण्यास सुचविलं. ते गंडकीस सैन्यासह येणार कळताच गंडकीच्या राजानं स्वत: होऊन तेथील शिळेतून एक सुंदर मूर्ती बनवून पाठवून दिली. येथे पाच देवळं असल्यामुळे त्यास म्हणतात 'पंचायतन.' मुख्य मंदिर पर्वतीचं तर अन्य मंदिरं श्री विष्णू, श्री सूर्य, श्री गणपती व श्री भवानी यांची.

त्या काळी पेशव्यांचे वैभव हे किती दक्षिणा वाटतात त्यावरून जोखलं जाई. दक्षिणा वाटण्यासाठी खास जागा बांधली होती. दक्षिणेसाठी येणाऱ्या विद्वानांच्या संमेलनास रमणा म्हणत. पूर्वी श्रावणात श्रीमंत बाजीराव पेशवे हे कबुतरखान्याजवळ दक्षिणा वाटत. नंतर स्थलांतर झाले ते हुजूरपागेत. दक्षिणा द्यायची म्हणजे आधी पाच दिवस ब्राह्मण भोजन चाले व सहाव्या दिवशी दक्षिणा. दिवसेंदिवस दक्षिणेसाठी दूरवरून ब्राह्मण येऊ लागल्यानं संख्या वाढू लागली. नानासाहेबांनी ही दक्षिणा पर्वतीवरील रमण्यातून वाटण्यास सुरुवात केली. एका ब्राह्मणास पन्नास ते ऐंशी रुपये याप्रमाणे एकूण चार लाख रुपये खर्च केला.

एकदा दक्षिणा वाटण्याच्या दिवशी पुण्यात इतका मुसळधार पाऊस झाला की कोणी ब्राह्मण दक्षिणेसाठी बाहेरच पडू शकेना. तेव्हा श्रीमंत नानासाहेब परमेश्वराची प्रार्थना करण्यासाठी स्वत: उघडे होऊन त्या पावसात येऊन बसले. दोन तासांनी पाऊस थांबल्यावर त्यांनी नववस्त्रांचा पेहराव करून दरवर्षीपेक्षा जास्तच दक्षिणा वाटली.

दक्षिणेसाठी रुपयांबरोबर मोहरा, होन, पुतळ्या याही एकत्रित करून वाटण्यास सुरुवात झाली. अशा एकत्र धनाला 'खिचडी' हा शब्द वापरत. आता आपण खिचडी हा शब्द अगदी साध्या धान्याच्या पदार्थाला वापरतो. पण होन मिसळलेली खिचडी म्हणजे औरच. साहित्यिक गो.नी.दांडेकरांना संग्रहासाठी एक होन हवा होता तर त्यांना किती पायपीट करावी लागली. अन् ते राहतात त्याच्याच जवळ पर्वती पायथ्याच्या रमण्याजवळ पूर्वी 'होना'ची खिचडी वाटली जायची! या खिचडीचे मूल्य होते तेव्हाचे सोळा लाख रुपये. या रमण्याच्या आवारात असलेल्या मंदिराचे नाव आहे 'रमणा गणपती.'

स्त्रियांना प्रवेश नाही

आमच्या बँकेच्या स्नेहसंमेलनामध्ये एक स्पर्धा होती पर्वती चढून उतरणे. स्त्रियांच्या गटामध्ये प्रथम आलेल्या बाई चांगल्याच वेगानं पळत आल्या तेव्हा उपस्थितांपैकी एकानं विनोद म्हणून एक कोटी केली- 'पर्वती चढल्यावर त्यांना कार्तिक स्वामींचे दर्शन झाले असावे म्हणून त्या वेगानं माघारी आल्या आणि पहिल्याही आल्या!'

पर्वतीवर असलेल्या मंदिरात एक आहे कार्तिक स्वामींचे. या मंदिरात स्त्रियांनी जायचे नसते म्हणतात. कार्तिक हा श्री गजाननाचा भाऊ. दक्षिणेत याच्या मंदिरात स्त्रियाही जातात. मग महाराष्ट्रीयन स्त्रियांनीच असं काय पाप केलंय? हे मंदिर बांधलं ते राघोबादादांनी.

नारायणरावांची विधवा पत्नी पुरंदरावर सुरक्षिततेसाठी ठेवली होती. ती गरोदर असल्यानं विधवा असूनही सकेशा होती. तिला पुत्रप्राप्ती व्हावी यासाठी नाना फडणविसांनी सवाई माधवरावांची मुंज पर्वतीवर करण्याचा नवस बोलला. तो फेडण्यासाठी ही मुंज थाटानं साजरी झाली.

दात टोकरायच्या लवंगा

श्रीमंत माधवराव पेशव्यांची मुंज झाली सहाव्या वर्षी व लग्न नवव्या वर्षी. लग्नाच्या मेजवानीस प्रत्येक पदार्थामागे वाढण्यासाठी एक कारकून नेमलेला. तूप वाढण्याचे काम सराफाकडे सोपविलेले. पितांबर नेसलेले, शाल खांद्यावर टाकलेले कारकून वाढून वाढून घामाघूम झाले. त्यांचा घाम पुसायला चार कारकुनांमागे एक व्यक्ती ओलं फडकं घेऊन सुसज्ज असे. जेवणानंतरचाही थाट पहा. दात घासायला साखर; वर दात टोकरायला धारदार केलेल्या खास लवंगा! पूर्वी पर्वतीवर जायचे म्हणजे केवळ पाऊलवाट. उंट, घोडे यांसह पर्वतीवर जाता यावं म्हणून दुसऱ्या बाजीरावानं १०८ पायऱ्या बांधल्या. वर आता पेशवाईतील दुर्मीळ वस्तूंचे संग्रहालय आहे. पर्वतीवरील गच्चीतून दररोज पूजेच्या वेळी चौघडा वाजवला जातो. या जागेस म्हणतात- गोरवा. पर्वतीची जडणघडण मुख्यत्वे करून झाली ती नानासाहेब पेशव्यांकडून. पानिपतच्या युद्धाच्या आघातानं ते आजारी पडले व त्यांचं निधन झालं तेही इथंच. त्यांचं स्मारक पर्वतीवर असलं तरी समाधी आहे ती लकडी पुलाच्या खाली.

हत्तिणीचं स्मारक

श्रीमंतांना करमणूक व्हावी म्हणून नाना फडणविसांनी सारस बागेजवळ पर्वतीकडे येताना केलेले प्राणी संग्रहालय म्हणजेच सध्याच्या पेशवे पार्कचा उगम असणार. त्यांनी आणलेल्या पशुपक्ष्यांमध्ये बंगाली बोलणाऱ्या आठ मैना, पोपट, चंडोलपक्षी, बदके, पाणकोंबडी, दहा मोरांच्या जोड्या, दोनशे हरणं, काळवीट, तीन चित्ते, सहाशे ससे इ. होते. महादजी शिंदे यांनी गेंडे पाठविले.

पेशवेपार्क प्राणीसंग्रहालय हे केवळ प्राणी पाहण्याचं ठिकाण नसून, प्राण्यांवर प्रेम करण्याचा संदेश देणारं स्फूर्तिस्थान आहे. पुणेकरांनी प्रचंड प्रेम केलं ते सुमित्रा या हत्तिणीवर. पुण्यातल्या मानाच्या मिरवणुकीत ती अग्रभागी असायची. तिच्या मृत्यूनंतर याच पार्कमध्ये तिच्या नावाचं स्मारक बांधलंय. हल्लीच्या जगात अशा निष्पाप प्राण्यांचं स्मारक पाहिलं की मन भरून येतं.

सुखकर्ता

बाजूलाच असलेली सारसबाग म्हणजेच पूर्वीचा तळ्यातला गणपती. या गणपतीच्या दर्शनासाठी पेशवे येत असत. व्यवस्थित अशी बांधलेली बाग नव्हती तेव्हाही पुण्यातल्या डोहाळजेवणाची जागा म्हणजे हाच परिसर असे. आता बगिचा व देवालय फारच सुरेख आहे. मंदिरात अथर्वशीर्ष हे संगमरवरावर कोरलंय. विज्ञानयुगात नानाविध सुखसोयी उपलब्ध होऊनही माणूस का सुखी होत नाही हा विचार करायला लावणारा प्रश्न आहे.

आपली दुःखं श्री गजाननापुढे मूकपणानं सांगावीत. त्यानं आपल्या साऱ्यांची दुःखं ऐकायची. एवढी दुःखं ऐकायलाच त्याला एवढे मोठे कान असावेत का? माणसाला आपल्या पाठीशी परमेश्वर आहे असं वाटलं की तो मोठ्या उभारीनं कामाला लागतो. सारसबागेतला श्री गजानन हा या अर्थानं प्रेरणादायीच.

भवानीदेवी स्वप्नात

त्यांच्या घरात भिंतीवर एक तलवार लावून ठेवलेली आहे. त्याबाबत एक दंतकथा प्रचलित आहे. बाबासाहेब पुरंदऱ्यांना ती तलवार हवीशी वाटली. ते गो.नी.दां उर्फ अप्पांच्याकडे आले आणि म्हणाले, "आज माझ्या स्वप्नात भवानीदेवी आली होती. ती म्हणाली तू अशा दाढीवाल्या माणसाच्या घरी जा. तिथं तुला भिंतीवर एक तलवार टांगलेली दिसेल. तो ती तुला भेट म्हणून देईल. म्हणून मी आलोय."

त्यावर अप्पा म्हणाले-

"माझ्याही स्वप्नात देवी भवानी आजच आली होती. ती म्हणाली, असा असा दाढीवाला तुझ्याकडे येईल आणि मी त्याच्या स्वप्नात आल्याचं सांगेल. पण मी आज इथं तुझ्या स्वप्नात आल्यामुळे त्याच्याकडे गेलेली नाही. तेव्हा तू त्याच्या सांगण्यावर विश्वास ठेवू नकोस!"

मैत्रीमध्ये अशा खेळकर गप्पा व्हायच्याच.

अप्पांच्या असंख्य आठवणी.

नागपूरला सुळे हायस्कूलमध्ये असताना स्वातंत्र्यप्राप्तीसाठी आपणही मिठाचा सत्याग्रह करावा असं यांच्या बालमनानं घेतलं. आता नागपूरला समुद्र नाही तर मीठ कसं करणार? पण यांनी साध्या पाण्यात मीठ टाकून ते खारं पाणी केलं. रस्त्यावर मोठी चूल घालून मीठ तयार करून सत्याग्रह केला. नेत्यांच्या आवाहनाला सक्रिय प्रतिसाद म्हणून शाळा सोडून मुंबईला स्वातंत्र्य प्राप्तीसाठी घरातून पळून गेले.

दोन दाढीवाले साहित्यिक

मुक्काम पोस्ट राजापूर. मी तिथं बँकेत तात्पुरता मॅनेजर म्हणून गेलो होतो. त्याच दिवशी गावातल्या एकमेव अशा लॉजची सुरुवात झाली. तिथल्या रजिस्टरमध्ये माझं नाव लिहून झालं. शिवाजी महाराजांचे चिटणीस बाळाजी आवजी हे इथलेच. त्यांचं अक्षर मोत्यासारखं. आडनाव चित्रे. महाराजांचे सरदार कुशे. त्यांच्या जागेतच आमची बँक होती. मोडक्या अवशेषातील फ्रेंचाची वखार ओळखली. दोन-तीन दिवसांनी संध्याकाळी लॉजच्या दारात दिसले ते गो.नी.दांडेकर, सुप्रसिद्ध साहित्यिक. आपण उतरलेल्या लॉजवरच गो.नी.दा आहेत म्हटल्यावर माझा आनंद गगनात मावेना. त्यांची गाडी बंद पडल्यानं त्यांनी इथं मुक्काम टाकलेला. मी उत्साहात लॉजच्या मॅनेजरला काउंटरवर जाऊन म्हटलं,

"हे गो.नी.दांडेकर हं."

"हा. रजिस्ट्रीत लिव्हला!" त्याच्या हिशेबी ते एक पॅसेंजरच.

या पलीकडे त्याला काही किंमत नव्हती. आपण चुकीच्या माणसाकडे आनंद व्यक्त केला हे माझ्या ध्यानी आलं. कोणतंही गाव हे तिथं काय घडलं हे कळल्यावर भावतं तसंच कोणतीही व्यक्ती ही काय चीज आहे कळल्यावर ती इथं राहते म्हटलं तरी त्या वास्तुबद्दल आस्था निर्माण झाल्याशिवाय राहत नाही.

पर्वती भागात गो.नी.दांच्या व शिवशाहीर बाबासाहेब पुरंदरे यांच्या घरावरून जाताना आपण पुण्यात राहिलो याचं केवळ कौतुकच वाटतं.

दोघांनाही इतिहासाची आवड. किंबहुना

वेड. जुन्या वस्तुंचा संग्रह करण्याचा छंद. गो.नी.दां.कडे विविध आकाराचे जसे दगड जमा आहेत तसाच उत्तमोत्तम अत्तरांचा संग्रहही.

गो.नी.दां.च्या डोक्यावर नारळ फोडला

पुण्यात ग्लोब टॉकीजजवळच्या चौकात मला अप्पांची आठवण येते. मुंबईत स्वातंत्र्यप्राप्ती कार्यात भ्रमनिरास झाल्यावर ते पुण्यात येऊन जमेल त्याच्याकडे काम करू लागले. असेच ते एका तालीम वस्तादाकडे राहत होते. लग्नादी कार्याला द्यायचा बँडपथक आणि त्याबरोबर शारीरिक कसरतीचे रस्त्यावरचेच कार्यक्रम असा त्याचा व्यवसाय. मुलाच्या डोक्यावर नारळ ठेवून वस्ताद दांडपट्टा फिरवत फिरवत तो नारळ अलगद उडवायचा. या खेळासाठी त्या वस्तादांनी गो.नी.दां.ना बसवलं. ते खूप घाबरून गेले. पण त्यांच्यावर लक्ष ठेवल्यानं पळूनही जाता येईना अशी अवस्था. एकदाचा तो नारळ त्यांना इजा न होता फुटला. हा प्रसंग घडला तो ग्लोब टॉकीजवळच्या चौकात.

गो.नी.दां.ची सुंता!

राहण्याची घरं बदलत होती. अशाच एका वखारवाल्याकडे ते हरकाम्याप्रमाणं राहत होते. तो सांगेल त्याप्रमाणं खाटकाकडे जाऊन कुत्र्याला खायला आतडी आणण्याचं कामही त्यांनी केलं. एकदा तो मुसलमान वखारवाला गो.नी.दां.ना घेऊन पुण्याच्या दक्षिण पूर्व दिशेस असलेल्या गारपीट टेकडीकडे गेला. गो.नी.दां.ना त्यांनी त्या दिवशी नवे कपडे घालायला दिले होते. डोक्यावर ते मोठं पातेलं. पातेल्यातल्या बिर्याणीचा घमघमाट सुटलेला. गो.नी.दा. टेकडी चढले. पातेलं डोक्यावरून खाली ठेवलं. केव्हा एकदा खायला मिळते असं झालं होतं त्यांना.

वखारवाला म्हणाला,

"अभी काझी आयेगा. थोडासा काटेंगे, जादा कुछ लगेगा नही, डरनेकी बात नही।"

गो.नी.दां.च्या लक्षात आलं आपली सुंता करणार. त्यांनी धूम ठोकली.

वखारवाला मागं लागला पण गो.नी.दा. निसटले. त्यांच्या या आठवणी आपल्याला आठवल्या की एका माणसाच्या आयुष्यात इतकं काही घडू शकतं याचंच आश्चर्य वाटतं. हाच मुलगा पुढे गाडगे महाराजांच्या पंथात काय जातो आणि मराठीमधला ख्यातकीर्त दर्जेदार साहित्यिक काय होतो.

अप्पांनी जेवढे जग अनुभवलं तेवढे अन्य साहित्यिकांनी अनुभवलं असेल का याची शंका आहे. त्यांनी सारे गड कितीतरी वेळा पालथे घातले. पु.ल.देशपांडे अप्पांना म्हणत-

'हा वरचढ लेखक आहे.'

धंतोलीत एकदा मी अप्पांच्या व्याख्यानाला गेलो होतो. ते म्हणाले, "रायगड हा प्रचंड किल्ला. त्याच्यापुढे आपला सिताबर्डी नागपूरचा किल्ला म्हणजे किल्लू आहे, किल्लू!" हा किल्लू शब्द अप्पांनाच सुचू शकतो. त्यांच्या वयाला साठ वर्षे पूर्ण झाली तर त्यांनी आपली एकसष्टी कशी साजरी करावी? पुण्यापासून लोणावळ्याकडे साठ किलोमीटर अंतर ते चालत गेले!

कोल्हापूरच्या देवल क्लबतर्फे आम्ही त्यांनी लिहिलेलं 'शितू' नाट्य बसवलं. राज्यनाट्यस्पर्धेत त्या विभागात ते प्रथम आल्यानं अंतिम फेरीसाठी मुंबईला घेऊन चाललो होतो. योगायोगानं कोल्हापूर स्टेशनवर अप्पाही होते. ते म्हणाले-

"हल्ली प्रायोगिक नाटकांना महत्त्व आलंय. बक्षीस मिळो न मिळो प्रयोग नेटात करा. मला शितू आणि कीचक पाहू दे!"

माझ्या सौ.नं शितूचं काम केलं होतं तर कीचकाच्या भूमिकेत होते कै.डॉ.अविनाश जोशी. त्यांची अप्पांची भेट घालून दिली.

शितू हे नाटक कोकणातल्या पार्श्वभूमीवरचं. अप्पांचा त्या काळातला मुक्काम तळेगावचा. त्या भागातल्या जाणाऱ्या आगगाडीची शिट्टी 'शितूऽऽ' असा आवाज काढत आहे असं पु.ल. म्हणायचे अशीही एक दंतकथा.

गो.नी.दा. कोणत्याही चांगल्या गोष्टीला दादही मनापासून देतात. त्यांचं हसणं एकदम मोठ्यानं. बाबासाहेब पुरंदरे म्हणतात, "त्यांचं हसणं एकदम छप्पर उडवून टाकणारं. म्हणूनच गडाला छप्पर बांधत नाहीत."

गेल्या वर्षी अप्पांना पंच्याहत्तर वर्ष पूर्ण झाली म्हणून टिळक स्मारक मंदिरात कार्यक्रम आयोजित केला होता. हॉल तुडुंब भरलेला. मधल्या वाटांतूनही खाली बसून आम्ही कार्यक्रम पाहिला. तो संपताच व्यासपीठावर गेलो. त्यांच्या पायाला हात लावून नमस्कार केला. एवढी पदभ्रमंती केलेल्या पायांना ते अभिवादन होतं.

भ्रमंती केलेला त्यांचा शेजारीच म्हणजे- शिवशाहीर बाबासाहेब पुरंदरे. श्री. रामप्रभूंची श्रेष्ठता ही वाल्मीकींमुळे जगजाहीर झाली. तसंच छत्रपती शिवाजी महाराज नव्या पिढीला समजले ते बाबासाहेबांमुळे. मी सातारचा. जलमंदिरात बाबासाहेबांची शिवचरित्रावर सलग दहा व्याख्यानं आयोजली होती. सातारच्या छत्रपती सुमित्राराजे भोसले कार्यक्रमास उपस्थित होत्या. त्यांनी आज्ञा केली व बाबासाहेबांच्या खणखणीत वाणीनं शिवचरित्राला सुरुवात झाली. ते दहा दिवस म्हणजे मंतरलेले दिवस होते. बाबासाहेबांना प्रत्येक घटनेची तिथी, तारीख, वार,

वर्ष सारं पाठ. शिवाय प्रसंग सकाळी घडला की रात्री हेही सांगायचे. आम्हाला आमची जन्मतारीख सोडली तर बाकी काही पटकन सांगता येत नाही. त्यातल्या त्यात सौ.ची जन्मतारीख जरा आठवतच सांगावी लागते आणि हा तर तिचा प्रांजल आरोप असतो. बाबासाहेब वर्णन करताना डोळ्यापुढे दृश्य उभं करतात. प्रतापगडावर खूप खूप पाऊस होता असं आपण म्हणू. पण ते वर्णन करतात,

"इथे इतुका पाऊस होतो की उडत्या पक्ष्यांचे पंखावरी शेवाळे माजीते!" या व्याख्यानमालेत राज्याभिषेकाच्या प्रसंगाचे वेळी तर रोशणाई व दारूकाम (शोभेची) केलेली. याच वेळी छ. सुमित्राराजे भोसले यांनी बाबासाहेबांना 'शिवशाहीर' ही पदवी दिली. बहुतेक मराठी घरात बाबासाहेबांचं 'राजा छत्रपती' हे पुस्तक सापडणारच. दोनशेच्यावर कलाकार असलेलं 'जाणता राजा' हे त्यांचं नाटक म्हणजे एक विक्रमच.

बाबासाहेबांना एकदा प्रश्न विचारला गेला,

"तुम्ही कोणत्या पक्षाचे?"

"१६३० ते १६८० या काळात मी जगतो."

छत्रपती शिवाजी महाराज जिथं जिथं गेले तिथं बाबासाहेब गेले. आग्र्याहून पुण्यास महाराज जसे आले तसे बाबासाहेब आले. बराच भाग पायपीट करून!

मे १९९३मध्ये बाबासाहेबांची गाठ पडली. वानवडी येथील ग्वाल्हेरच्या शिंदे सरकारच्या पॅलेसमध्ये सातारच्या महाराजांकडील लग्न होतं. तिथं त्यांच्या पाया पडलो. आग्रा ते पुणे चालत आलेल्या पायांना मी पाया पडलो.

◆

घाशीरामला ठेचलं ती गुलटेकडी!

कोल्हापूरच्या ताराराणी विद्यापीठात प्रा. वसंत कानेटकर लिखित 'जेव्हा गवतास भाले फुटतात' या नाटकाच्या पुस्तकाचा चाललेला प्रकाशन समारंभ. हस्ते इतिहासतज्ज्ञ सेतू माधवराव पगडी. त्यांच्या व्याख्यानाच्या ओघात विषय निघाला, 'घाशीराम कोतवाल' या नाटकाचा. नाटकातील समूहनृत्ये, समूह हुंकार, खेळे इत्यादी उल्लेखनीय. पण नाना फडणविसांचे आणि घाशीराम कोतवालाच्या ललित- गौरी नावाच्या मुलीचे संबंध होते हे दाखवून त्यावर आधारलेले नाटक म्हणजे इतिहासाचा विपर्यास होय. सेतूमाधव म्हणाले, 'नाना फडणविसांची बदनामी पाहून मी अस्वस्थ झालो. पुणेकर म्हणजे त्यांचे वंशज हे सहन कसे करतात हा विचार मनात येऊन आपली अस्वस्थता आता नाटकाच्या मध्यंतरात कोणाला तरी सांगावी म्हणून बाहेर आलो. पाहतो तो काय विठ्ठलराव गाडगीळ आणि सारे पुणेकर बटाटेवडे खात उभे!'

गुलटेकडी म्हणजे भाजी व धान्यबाजार. पण मला गुलटेकडी म्हटल्यावर डोळ्यापुढे येते ते घाशीरामाला दगडानं ठेचून मारलं तोच हा परिसर. घाशीराम सावळदास हा मूळचा औरंगाबादचा गौड ब्राह्मण. हा एकदम कडक शिस्तीचा. त्यामुळे तो नाना फडणविसांना प्रिय. त्याच्यावर त्यांची सारी भिस्त. त्यानं आपले बरेच जासूद पुण्यात सोडलेले. त्यामुळे बितंबातम्या काढून साऱ्यांचा तो काटा काढायचा. सन १७८१ मध्ये पुण्याच्या कोतवालीचा पूर्ण अधिकार त्यानं बळकावला. त्याच्या कर्तबगारीबद्दल त्याला अनेकदा बक्षिसी मिळाली. सन्मान प्राप्त झाले. लष्कर भागात सध्या जिथं ए.एफ.एन.एस.डी.चं वर्कशॉप आहे तिथं त्याचा वाडा होता. आज आहेत त्याचे अवशेष.

श्रावण महिन्यात दूरवरचे ब्राह्मण दक्षिणेसाठी रमण्यात म्हणजे पर्वतीजवळ येत. दक्षिणेकडील ब्राह्मणही त्यात असत. एकदा असेच काही दक्षिणी ब्राह्मण सायंकाळी बाहेर फिरत असताना घाशीराम कोतवालच्या बागेतील तळ्याजवळ विश्रांतीसाठी थांबले. (ही जागा हडपसर मार्गावर नवा पुऱ्याच्या शेराजवळ आहे.)

घाशीराम कोतवालानं त्या ब्राह्मणांना अटक करण्याचा आदेश दिला. ते पस्तीस ब्राह्मण होते. त्यांच्याजवळची दक्षिणा काढून घेऊन त्यांना बागेतील लहानशा कोठडीत कोंडलं. तो दिवस होता ३१ ऑगस्ट, १७९१. कोठडीला बाहेरून कुलूप. आत जागा अपुरी. वारा नाही. पुरेसा श्वास घेता येत नव्हता. दीड दिवसात जवळ जवळ सारे ब्राह्मण मृत्यूमुखी पडले. त्या कोठडीला छोटीशी खिडकी होती. तिथं असलेले केवळ दोन ब्राह्मण बेशुद्धावस्थेत पण जिवंत राहिले.

तिसरे दिवशी तिकडून जाणाऱ्या एका माणसाला कोणाचा तरी विव्हळल्याचा आवाज आला. तो होता घोडेस्वार मानाजी काकडे. त्यानं शिपायांना दार फोडायला सांगितलं. सारी प्रेतं बाहेर काढली. दोन जिवंत ब्राह्मणांना साखरपाणी दिलं. ते शुद्धीवर आल्यावर त्यांच्याकडून सविस्तर हकिकत समजली. काही शिपाई तिथं देखरेखीसाठी ठेवून मानाजीनं हे वृत्त सर्वत्र सांगितलं. पुण्यातील पाच ते सात हजार ब्राह्मण शनिवार वाड्यात जमले. कोणी पायी तर कोणी पालख्यांतून असे आले. पण घाशीराम कोतवाल मात्र वाड्याकडे फिरकला नाही. सवाई माधवराव पेशव्यांना मानाजी काकडे यांनी सारी हकिकत सांगितली. घाशीराम हा नानांच्या मर्जीतला असल्यानं श्रीमंतांनी नानांना निरोप पाठवून घाशीरामला बोलावणं केलं. तेव्हा घाशीरामानं हे चोर लोक चालले होते म्हणून पकडून ठेवलं व जास्त अफू खाल्ल्यानं ते मेले असं सांगितलं! वाड्यावरून घाशीरामाला बोलावल्याचे निरोप येतच होते. त्यावरून नानांनी त्याला कल्पना दिली की, श्रीमंत फार रागावलेले दिसतात आता मी काही तुला मदत करू शकत नाही. तेव्हा तू व तुझे नशीब. तेवढ्यात सशस्त्र शिपाई आले व घाशीरामास वाड्यात घेऊन गेले.

कोतवालास जाब विचारण्यात आला. पुन्हा त्याचं उत्तर वरीलप्रमाणेच! श्रीमंतांना ते पटलं नाही. त्याचं पागोटं काढून, मुसक्या बांधून फटके मारले. एव्हाना रात्र झाली होती. घाशीरामच्या पायात बेड्या अडकवून तोफखान्याचे प्रमुख पानसे यांच्या स्वाधीन केले. श्रीमंतांनी बाळाजीपंत केळकरांमार्फत सर्व उपस्थितांना परत जाण्याचे आवाहन केले. परंतु ते ऐकेनात. तेव्हा दुसरे दिवशी घाशीरामला ब्राह्मणांच्या स्वाधीन करण्याचे आश्वासन घेऊनच ब्राह्मण घरोघरी गेले.

ठरल्याप्रमाणे पुण्यात दवंडी पिटली गेली. घाशीरामला शिक्षा देण्यात येत असून, ती पूर्ण होईपर्यंत कोणी जेवू नये असे जाहीर करण्यात आले. तोफखान्यावरून घाशीरामला पुन्हा वाड्यावर आणण्यात आलं. पुन्हा एकदा श्रीमंतांनी ते ब्राह्मण चोर होते का म्हणून विचारल्यावर घाशीराम निरुत्तर झाला. त्याला चावडीवर आणून डोक्यावरच्या केसांत पाच पाट काढून त्यामध्ये शेंदूर घातला. उंटावर उलटा बसवला. मुसक्या बांधल्या. पुढे दवंडी. संपूर्ण गावभर म्हणजे सोळा पेठांतून फिरवून पुन्हा चावडीवर आणलं. तिथून श्रीमंतांच्या आज्ञेप्रमाणं त्याला तसेच धिंड काढून

गुलटेकडीस नेलं. तिथं त्याला ब्राह्मणांच्या स्वाधीन करणार होते. त्या काळी दहा-पंधरा हजार ब्राह्मण त्याच्यामागं गुलटेकडीस गेले. एवढा मोठा क्षोभ पुण्यानं पाहिला नसावा. गुलटेकडीच्या गारपिरावर त्याला उंटावरून सोडून ब्राह्मणांच्या ताब्यात दिल्यावर दगडांनी ठेचून त्याला मारण्यात आलं. त्याचं प्रेत झाडाला उलटं टांगलं. दहनही करू दिलं नाही.

समाधीवर तुळशीवृंदावन

वैकुंठभूमी या स्मशानभूमीपूर्वी पुणेकरांची अंत्यसंस्काराची सोय म्हणजे ओंकारेश्वर. लकडी पुलावरून लांबवर जाळ दिसायचा तो इथलाच. वास्तविक मृत्यू म्हणजे दुःखद पण परदुःख शीतल या न्यायानं अन्य लोक ओंकारेश्वरावरही कोट्या करायचे.

'याच्या निम्म्या गोवऱ्या ओंकारेश्वराला पोहोचल्या.' एखादा मरायला टेकला की बाकीच्यांचे हे असे निरीक्षण.

रस्ता ओलांडताना वाहन न पाहता मध्येच कोण पळालं की वाक्य ऐकू येणारच-

'ओंकारेश्वराला जायची घाई झाली का रे?'

'ओंकारेश्वराला चाललोय म्हणून घरी सांगून आला का रे?'

ओंकारेश्वराकडे चाललेल्या प्रेतांकडे पाहून कुणाला काय वाटेल हे काही सांगता येत नाही.

प्रत्येक माणूस म्हणजे एक प्रचंड अनुभवांचा खजिना असतो. तो चालता बोलता ग्रंथच असतो. कोठेतरी व.पु.काळ्यांनी म्हटलंय, 'जुन्या काळी पुणेरी माणसाला करण्यासारख्या दोन-तीनच गोष्टी असत. एक म्हणजे मंडईत जाऊन भाजी आणणे. दुसरी म्हणजे मृतास पोहचविण्यास ओंकारेश्वराला जाणं आणि तिसरी म्हणजे मुलींसाठी स्थळे पाहणं.' त्या काळी कुणी वारल्यावर त्याच्या अंत्यसंस्काराची तयारी म्हणून काही माणसे पुढे ओंकारेश्वराला जात. त्यांना म्हणत ॲडव्हान्स पार्टी. हे लोक गोवऱ्या पेटवून चक्क गप्पा मारत बसत. थंडीच्या दिवसात तिथं शेंगा भाजून खाल्ल्याचंही ऐकिवात आहे. त्यांचंही बरोबरच आहे म्हणा. आधीच मृत व्यक्तीमुळे दुःख. त्यात आपण सुतकी चेहरे करून ते कशाला वाढवायचं. दुःख विसरायला इतर गप्पा चांगल्याच. शिवाय या ॲडव्हान्स्ड पार्टीतले लोक अंत्यसंस्कार या विषयातले तज्ज्ञ असल्यानं ते दिवसातून दोन-तीन वेळाही येण्याची शक्यता. म्हणून गप्पा मारण्याखेरीज गत्यंतर नसे.

शनिवार पेठेत एक मारुती आहे. त्याला म्हणत पीराचा मारुती. त्या रस्त्यावरून

सगळी प्रेतं ओंकारेश्वराला जात. एक गरीब पेन्शनर त्या मारुती मंदिराच्या पारावर बसून राहत. त्यांना लग्नाच्या बऱ्याच मुली होत्या. जवळ पैसा तर नव्हता. राम गणेश गडकऱ्यांच्या भावबंधन नाटकातील इंदू-बिंदूसारखी स्थिती. म्हणजे एक करणाऱ्यास दुसरी मुलगी मोफत! ते बिचारे तिथून जाणारी प्रेतं पाहत बसत. एखाद्या सधवा तरुण स्त्रीचं प्रेत दिसलं की प्रेतयात्रेतील मागच्या माणसाला विचारीत-

"कोण गेलं हो?"

"आमच्या रावसाहेबांचं कुटुंब गेलं."

"अरेरे फार वाईट झालं. कुठं राहतात रावसाहेब?"

हा मुलीचा बाप तो पत्ता शोधून काढी आणि दहावा किंवा तेरावा झाला की त्वरेनं स्वत:च्या मुलीसाठी भेटे!

म्हणून म्हटलं त्या काळी ओंकारेश्वराकडे कोण कशासाठी डोळे लावत असेल देव जाणे.

चिमाजीअप्पांची समाधी

पण ओंकारेश्वर ही केवळ स्मशानभूमी नव्हती. ते आहे पवित्र धार्मिक क्षेत्र. तिथं आहे शिवमंदिर आणि चिमाजीराव पेशव्यांची समाधी. चिमाजीअप्पांचा जन्म १७०६ चा. त्यांचं मूळ नाव अंजाजी पण लाडानं म्हणत चिमाजी. आपल्या थोरल्या बंधूप्रमाणंच, बाजीरावांप्रमाणे चिमाजीही कर्तबगार, शूर, करारी. पोर्तुगीजांकडून वसई काबीज करणारे हेच ते चिमाजी. तो काळ होता १६६०-६१चा. तेव्हा एक श्लोकही प्रसिद्ध होता-

सोळा शते दशकसा वरि एक आहे ।
सिद्धार्थ वत्सर तमाप्रती नाम पाहे।।
वैशाख वद्य द्वितीयेस भानुवारी ।
शाहू निशाण चढले वसई दुपारी ।।

बाजीराव हयात असताना चिमाजीअप्पा मस्तानीला त्यांच्यापासून दूर ठेवण्याचा प्रयत्न करीत. त्यामध्ये मस्तानीबद्दल द्वेष नव्हता तर राज्यकारभारावर या प्रकरणाचा विपरीत परिणाम होऊ नये ही तळमळ होती. परिटाच्या वक्तव्याची प्रभू रामचंद्रांनी दखल घेतली तशी जनमानसाची ते पर्वा करीत होते. पण मस्तानी ही एक कुलीन, गुणी ललना आहे याची जाणीवही त्यांना होती. हल्लीच महाराष्ट्र टाइम्समध्ये 'मस्तानीची शोकांतिका' हा अग्रलेख येऊन गेला. मस्तानीच्या पुणे जिल्ह्यातील

पाबळ येथील पडीक समाधीचा जीर्णोद्धार करण्याचं ठरल्यावर काहींनी मस्तानी थोर नव्हती असा उल्लेख केला. त्यामुळे महाराष्ट्र टाइम्सनं म्हटलं की अजूनही, मृत्युनंतर इतक्या वर्षांनीही तिच्यावर होत असलेल्या टीकेमुळे तिची शोकांतिका संपलेली दिसत नाही. याबाबतीत चिमाजीअप्पांनी मस्तानीच्या मृत्युनंतर तिचा टाक पेशव्यांच्या देव्हाऱ्यात पूजेसाठी ठेवावा ही केलेली सूचना लक्षात घेण्यासारखी आहे. चिमाजीअप्पांची ही गुणग्राहकता!

चिमाजीअप्पांचे पोटाच्या विकारामुळे १७ डिसेंबर, १७४० मध्ये निधन झाल्यावर ओंकारेश्वर येथे अंत्यविधी झाला. त्या वेळी त्यांच्या पत्नी अन्नपूर्णाबाई या सती गेल्या. त्यांचा विवाह ९ डिसेंबर, १७३१ मध्ये पुण्यात झाला होता. त्यांचे वडील श्री. मोरेश्वर भिकाजी थत्ते. परवा मुद्दाम ओंकारेश्वर मंदिरात जाऊन आलो. महादेवाचे दर्शन घेतले. देवळाबाहेर महाद्वाराचे उत्तरेला नदीकडे जाणाऱ्या वाटेवर चिमाजीअप्पांची समाधी व अन्नपूर्णाबाईंचे त्या समाधीवरचं वृंदावन असं दुर्मीळ दृश्य दिसलं. स्मारकाचा खालील भाग भरीव दगडांचा अष्टकोनी असून, वृंदावनावर घडीव व दगडी वेलपत्तींचे कोरीवकाम आहे. पश्चिमेकडे समाधीच्या सपाटीपाशी कोनाड्यात शाळुंकेसहित शिवलिंग आहे. शाळुंकेची नाळ उत्तरेकडे असून समोर सालंकार घडीव नंदी आहे.

समाधीवर लिहिलंय-

प्रौढ प्रताप महाराष्ट्र धर्म संरक्षक रणधुरंधर
श्रीमंत चिमाजीअप्पासाहेब पेशवे स्वर्गारोहण
पौष शुद्ध ११ शके १६६९
श्रीमंत सौ. मातोश्री अन्नपूर्णादेवी
श्रीमंतांबरोबर या जागी सती गेल्या.
जीर्णोद्धार चैत्र शु. १ शके १८६१.

आनंदीबाईंचं भातुकलीचं घर

ओंकारेश्वरापासून जवळच आहे नेने घाट. त्या घाटावर आहे एक दात्ये वाडा. आनंदीबाईंचं माहेरचं आडनाव ओक. त्या मूळच्या कोकणातल्या शृंगारतळी गावच्या. त्यांचे पूर्वज हे सावकार. त्यांनी आनंदीबाईंसाठी हा छोटासा वाडा बांधला. तिथं आनंदीबाई त्यांच्या मैत्रिणींना घेऊन भातुकली खेळायच्या. पुढे तो वाडा ओकांकडून वैद्य दात्ये यांनी घेतला.

भातुकलीसाठी खरा वाडा बांधण्याचं त्या काळचं वैभव म्हणून हा वाडा पाहण्याजोगा.

♦

जगातील सर्वांत मोठी मच्छरदाणी

कुठे असेल सांगा पाहू

ती पुण्यात आहे.

ती रजनीश आश्रमात आहे.

तीन हजार शिष्य एका वेळी ध्यानाला बसू शकतात अशा संपूर्ण जागेला मच्छरदाणीचा तंबूच घातलाय. असं म्हणतात की गिनीज बुकात या विक्रमाची नोंद झालीय. पुण्यातल्या ब्लू डायमंड हॉलच्या मागील बाजूस असलेला रजनीश आश्रम हा जागतिक कीर्तीचा बनलाय. इथं जायचं म्हणजे तुम्हाला एड्स रोगाची लागण झाली नसल्याचा वैद्यकीय दाखला लागतो. जवळच असलेल्या साधू वास्वानी हॉस्पिटलमध्ये हा दाखला देणारा एक कक्षच आहे. पण मला आश्रमात जायला प्रवेश मिळाला तो श्याम आगरवाल या वृत्तपत्र संपादकांमुळे. त्यांच्याबरोबर आलोय म्हटल्यावर कोणी अडवलं नाही. आत भगवान रजनीशांच्या पुस्तकांचं भव्य दुकान आहे. भगवान रजनीशांचंच पुढे 'ओशो' असं नामांतर झालं. त्यांनी भक्तांसाठी वीसहून अधिक वर्षं प्रवचनं दिली. या प्रवचनांचं शब्दांकन होऊन सुमारे साडेतीनशेहून अधिक पुस्तकं निघाली. अकरा परदेशी भाषांतून त्यांची भाषांतरं झाली. चित्रफितीही निघाल्या. पुस्तकांची शीर्षकं वाचली तरी विषयांची विविधता ध्यानात येते. येशू ख्रिस्त, बुद्ध, लाओ त्सू, कबीर, मानसशास्त्रज्ञ फ्रॉईड, जंग, मॅझ्लो, पर्लस, आईन्स्टेन एडिंग्टन, हल्डने अशा दिग्गजांचे विचारमंथन त्यात आढळते. पण सर्वत्र गाजले ते पुस्तक म्हणजे 'संभोगातून समाधीकडे'. यामुळे परंपरावादी मंडळींनी टीकेची झोड उठवली. रजनीशभक्त त्यांना जे करायचे ते करीत राहिले. सर्वसामान्यांना असा उपदेश केला जातो की तुम्ही प्रथम या विषयाचा सखोल अभ्यास करा. सत्य जाणा. मग बोला. आता सामान्य माणूस साडेतीनशे पुस्तकं वाचणार तरी केव्हा? हे पुस्तकालय आहे मात्र एकदम आकर्षक. पुस्तकं चाळायलाही परवानगी आहे! अशी पद्धत मॅजेस्टिक ग्रंथ प्रदर्शन सोडलं तर फारशी दिसत नाही. फुकटा वाचक या दृष्टीनं अन्य मालक पाहताहेत असंच ग्राहकाला वाटतं. माझे मित्र श्यामराव कुलकर्णी यांनी भाषांतर केलेलं 'शिक्षणक्रांती हीच खरी क्रांती' हे भगवान श्री रजनीशांचं पुस्तक चाळलं. त्यातला काही भाग -

आइन्स्टाइन हा गणिती. त्याची बायको कवयित्री. लग्नाच्या प्रथम रात्री पत्नीनं कविता म्हणून दाखविण्याची इच्छा प्रदर्शित केली. त्याच्या होकारानंतर तिनं कविता म्हटली. पण आइन्स्टाइन मात्र एखाद्या परीक्षकासारखा ती कविता ऐकत होता.

एखाद्या पोलिस इन्स्पेक्टरसारखा त्यानं कवितेवर शेरा दिला- 'एकदम बेकार!'

त्यावर त्याची सौ. म्हणाली, 'अहो ही कविता साऱ्यांनाच आवडलेली आहे.'

त्यावर त्याचं म्हणणं, 'त्या लोकांना फारसं कळत नसलं पाहिजे.'

त्या कवितेत म्हटलेलं 'तुझा चेहरा चंद्रासारखा सुंदर आहे.' त्यावर आइन्स्टाइन म्हणतो, 'ते कसं शक्य आहे. प्रपोर्शन तरी जमतंय का? एखाद्या स्त्रीवर चंद्र ठेवला तर स्त्री कुठल्या कुठं झाकली जाईल. मग चेहरा दिसण्याची बातच नको. शिवाय चंद्र तरी कुठं सुंदर आहे?'

त्याच्या पत्नीनं पुढची कविता म्हणण्याचं धाडसंच केलं नाही. तात्पर्य ज्याला ज्यात रस आहे त्यानं त्या क्षेत्रात फुलावं, खुलावं.

सर्वत्र परदेशी स्त्री-पुरुष हिप्पी दिसत होते. गळ्यात माळा. ओशोंचं लॉकेट, भगवे कपडे, कोण ध्यानाला बसलाय, कोण संगीताच्या तालावर नाचतोय. एका भागात जेवणाची तयारी चाललेली. रोज आळीपाळीनं एका एका देशातले लोक स्वयंपाक करतात.

त्या दिवशी सारे जर्मन त्या मुदपाकखान्यात होते. गाणी म्हणत कोथिंबीर कापत होते. तर हास्यविनोद करत काही जण पिझ्झा बनवत होते. एका खोलीत आम्ही ओशो प्रयाणाची चित्रफीत पाहिली. ओशोंच्या निर्वाणाच्या वेळी शिष्यांनी तो आनंद सोहळा मानला. गात, नाचत त्यांनी ओशोंच्या पार्थिव देहाला येरवड्याच्या जवळील पक्षी अभयारण्याजवळ नदीकिनारी आणून अंत्यसंस्कार केले. त्यांच्या समाधीवर लिहिलंय-

Osho visited this planet between the period 1928 and 1990.

आश्रमाचा परिसर हा सारा ओशोमय झालाय. आश्रमाबाहेर सर्वत्र ये-जा करणारे भगव्या कपड्यातील परदेशी शिष्य दिसतात. भगव्या कपड्यांची रस्त्यावरची दुकानं, विविध प्रकारचे कपडे, जुन्या दुर्मीळ वस्तू, फळांचे विक्रेते, छोटी उपहारगृहं यांनी हा भाग सजलाय. बाहेरूनसुद्धा फेरफटका मारायला बरं वाटतं!

चवदार किमया- कयानी बेकरी

परगावहून पुण्यात आल्यावर, आपली सर्व कामं झाल्यावर आपल्या मूळ गावी परत जाताना एक महत्त्वाचे काम शिल्लक असते. ते म्हणजे घरच्या मंडळींना आवडेल अशी पुण्याची खास चीज घेऊन जायची ती म्हणजे कयानी बेकरीची कोवळ्या उन्हाच्या पिवळसर सोनेरी रंगाची, पाहताच तोंडाला पाणी सुटणारी अमूल बटरप्रमाणे जिभेवर विरघळणारी, मधुर श्रुजबेरी बिस्किटे. आपली घरी कोणी वाट पाहत आहे या भावनेनंच माणसाची घराकडे वाटचाल चालू होते. घरची मंडळीही

आपला कर्ता पुरुष केव्हा घरी येतो इकडे डोळे लावून बसलेली असतात. यातच खरं घरपण असतं. ते पूर्ण होतं- कयानी बेकरीचा गिफ्ट पॅक हातात असेल तर.

एकदा एक मुंबईकर पुण्यास रेससाठी आला होता. त्याचा रेसचा घोडा जिंकला. तो मुंबईस परतल्यावर त्याच्या बायकोनं रेसबद्दल विचारलं नाही. पण कयानी बेकरीचा गिफ्ट पॅक आणला ना हे पाहिलं.

अशा या कयानी बेकरीची सुरुवात होर्मुझ्झ आमि खोदीयार इराणी यांनी १९५५ मध्ये सर्व्हे नं. ६, डॉ. कोयाजी रोड, व्हिक्टरी चित्रपटगृहासमोर, कॅम्प, पुणे येथे केली. सन १९४७ पूर्वी इराणहून एक मोठा गट पुण्यात आला. त्यांनी येथे बेकरी व्यवसायास सुरुवात केली. त्यातीलच नावारूपाला आलेली, जगमान्य झालेली ही कयानी बेकरी. इथं चवदार बेकरी उत्पादनांची नुसती चंगळ आहे. हॉप्सपासून बनवलेला सोर्डफ ब्रेड ते अजूनही करतात.

पारंपरिक पद्धतीनं मोठ्या लाकडी भांड्यात ते यीस्ट बनवतात. विटांनी बांधलेल्या मोठ्या भट्टीमध्ये लाकडाच्या जळणावर पाव तयार होतो. ही लाकडं असतात बाभळीची. त्यांचं वैशिष्ट्य असं की ती लवकर पेटतात. भरपूर उष्णता देतात व सर्वांत महत्त्वाचं म्हणजे धूर निर्माण करत नाहीत. इथं गॅस, वीज लागत नाही. मालाचं उत्पादन करणारे सेवक कमालीची स्वच्छता पाळतात. स्वच्छ ॲप्रन घालतात. भट्टीमध्ये एका लोडमध्ये मोठे ४० ट्रे मावतात. गरम गरम बेकरी प्रॉडक्ट बाहेर येण्याची लोक वाटच पाहत असतात.

खारी, वाइन बिस्किट्स, चॉकलेट कुकीज, चॉकलेट वॉटनट केक्स, कॉफी कुकीज, क्रीम रोल, नानकटाई, मिल्क केक, प्लेन केक, फ्रुट केक, ड्रायफ्रुट केक, प्लम केक, जिंजर बिस्किटे, बटर जिरा बिस्किटे अशी विविध उत्पादनांची इथं मांदियाळी आहे. अंडे नसलेली शाकाहारी उत्पादने म्हणजे चीज पापडी, नानकटाई आणि सर्व उत्पादनांत राजा असलेली श्रुजबेरी बिस्किटे. ही उत्पादने आकर्षक बॉक्स आणि बास्केटमधून घेताना ग्राहकाच्या चेहऱ्यावरचं समाधान पाहण्यासारखं असतं. या मालाला एवढी मागणी आहे की सकाळी आठला व दुपारी चारला ग्राहक ताजा माल पटकावण्यासाठी गर्दी करतात. रोज २०० किलो श्रुजबरी बिस्किटे हातोहात खपतात. कयानी म्हणजे पुणेकरांची चव सांभाळणारे पुण्याच्या पूर्व भागातील जणू चितळे बंधूच होत.

चोरीच्या मालाचं प्रदर्शन

प्रदर्शन पाहायला कोणाला नाही आवडत? बालगंधर्व रंगमंदिराच्या कलादालनात तुम्हाला विविध चित्रकारांची प्रदर्शनं भरलेली दिसतील. दोन वर्षांपूर्वी बांधकामामध्ये

काय काय नवीन साहित्य आलंय याची माहिती देणारं प्रदर्शन भरलं होतं, इन्स्टिट्यूट ऑफ इंजिनीअर्सच्या प्रांगणात. शाळा सुरू व्हायच्या दरम्यान शालोपयोगी वस्तूंचं हे प्रदर्शन. दप्तर, वॉटर बॅग, रेनकोट, टोप्या, छत्र्या असा कितीतरी माल तिथं पाहायला मिळणार. टिळक स्मारक मंदिरातही कसलं ना कसलं तरी मालाचं प्रदर्शन असतंच. अत्रे सभागृह हे पुस्तकाच्या प्रदर्शनासाठी प्रसिद्ध. अमीर हॉटेलमधलं प्रदर्शन म्हणजे अमेरिकन डायमंडच्या दागिन्यांचं. अशा या प्रदर्शनानं पुणं गजबजून जातं.

पण मध्यंतरी वृत्तपत्रात बातमी आली की पुण्याच्या पोलिसांनी चोरीच्या मालाचं प्रदर्शन भरवलंय. आता पुण्यात एक चोरबाजार आहेच. तिथं आलेल्या वस्तू या कदाचित चोरांनी चोरलेल्या असाव्यात. पण या 'चोरबाजारा'तील वस्तू पोलिसांकडे आल्या. फर्ग्युसन रोडवरच्या पोलिस चौकीजवळ हे प्रदर्शन भरवलेलं. माझी या बातमीनं खूप करमणूक झाली. त्या मूडमध्ये मी एक कविता केली.

ती अशी-

वाढतंय वाढतंय हे पुणं अति वेगात
कोथरूडच्या वाढीचं कौतुक गिनिज बुकात

सेकंदाच्या काट्याबरोबर पळती फ्लॅटच्या किंमती
विद्येच्या माहेरघरात शाळाप्रवेशाला रांगा किती

प्रसूतिगृहात ताटकळणाऱ्या पतिराजाला विचारले
'एवढी काळजी कशाची' उत्तर आलं 'चिंता करतो शाळा प्रवेशाची'

वाढत्या पुण्यात नाही वाण कार्यक्रमाला
सवाई गंधर्व, पुरुषोत्तम करंडक, वसंत व्याख्यानमाला,
नाटकावर नाटकं बालगंधर्व, टिस्मा, भरतला.

प्रदर्शनं तर इथं नेहमीच असतात
पण परवा मात्र कमाल झाली
'पुणे तिथे काय उणे' याची प्रचिती आली

चोरीच्या मालाचं उघड प्रदर्शन भरलं होतं
'चोरीचा मामला जोरात बोंबला' असंच विपरीत घडलं होतं
'ज्यांच्या वस्तू सापडत नाहीत त्यांनी अवश्य यावं'
पोलिसांनीच असं आवतान दिलं होतं

चोरीचा माल पाहायचाय असं ठरवून मी टाकलं होतं
अंधारल्यावर मांजराच्या पावलानं जावं मनी योजलं होतं.
भयानं पुनर्चोरीच्या प्रदर्शन दिवसाचं फक्त ठेवलं होतं.

कुठं चाललोय हे घरी न सांगण्याची चोरी करून
पोहोचलो मी चोर पावलांनी चोरीच्या पोलिस बाजारात
पोलिसांनी जप्त केलेल्या व त्यांच्याही तावडीतून सुटलेल्या वस्तू
अंग चोरून बसल्या पोलिस वास्तूत

फाटके कपडे, मोडीत न जाणारी स्टीलची भांडी,
जुनी पुस्तके अन् गंजलेल्या सायकली यांची झाली गर्दी
'चोरांपासून सावध रहा' फलकासहित
सामान पाहणारे आम्ही होतो दर्दी

मौल्यवान वस्तू फारशा दिसतच नव्हत्या
त्या चोरल्या गेल्याच नव्हत्या;
का जप्त झाल्यावर पुन्हा चोरल्या गेल्या होत्या?

एकाची तर म्हणे कुत्र्याची पिलेच चोरीला गेली होती
'श्वान पथक आणून शोधा' अशी त्याची मागणी होती

नशीब एवढंच की चोरलेलं हृदय सापडतं का पाहायला
संभाजी पार्कमधली प्रेमी युगुले तिथं आली नव्हती

‘उचल्या’ पुस्तका शेजारी एका कवितेचं पुस्तक मी पाहत होतो
माझी कविता दुसऱ्याच्या नावावर छापलेली मला दिसत होती
या चोरीच्या तपासासाठी पोलिसांना मी विनवलं,
‘ओरिजिनल पावती आणा’ त्यांनीच मला सुनावलं.

पावती नाही म्हणताच, ‘चोर ते चोर वर शिरजोर’
या आविर्भावात माझाच जाब घेऊ लागले
‘पुन्हा कविता करणार नाही’ असं जेव्हा मी गद्यात सांगितलं,
तेव्हाच तिथून माझी सुटका झाली.

♦

अण्णांची झोपडी

हिंगणे स्त्री शिक्षण संस्था म्हटलं की आपला समज होतो तो म्हणजे अनाथ मुलींची व्यवस्था पाहणारी संस्था. स्त्री शिक्षणाचा पाया ज्यांनी घातला, त्यांत अग्रक्रमामध्ये महर्षी धोंडो केशव कर्वे यांचाही समावेश आहे. पण आता ही संस्था केवळ अनाथ मुलींना शिक्षण देणारी राहिली नसून स्त्रियांसाठी असलेलं पहिलं अभियांत्रिकी महाविद्यालय इथंच आहे. सर्वांसाठी शिक्षणाची सोय आहे. सुरुवातीला या संस्थेत फक्त चार स्त्रिया शिकण्यासाठी होत्या. ही संस्था सुरू झाली ती एका झोपडीत असं म्हणतात. या दालनात संस्थेतील संस्थापक सदस्यांची छायाचित्रं लावलेली आहेत. जवळच असलेल्या इमारतीत अण्णांनी वापरलेल्या वस्तू, त्यांना मिळालेली मानपत्रं व्यवस्थित ठेवली आहेत. 'भारतरत्न' हे भारतातील सर्वोच्च सन्मानाचं पदक. ते प्रत्यक्षात पाहायचं असेल तर इथं पहा. ते प्लॅटिनम या चांदीसारख्या दिसणाऱ्या धातूचं बनवलंय. पण प्लॅटिनमची किंमत सोन्यापेक्षा जास्त असते. त्याचा आकार आहे पिंपळाच्या पानाचा.

मुलींना अर्थार्जन करून राहण्याची व शिकण्याची सोयही आहे. कोणी बेकरीत काम पाहतात तर कोणी एल.आय.सी.कडून आणलेली पाकिटं बंद करून पाठवताना दिसतात. खोडरबरं बनवायचा कारखानाही आहे. संस्थेच्या स्वयंपाकघरातही काहींना काम मिळतं. संस्थेचं मैदान प्रशस्त आहे. अण्णांची समाधी आहे. जवळच पिंपळाचं प्रचंड झाड आहे. त्याच्या पारावर बसून कवयित्री शांता शेळके व सरोजिनी बाबर यांनी 'रानजाई' हा दूरदर्शनसाठी कार्यक्रम सादर केला. एक दिवस तर संस्थेच्या पदाधिकारी सौ. सुषमा देशपांडे यांनी मला बोलावलं ते मुलींची कराटेची प्रात्यक्षिकं पाहायला. मुली हाताच्या फटक्यानं विटा फोडून दाखवत होत्या. सर्वांत कहर म्हणजे मुलीच्या पोटावरून मोटार सायकल नेण्याचा प्रसंग. सारे जण श्वास रोखून बसलेले. मोटर सायकल आली. आधारासाठी मुलीच्या पोटाच्या दोन्ही बाजूस विटा ठेवल्या. विटेवरून मोटर सायकल पोटावर येऊन पलीकडे गेली. मुलीला काहीही इजा झाली नाही. हिंगणे स्त्री शिक्षण संस्थेत असा कार्यक्रम हे साऱ्यांना आश्चर्यचकित करणारे व अशी प्रगती पाहून आनंद देणारे होते.

गूढयात्री

पौड फाट्यावरून कोथरूडकडे जायला लागलं की डाव्या हाताला एका रस्त्याला नाव आहे जी.ए.कुलकर्णी मार्ग. जी.ए. हे धारवाडचे प्राध्यापक. नामवंत

कथाकार, आयुष्याच्या शेवटच्या काळात ते त्यांच्या नातेवाइकांकडे पुण्यास होते. त्यांच्या निधनानंतर या रस्त्याला वरीलप्रमाणं नाव द्यायचं ठरलं. फलक लावला. उद्घाटनाला महानगरपालिकेचे काही नगरसेवकही आले होते. त्यांच्यात कुजबुज सुरू झाली- 'हे जी.ए.कुलकर्णी कोण?' ते प्रसिद्धीच्या झोतात नसल्यामुळे असं झालं. पण ज्यांचं नाव रस्त्याला द्यायचं त्यांच्याबद्दलची माहिती नसणं हा एक अजबच प्रकार. तसं पाहिलं तर जी.एं.चं लिखाण व जीवन दोन्हीही थोडेफार गूढ. सौ. विद्या सप्रे-चौधरी यांचं 'गूढयात्री' वाचलं की जी.ए.चं. व्यक्तिमत्त्व लक्षात येतं. त्यांनी काय काय वाचलंय हे कळलं तरी आपलं वाचन किती कमी आहे याची जाणीव होते. जी.एं.ना एकदा एका कवितेच्या पुस्तकाला प्रस्तावना लिहिण्याची विनंती केली. त्या वेळी ते म्हणतात- 'कविता हा माझा प्रांत नाही. कवीला फार मोठी प्रतिभा लागते. मला जर कविता जमली असती तर मी गद्याची हमाली कशाला केली असती?' जी.एं.चं नाव निघालं की मला त्यांचे 'गद्याची हमाली' हे शब्द आठवतात. जी.एं.चं. नाव एका रस्त्याला देऊन कोथरूडकरांनी आपल्या अभिजात साहित्यप्रेमाची प्रचितीच दिलीय. कोथरूड ही आता पुण्याची आधुनिक 'सदाशिव पेठ' व्हायला लागलीय. कोथरूड साहित्य संमेलनही किती उत्साहात साजरं केलं. उद्घाटनाची भाषणं लांबली, त्यांचा उल्लेख करून विद्याधर गोखले म्हणाले, "नाही तरी कोथरूड हे अतिक्रमणाबद्दल प्रसिद्धच आहे. तेव्हा मीही थोडं वेळेचं अतिक्रमण करतो!" साहित्यजत्रा, साहित्यिक चर्चा असं सारं काही इथंही चाललेलं असतं.

या, शिकायला या!

अलका टॉकीजजवळ आहे भारती विद्यापीठाची आठ मजली टोलेजंग इमारत. माझी बँक ऑफ महाराष्ट्राच्या बाजीराव रोड शाखेतून रिजनल मॅनेजर म्हणून बदली झाल्यावर माझं कार्यालयात जाणं सुरू झालं ते या इमारतीत.

बँकांच्या शाखा खेडोपाडी पसरतात तेव्हा आपण साऱ्या कर्मचाऱ्यांनी साक्षरतेच्या कार्यास हातभार लावावा म्हणून आम्ही चित्रा नाईकांच्या भारतीय शिक्षण संस्थेत दोन दिवसांचे साक्षरता प्रसाराचे शिक्षण घेतले. साक्षरता म्हणजे केवळ अंगठे बहाद्दरास सही शिकविणं नव्हे, तर त्याला वाचायला- लिहायला आलं पाहिजे. मी प्रथेप्रमाणे लिहायला- वाचायला न म्हणता वाचायला- लिहायला म्हटलंय. साक्षरतेचा जो पहिला धडा आहे त्यामध्ये निरक्षर विद्यार्थ्यांना एक चित्र दाखवतात व शिक्षक आणि विद्यार्थ्यांत प्रश्न-उत्तरं सुरू होतात.

"हे चित्र दिसतंय का?"- गुरुजी.

"हो."

"इथं काय चाललंय?"

"गुरुजी शिकवत्यात."

"कोणाला?"

"मोठ्या मानसांना."

"तिथं अजून कोण दिसतंय?"

"बाहेरनं मोठी मानसं बघत्यात."

"काय बघतात?"

"मोठ्या मानसांची शाळा कशी चालली ते."

"गुरुजी कुठं बघतायत?"

"बाहेर."

"का?"

"ते लोकांना या म्हणतात."

"कशाला?"

"शिकायला या म्हणतात."

साक्षरतेचा पहिला धडा आहे, 'या, शिकायला या.'

मग गुरुजी म्हणतात, "या, शिकायला या. यामध्ये 'या' किती वेळा येतो?"

"दोनदा."

"मग दोनदा दिसणारं एक अक्षर कोणतं?"

"या."

"आणि 'य' कुठं दिसतो का यात?"

"हा, तो बघा."- शिकायला या शब्दातला 'य' एक बाई दाखवते. मग आता 'य' आणि 'या' हे तुम्हाला कळलं.

आम्ही स्वत: साक्षरता अभ्यासक्रम शिकलो आणि जिल्ह्यातल्या बँकेतल्या कर्मचाऱ्यांना आवाहन केलं की आपण पदवीधर झालो. त्यासाठी सरकारनं खर्च केला तो पैसा सर्व जनतेकडून गोळा केलेल्या करातून. तेव्हा त्या अशिक्षित जनतेला आपणही शिकायला साहाय्य करू या. कोणी प्रचाराच्या घोषणा लिहून दिल्या. कोणी रात्रशाळेला भेट देऊन पाट्या देऊ लागला. कुठं विजेसाठी वायर हवी होती ती दिली, तर कोणी महिन्याचं विजेचं बिल दिलं. काहींनी जुनी पुस्तकं त्या शाळांतून भेट दिली. बँकेत येणाऱ्या खातेदारांपैकी अंगठावाले असतील त्यांना रात्रशाळेत जायला सांगितलं.

आमची घोषणा होती-

बचत हवी, खातं उघडा.

अंगठा नको सही करा.
प्रचारासाठी भिंती रंगवल्या जाऊ लागल्या-
'सासूबाई बाळाला सांभाळा
मी जाते रात्रीच्या शाळेला.'
याशिवाय हीही घोषणा पहा-
'माहेरी राहिले निरक्षर
सासरी होते साक्षर.'

आमचा उद्देश होता केवळ अक्षरओळख उपयोगाची नाही तर जगण्यासाठी आवश्यक ते शिक्षण देणं. बँकेच्या दृष्टीनं पाहिलं तर बँक म्हणजे काय? खातं कसं उघडायचं, हेही शिक्षण देणं सुरू झालं.

लोकशिक्षणाचा जसा प्रसार होईल तसतशा सार्वजनिक सेवा नीट वापरल्या जातील. शिक्षणप्रसार चांगला झाल्यावर रेल्वेचा वापर प्रवासी व्यवस्थितपणे करतील. एका मोठ्या हॉस्पिटलच्या दाराशी बरेच आजारी रांगा लावून बसायचे. तेथील डॉक्टर्सनी त्यांना चांगले पाणी प्यावे, ताजं अन्न खावं, स्वच्छता राखावी हे शिक्षण दिलं. त्यामुळे रोगी कमी झाले. त्याचं कारण ते त्यांच्या शिक्षणाला कंटाळून नव्हे तर व्यवस्थित वागल्यामुळे आजारपण कमी झालं!

शोषखड्डा

बडेश्वर भागात जानकीदेवी बजाज प्रतिष्ठानतर्फे शोषखड्ड्यांची योजना राबवली. घरातून जिथून सांडपाणी बाहेर पडतं तिथं एक फूट खोल, एक फूट लांब व रुंद असा खड्डा खणायचा. त्यात दगडी गोटे, विटा, मुरूम, बारीक खडी, बारीक वाळू यांचे एक एक थर द्यायचे. येणारे सारे सांडपाणी त्या खड्ड्यात शोषून घेतलं जातं. सांडपाणी इतरत्र वाहत न गेल्यानं डास-माशांचा उपद्रव नाही. त्या खड्ड्याजवळच्या भिंतीवरच लिहिलेलं, 'इथं शोषखड्डा आहे.' म्हणजे येणारे-जाणारे हे काय आहे ते विचारतात व या माहितीचा प्रचार होतो. या खड्ड्याला खर्च यायचा पंधरा रुपये. त्यात खणण्याचं काम त्या घरातल्या पुरुषांनी करायचं. थर द्यायला येणाऱ्या तज्ज्ञाचा तेवढा खर्च. जानकीदेवी बजाज प्रतिष्ठान दहा रुपये खड्ड्यामागं द्यायचे. पाच रुपये लाभार्थींचे. बँकेच्या नोकरीतून ग्रामीण विकास साधण्यात एक फार मोठा आनंद मिळाला.

केबल टीव्ही

जुन्नरला शिवनेरी किल्ल्याजवळ दगडाच्या खाणी आहेत. त्यात एखादे वेळी स्फटिकासारख्या दगडांचाच थर मिळतो. त्यातून आणलेला एक दगड मी 'शिवजन्म भूमीतला' या भावनेनं घरी जपून ठेवलाय. बँकेची माहिती जुन्नर भागात पोहोचवायचा तिथं एक प्रभावी उपाय सापडला. जुन्नरला दूरदर्शन कार्यक्रम दिसत नाहीत. तिथं केबल टीव्ही मात्र आहे. तो एका खाजगी व्यक्तीच्या मालकीचा. वर्गणीदाराला ते कार्यक्रम प्रक्षेपित करून दाखवतात. माझी बँकेत मुलाखत घेऊन त्यांनी बँकेचे कार्य सायंकाळी घरोघरी पोहोचवलं. या केबल टीव्ही मुळे कोणाला रक्त हवं किंवा जवळच्या जाहिराती हे सारं दाखवता येतं. एकदा महाभारत दाखवत असताना ते मधेच थांबवून थकीत वर्गणीदारांची नावं वाचून दाखविली गेली!

केकच केक

अलका टॉकीजच्या चौकात एका इराण्याचं दुकान आहे. लहानपणी मला आणि माझ्या एका मित्राला घेऊन माझे वडील तिथं गेले. काचांवरून विविध चित्र काढली होती. एकाच चित्रात डोंगर, नदी, झाडं, त्याच वेळी वरून पक्षी उडताहेत, इतकंच नव्हे तर विमानही चाललंय. कडेच्या रस्त्यानं गाड्याही आणि पाण्यातून नावही. हे सारं एकत्र दिसण्याचं पु.लं.नी केलेलं वर्णन आठवलं. वडिलांच्या ऑर्डरप्रमाणं चहा आला. इराण्यानं एका मोठ्या चिनी मातीच्या डिशमध्ये आकर्षक असे दहा केकचे तुकडे ठेवले. मी आणि माझा मित्र दोघांनी मिळून एक एक असे ते केक खायला सुरुवात केली. तीन तीन केक खाल्ल्यावर खरं तर पोट भरलं होतं. पण डिशमध्ये टाकायचं कशाला म्हणून दोघांनी मिळून ताव मारला आणि डिश रिकामी केली. त्या काळी त्या साऱ्याचं बिल चांगलंच झालं. वडिलांनी पैसे भरले. नंतर मला कळलं की इराण्याच्या हॉटेलात डिशमध्ये असे केक आणून ठेवण्याची पद्धत आहे. त्यातले आपण खाऊ तेवढ्याचंच बिल लावतात! पण आधी न कळल्यानं आम्ही डिशच्या डिश फस्त केली होती!

अंघोळीला मिशा!

बँकेच्या कामाच्या निमित्तानं माडगूळकर कुटुंबीयांना भेटायला पुणे-मुंबई रस्त्यावरच्या त्यांच्या 'पंचवटी' या निवासस्थानी गेलो. ११ खडकी, पुणे ३ हा पत्ता. ग.दि.मा. या तीन आद्याक्षरांना मराठी मनात केवढं मानाचं स्थान आहे. यात रामायणापासून असंख्य आठवणी मनामध्ये रुंजी घालू लागल्या. चित्रपट दिग्दर्शक म.गो.पाठकांच्या

खोलीवर त्यांच्याच एका सहकाऱ्यानं, संभा मेहेंदळे यांनी एकदा एक कोच आणला. हा अण्णांनी म्हणजेच ग.दि.मां.नी वापरावा असा त्याचा आग्रह होता. अण्णांनी कोच कशाला आणला म्हटल्यावर त्यांनी लिलावात केवळ वीस रुपयाला मिळाला म्हणून आणल्याचं सांगितलं. त्यांच्या या प्रेमापोटी तो कोच ठेवून घेतला. मला तो पंचवटीत दिसल्यावर 'अण्णांचा कोच' म्हणून अचानक पाहायला मिळाल्याचा आनंद झाला. सज्जनगडावर गेल्यावर रामदास स्वामींचा पलंग म्हणून आपण शेजघरात पाहतो. गीत रामायण लिहिणारे ग.दि.मा.ही एका अर्थानं रामदासच. त्याच भावनेनं त्यांचा तो कोच मी पाहत होतो. याच आवारात पु.भा.भावे आणि ग.दि.मा. यांची जुगलबंदी जमलेली. कधी लाडी-गोडीनं तर कधी रागारागात. पण सारं प्रेमानं. या मोठ्या माणसांना प्रेमानं रागावता येतं म्हणूनच ही मोठी झाली असणार.

अण्णा मूळचे सांगलीकडल्या माडगूळचे. शिक्षणासाठी औंधच्या पंतप्रतिनिधींनी मदत केली. पुण्यात आल्यावर म.गो.पाठकांच्या खोलीवर येणं-जाणं. तिथंच व्यंकटेश माडगूळकर, राम गबाले, पु.ल. यांचाही सहवास. एकदा अण्णा याच खोलीवर लिखाणामध्ये गुंगून गेले होते. पण बाजूच्या बाथरूममध्ये एक जण जोरजोरात गात होता. गीत होतं अण्णांचंच- 'सुंदरा मनामध्ये भरली, जरा नाही ठरली.' तो त्याच्या भसाड्या आवाजात सारखा ते गात होता व अण्णांना व्यत्यय येत होता. त्यांचंच गाणं असल्यामुळे त्या वेळी तरी त्यांना 'हेची फल काय मम तपाला' असं वाटलं असणार.

गांधी वधानंतरच्या दंगलीत माडगूळचं अण्णांचं घर जाळलं गेलं होतं. त्यानंतर तिथं दुरुस्तीनंतर तयार झालेलं निवासस्थान म्हणजे 'बामणाचा पत्रा.' अण्णांनी त्यांच्या सौ.ला विहिरीवर पोहायला शिकवलं. ज्या वेळी पाच मुलांची आई पाण्यात उतरली तेव्हा तिला बुडायची भीती वाटत होती. तर अण्णा म्हणाले,

'भोपळ्याला तरंगायला काही खटपट करावी लागत नाही!'

माडगूळ भागातच आटपाडीजवळ स्वतंत्रपूर गाव आहे. तिथं कैद्यांना तुरुंगात न डांबता स्वतंत्रपणे राहण्याची संधी दिली जाते. इथंच अण्णांनी व्ही. शांताराम यांचेसह भेट दिली आणि 'दो आँखे बारह हाथ' या चित्रपटाचं बीज रोवलं गेलं.

पुण्यात खोलीवर पु.ल., राम गबाले यांच्या संगतीत गप्पा रंगायच्या. लग्नातल्या एका हरकाम्याची नक्कल तिथं साकारली. पु.लं.च्या 'व्यक्ती आणि वल्ली'मधल्या नारायण या व्यक्तिरेखेचा जन्म या नकलेतच असावा. अण्णा तर ज्या पद्धतीचं लिखाण चाललं असेल त्या भाषेतच बोलत राहायचे. ग्रामीण कथा असली तर ग्रामीण भाषेतच हाका मारणं चालायचं. या खोलीवरून ग.दि.मा. राहायला गेले ते प्रभात रोडवर 'एकनाथ धाम'मध्ये. तिथून मुक्काम हलला तो पंचवटीत. या

बंगल्यात एक असं कपाट आहे की ते उघडल्यावर आत एक खोलीच दिसते. सर्वत्र इटालियन मार्बल लावलेली ही वास्तू किती साहित्यिकांच्या पदस्पर्शानं पावन झाली असेल. अण्णांच्या वाचनात एकदा एक कविता आली, त्यातली ओळ होती-

अंघोळीच्या मिशाने मज भिजविसी अंग अंग

या ओळीची थट्टा करत ते सौ.ला म्हणत-

'मंदे, अंघोळीला मिशा काढल्या का?' म्हणजेच अंघोळीला पाणी काढलं का?

ग.दि.मा. पुण्याहून मुंबईला वरचेवर जात. गाडीची वेळ झाली की यांची धावपळ सुरू होई. घराजवळच शिवाजीनगर स्टेशन. ते पायीच गाठत. ग.दि.मां.ना रेल्वे ड्रायव्हरसुद्धा ओळखायला लागलेले. एकदा तर अण्णा गाडीसाठी येताहेत हे पाहून पुणे-मुंबई मेल ड्रायव्हरनं थांबवली. सर्वसामान्यांमध्ये असलेली ही अण्णांची लोकप्रियता. नाहीतर अन्य कोणासाठी रेल्वे थांबेल का? उलट एखाद्या माणसाची वागणूक अशी असते की तो येतोय कळल्यावर लवकर गाडी सुरू व्हायची.

पुणे-मुंबई या वर्दळीच्या रस्त्यावरनं चाललं की त्या धावपळीतही पंचवटी दिसली की मन आठवणीनं भरून येतं.

आगाखान पॅलेस

येरवड्याहून नगरला चाललं की उजव्या हाताला पांढराशुभ्र राजवाडा दिसतो तो आगाखान पॅलेस. महात्मा गांधींच्या वास्तव्यानं पुनीत झालेलं हे क्षेत्र आज राष्ट्रीय स्मारक म्हणून जतन केलंय.

८ ऑगस्ट, १९४२ रोजी महात्मा गांधींनी ब्रिटिशांविरुद्ध 'चले जाव' घोषणा केली. त्याच रात्री त्यांना अटक होऊन आगाखान पॅलेसमध्ये ठेवलं. दुसरे दिवशी शिवाजी पार्कवर कस्तुरबा गांधींची सभा जाहीर झाली. पण सरकारनं त्यांना आधीच अटक करून त्यांनाही आगाखान पॅलेसमध्ये ठेवलं. वयाच्या तेराव्या वर्षी कस्तुरबांचा विवाह झाला तेव्हापासून सातत्यानं एकसष्ट वर्षं त्यांनी महात्माजींना साथ दिली. त्या काळी सर्वत्र सनातनी वातावरण असे. स्त्रियांनी परदेशी जाणं म्हणजे महापाप समजलं जाई. तरीही त्या पतीबरोबर आफ्रिकेस गेल्या व तेथील सत्याग्रहात भाग घेतला. महात्माजींच्या एकवीस दिवसांच्या उपोषणात कस्तुरबांनी अहोरात्र जागून त्यांची शुश्रूषा केली. महात्माजींनी त्यांच्या आत्मचरित्रात म्हटलंय,

'मी माझ्या पत्नीवर अत्यंत निष्ठुरपणे प्रेम केले.'

गांधीजींच्या आचरणात अनेक नियम असत. ते सारे पाळताना कस्तुरबांना बरेच श्रम पडत असले पाहिजेत. पण त्यांनी ते देशकार्य म्हणूनच केलं. पुढे कस्तुरबा

आगाखान पॅलेसमध्ये आजारी पडल्या. तरीही सरकारनं त्यांची सुटका केली नाही. पेनिसिलीन औषध मिळविण्यासाठी बरीच धावपळ करूनही ते वेळेवर मिळू शकलं नाही. त्या शेवटच्या क्षणापर्यंत शुद्धीवर होत्या, त्यांच्याजवळ महात्माजी शांतपणे बसले होते. परमेश्वराच्या प्रार्थनेचे पठण शेजारी चालले होते. अखेरीस २२ फेब्रुवारी, १९४४ रोजी सायंकाळी पाच वाजून पस्तीस मिनिटांनी त्यांचे देहावसान झाले.

महात्माजींचे अत्यंत जवळचे असे श्री. महादेवभाई देसाई यांचेही निधन येथेच दोन वर्षे आधी झालेले.

या दोन विभूतींची समाधी याच आगाखान पॅलेसमध्ये आहे. त्यांच्या तसेच महात्मा गांधींच्या वापरातील वस्तू, छायाचित्रे इ. येथे ठेवलेली आहेत.

कस्तुरबा पुण्यतिथीच्या प्रसंगी १९४७मध्ये महात्मा फुले मार्केटच्या पटांगणात झालेल्या समारंभात आचार्य अत्रे म्हणाले होते- 'नवऱ्याची बायकोशी किंवा बायकोची नवऱ्याशी बरोबरीने तुलना होऊ शकेल अशी जोडपी माझ्या माहितीची दोनच आहेत. एक राम-सीता आणि दुसरे महात्मा गांधी-राष्ट्रमाता कस्तुरबा! मोठ्या माणसाची बायको होणे ही सुळावरची पोळी आहे. त्या यातना तुम्हा आम्हाला काय माहीत असणार!'

शंकरशेट रोड

संस्कृत विषयासाठी माध्यमिक शालान्त परीक्षेत दिली जाणारी शिष्यवृत्ती ज्यांच्या नावानं आहे ते माननीय जगन्नाथशेट. सेनापती बापट हेसुद्धा 'शंकरशेट स्कॉलर' म्हणून ओळखले जायचे. आता शंकरशेट यांचं नाव या रस्त्याला आहे. भारतात प्रथम रेल्वे सुरू करण्याची कल्पना त्यांची. त्यांच्या वाड्यात रेल्वेचे ऑफिस त्यांनी सुरू केले. ते रेल्वेच्या पहिल्या संचालक मंडळात होते. प्रथम रेल्वे मुंबईहून ठाण्यास गेली त्या प्रवासात ते सहभागी होते. त्या वेळचं वर्णनही स्मरणीय

आहे. बैल न लावता गाडी पळणार हे लोकांना आश्चर्य वाटत होतं. आगगाडीच्या आवाजानं गाई, म्हशी, कोंबड्या सैरावैरा पळत सुटल्या. आगगाडी सुरू होताना बँड लावला होता. पताकांनी परिसर सुशोभित केला. तेव्हा एक गाणंही प्रसिद्ध होतं-

साहेबाचा पोरा अकली रं
बिन बैलानं गाडी हाकली रं!

मुंबईच्या उभारणीत ज्यांचा सिंहाचा वाटा आहे, पुण्यात त्यांनी पहिला खाजगी रस्ता बांधून दिला, तोच हा शंकरशेट रोड. त्यांचं कर्तृत्व या मार्गावरून जाताना डोळ्यापुढे येतं.

तुळशीशी बोला

कात्रजजवळ निंबाळकर वाडीला ओंकार ट्रस्टतर्फे प्राथमिक वैद्यकीय केंद्र, संस्कार वर्ग, वाचनालय असं चालवलं जातं. एम.बी.बी.एस. झालेल्या डॉक्टरीणबाई आपल्या घरापासून इतक्या दूर येऊन निस्वार्थी भावनेनं खेड्यात सेवा देतात. वसुंधरा सातवळेकरांसारखं देवतातुल्य सात्त्विक व्यक्तिमत्त्व इथं संस्कार वर्गात रमतं. असं सारं भावस्पर्शी वातावरण. या ट्रस्टच्या 'कल्याणी' या अंकाचं प्रकाशन मी केलं. त्यानंतर अध्यक्षा म्हणून शांताबाई शेळके बोलल्या. त्यांनी शुक्रवारच्या व्रताची कहाणी सांगितली. गरीब बहीण आसऱ्यासाठी भावाकडे जाते. भाऊ सारं पैशानं मोजणारा. तो बहिणीला विचारत नाही. जेवणाच्या ताटावरून उठवतो. घालवून देतो. कालांतरानं ती श्रीमंत झाल्यावर पुन्हा त्याच भावाकडे येते संपूर्ण दागिन्यानं मढलेली. आता मात्र भाऊ तिला अगत्यानं पंचपक्वान्न वाढतो. ती पाटावर बसलेली असते. अंगावरील एक एक दागिना काढते आणि प्रत्येक दागिन्यावर ताटातील एक एक पदार्थ ठेवायला लागते. पाटल्यांवर जिलेबी, बाजूबंदावर लाडू असं ते दृश्य असतं. भाऊ तिला जेवण्याचा आग्रह करतो. परंतु ती स्वत: न जेवता त्या दागिन्यांना जेवू घालते. हे जेवण आपणासाठी नसून आपल्या श्रीमंतीला आहे हे ती भावाच्या नजरेला आणून देते.

शांताबाईंच्याकडे अशा कथांचा

भरपूर स्टॉक. त्यांचं पाठांतर जबरदस्त. त्या कुठं प्रवासात असल्या तर गाडीत, रिक्षात एखादा श्लोक किंवा काव्यपंक्ती पाठ करीत व वेळेचा सदुपयोग करीत. त्यांनी सांगितलेले तुळशी महात्म्य पहा-

पूर्वी बायका सकाळी उठल्यावर तुळशीचं दर्शन घेत. या दर्शनाच्या वेळी आपल्या मनातली सारी दुःखं त्या तुळशीला सांगत. सासूबाई असतील तर म्हणत, 'सून नीट वागत नाही. तिच्यात सुधारणा कर.' सूनबाई असेल तर म्हणे, 'सासू खाष्ट आहे. मला त्रास देते. तिला सुबुद्धी दे.' अशी सारी दुःखं सकाळीच तुळशीजवळ सांगून टाकल्यामुळे मन मोकळं होतं. तणावरहित राहतं. ब्लडप्रेशर वाढत नाही. दिवस चिडचिड न करता, आदळआपट न करता जातो. या तुळशीचं खास वैशिष्ट्य म्हणजे ती तुमचं सगळं ऐकून घेते. दुसऱ्या कोणालाही तिखटमीठ लावून सांगत नाही. लावालाव्या नाहीत.

तुळशीचा हा फायदा लक्षात घेता ती घरोघरीच काय प्रत्येक कार्यालयातही लावायला हरकत नाही. कार्यालयात शिरताच प्रत्येकानं आपली गाऱ्हाणी तुळशीला ऐकवावीत आणि स्वच्छ मनानं कामाला लागावं!

सापांच्या सहवासात

कात्रजच्या सर्पोद्यान उभारणीत श्री.खैरे यांचा सिंहाचा वाटा आहे. सापही माणसाचे मित्र आहेत हे त्यांनी अनेक प्रात्याक्षिकांतून दाखवून दिलं. बहुसंख्य साप विषारी नसल्यानं त्यांना माणसानं भिण्याचं कारण नाही. सापाशी जवळीक वाढावी म्हणून या उद्यानात एक आठवड्याच्या बोलीनं घरी न्यायलाही साप देतात. आपल्याला पुस्तकांची लायब्ररी माहीत आहे. व्हिडिओ कॅसेटची माहिती आहे. भिंतीवरच्या पेंटिंग्ज व घरातील फुलांच्या कुंड्यांचीही लायब्ररी आहे. पण घरी साप न्यायला देण्याची ही लायब्ररी म्हणजे हे खास पुण्याचंच वैशिष्ट्य.

एकदा मी माझ्या परगावच्या मित्राला सांगितलं-

"पुण्याचे ते सर्पोद्यानवाले खैरे सापाच्या सहवासात अठ्ठेचाळीस तास राहिले!"

त्यावर तो मित्र म्हणाला,

"ते सापांच्या सहवासात अठ्ठेचाळीस तास राहिले तर एवढं कौतुक, आम्ही माणसांच्या सहवासात इतकी वर्षे राहतोय त्याचं काही नाही! सापांना ठरावीक पद्धतीनं वागवलं की चालतं, माणसाच्या मनाचा कधीही अंदाज येत नाही. तो हसत असला म्हणजे त्याच्या मनात आनंदी भावना असतीलच असं नाही!"

बाबू टांगेवाला

संगीतामध्ये रसिकतेचं अग्रगण्य उदाहरण म्हणून इंदूरच्या रामूभैय्या दात्यांचं देतात. पु.लं.चा 'तुझं आहे तुजपाशी' मधला काकाजी जसा संगीत शौकीन तसेच रामूभैय्या. असंच क्रिकेटमध्ये खरा शौकीन कोण तर पुण्यातला बाबू टांगेवाला. क्रिकेट कसोटी सामन्यात कोणत्याही फलंदाजानं शतक झळकावलं की त्याच्या गळ्यात प्रथम हार कोण घालत असे तर बाबू टांगेवाला. व्यवसायानं टांगेवाला असलेल्या बाबूचं क्रिकेटप्रेम मात्र जगमान्य होतं. सर्व अग्रगण्य क्रिकेटवीरही यशानंतर प्रथम हार घ्यायचे ते बाबू टांगेवाल्याकडूनच. त्या काळी रेडिओवरून समालोचन करताना विजय मर्चंट, महाराजा ऑफ विजयनगरम् हेही बाबू टांगेवाल्याकडून होत असलेल्या सत्काराचं वर्णन करीत. त्या वेळी दूरदर्शन माध्यम प्रभावी नव्हतं. नाहीतर बाबू टांगेवाला अधिक प्रसिद्धी झोतात आला असता. आचार्य अत्रे यांनी त्याच्यावर अग्रलेख लिहून कौतुक केलं.

ग्लायडिंग क्लब

इयत्ता नववीमध्ये असताना मी एक कविता केली होती.

वाटते मज व्हावे द्विज
आनंद होईल किती मज
करिन वाऱ्याशी हितगुज

ही असली केवळ अनुप्रास जमवायच्या प्रयत्नांनी केलेली कविता आठवली की गंमत वाटते. पण या कवितेच्या निमित्तानं द्विज व्हावं, म्हणजेच पक्षी व्हावं ही इच्छा पुण्यात पुरी झाली ती ग्लायडिंग क्लबमध्ये. विमानप्रवास जरी बऱ्याच वेळा केला असला तरी पक्ष्याप्रमाणे भरारी मारल्याचा आनंद मिळत नाही. पण ग्लायडिंगमध्ये एक वेगळाच चित्तथरारक अनुभव मिळतो. पुण्याजवळ हडपसर-सासवड रस्त्याजवळच

ग्लायडिंग क्लब आहे. आपण जरी या क्लबचे सदस्य नसलो तरी त्या संस्थेत जाहीर केलेल्या वेळात सर्वसामान्य जनतेलाही ग्लायडिंगचा आनंद उपभोगता येतो. एका फेरीचं तिकीट होतं चौदा रुपये. मी त्या छोट्याशा विमानात बसलो. शेजारी वैमानिक बसला. केवळ दोघंच बसू शकतील असं ते छोटुकलं विमान होतं. या विमानाला इंधन लागत नाही. ते वारा असेल तोवर हवेत राहतं. विमानाला एका हुकास एक बळकट तारेचा दोर लावला होता. तो दुसरीकडे दूरवर असलेल्या मोठ्या रिळाला बांधलेला होता. इलेक्ट्रिक मोटरच्या शक्तीनं ते रीळ जोरात फिरायला लागलं. दोर गुंडाळला जाऊ लागला. विमान वेगानं ओढलं जाऊ लागलं. ते इतकं वेगानं ओढलं की ते जमिनीवरून हवेत उंचीवर आलं. वर आल्यावर वैमानिकानं तो हुकास जोडलेला दोर जमिनीवर सोडून दिला. आता आपण केवळ हवेमुळे अधांतरी राहतो. हवेत वर येत असताना जत्रेतल्या जायंट व्हीलमध्ये छातीत धस्स होतं तसं वाटतं. मला हवेत सुमारे तीन मिनिटं राहायला मिळालं. सोबत वैमानिक असल्यामुळे विमान अलगद मैदानातच उतरलं.आज विमानप्रवासाला जायचं तर हजारो रुपये लागतात. पण त्याहीपेक्षा दर्जेदार अनुभव ग्लायडिंगमध्ये आहे. पुण्यात तो इतक्या स्वस्तात म्हणजे चौदा रुपयात मिळाला हे भाग्यच. आणखी पैसे भरून एक जादा फेरीही मिळवली.

पुण्यात कुठं काय आहे हे कळलं आणि ते कळल्यावर आपण ते उत्साहानं अनुभवलं तर पुणं खऱ्या अर्थानं जगलं असं वाटतं. ग्लायडिंग क्लब हे असंच एक उदाहरण.

शिंद्यांची छत्री

पुणे कॅन्टोन्मेंट भागात वानवडी नावाची वस्ती आहे. तिथं आहे महादजी शिंदे यांची छत्री. ही एक सुरेख ऐतिहासिक वास्तू आहे. एका मोठ्या कोटामध्ये मंदिरे आहेत. मारुती मंदिराच्या मागे एक कुस्तीचा आखाडा आहे. मारुती म्हणजे बलसंवर्धनाचा संदेश देणारं दैवत. त्यामुळे कुस्ती आखाडा असणं अगदी समर्पक होय. दुसरं आहे महादेव मंदिर व तिसरं म्हणजे महादजी शिंदे यांची समाधी. इ.स. १७९२ मध्ये महादजी शिंदे दिल्ली दरबारचे प्रतिनिधी म्हणून पुण्यास आले. त्यांनी पेशव्यांना देण्यासाठी दिल्ली दरबारचे मानपत्र व अधिकारपत्र आणले होते. ते स्वीकारण्यास नाना फडणवीस यांनी विरोध दर्शविला होता. पण नंतर ते सातारच्या छत्रपतींच्या संमतीनं स्वीकारण्यात आले. ते प्रदान करण्याचा व त्यानंतरच्या मिरवणुकीचा कार्यक्रम शिंदे यांनी इतका भव्य प्रमाणात केला की पुण्यानं त्यापूर्वी असा सोहळाच पाहिला नसावा. पेशव्यांनी मुकुट स्वीकारताना १०१ मोहरा अहेर

म्हणून दिल्या. पेशव्यांना मिळालेल्या नजराण्यात पोशाखाचे नऊ संच, रत्नजडित दागिन्यांचे पाच संच, ढाल-तलवार, पेन-सेट, मोहर, मोरपिसांचे पंखे, पालखी, घोडा, सात हत्ती इ.चा समावेश होता. कार्यक्रमानंतर निघालेल्या भव्य मिरवणुकीत हजारो वाजंत्रीवाले होते. शोभेचे दारूकाम पाहायला जनतेनं गर्दी केली होती.

महादजी शिंदे यांचा मृत्यू १७९४ मध्ये वानवडी येथे झाला. त्यांचा पणतू जानकोजी शिंदे यानं १८३० मध्ये त्यांच्या स्मरणार्थ हे भव्य स्मारक बांधलं.

पुणं एक साठवण

लहानपणी 'मामाचा गाव' म्हणून पुण्यास यायचो. नारायण पेठेत नदीकाठी खेळायचो. सातारला कॉलेजमध्ये शिकत असताना पुण्याचा गणेशोत्सव पाहायला म्हणून एक दिवस तरी पुण्यास जायचो. तेव्हा सातारा-पुणे एसटी तिकीट होतं तीन रुपये दहा पैसे. जाता-येताचा प्रवासखर्च व वरखर्च म्हणून वडील एकूण दहा रुपये द्यायचे. तेही पुरायचे. सगळ्या मित्रांबरोबर रात्रभर गणपती पाहून सकाळी पुन्हा सातारला परतायचं. पुढे महाराष्ट्र बँकेत नोकरी लागल्यावर तर दोन वेळा पुण्यात बदली झाल्यानं पुण्याचा सहवास चांगलाच लाभला.

संत तुकाराम, ज्ञानेश्वर यांच्या वास्तव्यानं पुनीत झालेला हा परिसर. ज्ञानरायांच्या फर्ग्युसन रस्त्यावरील मंदिराजवळून चाललो तर आठवणी केवळ आळंदीच्या समाधीच्या नाही आल्या तर आळे फाट्याजवळच्या ज्ञानेश्वरांच्या रेड्याच्या समाधीच्याही! चमत्काराशिवाय नमस्कार नाही याची प्रचिती समाजाला आणून देण्यासाठी अगदी नाइलाजानं ज्ञानेश्वरांनी पैठणला रेड्याच्या तोंडून वेद वदवले. पैठणहून परत येताना आळे फाट्याजवळ रेड्याचं निधन झालं. तिथं आज मंदिर आहे. तळामध्ये रेड्याची समाधी आहे. मी सारं कुतूहलानं पाहत आहे म्हटल्यावर बाजूच्याच शाळेतील शिक्षक मला माहिती देऊ लागले-

"बुद्धी प्राप्त होणं हे या जागेचं माहात्म्य आहे."

"ते कसं काय?" मी.

"ज्ञानेश्वरांचा रेडाही बुद्धिमान होता. आमच्या शाळेतील सातवीची सर्व मुलं गीतेतील अठरावा अध्याय पाठ म्हणू शकतात."

त्या गुरुजींनी जागेचं माहात्म्य राखण्यासाठी केलेल्या प्रयत्नांमुळे मी प्रभावित झालो.

पुण्याची प्रत्येक जागा काहीतरी सांगू शकते इतकं घडलंय. फर्ग्युसन ते आपटे रोड यांना जोडणाऱ्या एका रस्त्याचं नाव आहे 'रँग्लर परांजपे रोड'. फर्ग्युसन महाविद्यालयात गणित शिकविणाऱ्या या विद्वानाकडूनही एखादा प्रमाद घडलाच

होता. डॉ. सरोजनी नायडू यांचा परिचय करून देताना त्यांना सामाजिक कार्यात रस घेणारी स्त्री असे म्हणायचं होतं. तर ते चुकून 'शी इज पब्लिक वूमन' असं म्हणाले!

पुण्यात अक्षरश: शेकडो कार्यक्रम चालतात. तिथं साजऱ्या होणाऱ्या जयंत्या, पुण्यतिथ्या, वादविवाद, परिसंवाद हे पाहिलं की पुणं कार्यक्रमातच मग्न असतं असं कधी कधी वाटायला लागतं. याशिवाय लग्नसराईमध्ये लग्नाचे किती कार्यक्रम होत असतील कोण जाणे. उत्सवांची तर एकामागून एक रांगच असते. इथला प्रत्येक माणूस त्यामुळे सार्वजनिक बनलेला असतो.

सहवासानं प्रेम वाढतं. आपुलकी वाढते. पुण्याच्या बाबतीत माझं हेच घडलं. त्या त्या जागी गेल्यावर जे आठवतं ते मी बरोबरच्यांना लगेचच सांगून टाकतो. असं क्वचितच घडतं की या भागात पुण्याबद्दल सांगण्यासारखं काही नाही. अरे इकडं चिं.वि.जोशी राहत होते. त्यांच्या त्या विनोदी लेखमाला. स्वातंत्र्यासाठी झगडलेले न.चिं.केळकर, समाजसुधारक आगरकर, गोपाळ कृष्ण गोखले अशा कर्तृत्ववान व्यक्तींनी आपल्या सहवासानं अधिक पुण्यमय केलेलं हे पुणं.

माझ्या पुण्याच्या आठवणी या आनंददायी जीवनगाणी सांगणाऱ्या आहेत. येथे नकारात्मक काही नाही. 'अमुक एक गोष्ट या कारणासाठी होऊ शकत नाही' असली रडगाणी नाहीत. सतत सांस्कृतिक, वैभवशाली जीवन. हे सारं पुणेकरांच्या कर्तृत्वामुळे!

लोक नावं ठेवतात ती पुणेरी वृत्तीला. पुणेकरांच्या प्रवृत्तीला नाही. पुण्यात यावं. इथल्या सांस्कृतिक जीवनानं समृद्ध व्हावं व मी पुणेकर आहे असं आनंदानं सांगावं असं आहे हे पुणं. इथं सांगितलाय तो केवळ ट्रेलर आहे. संपूर्ण चित्रपटासाठी पुण्यात राहायलाच हवं.

■

पुल एक आनंदयात्रा

श्याम भुर्के

पु.लं.नी हयातभर आनंदाची बरसात केली. ही बरसात करताना जे धन, मानधन मिळाले ते समाजकार्यात देऊन दुःखितांच्या जीवनात आनंद निर्माण केला. आपल्या ट्रस्टद्वारा समाजातील दुःखे दूर करण्याची कायमस्वरूपी व्यवस्था केली. असे त्रिकालबाधित आनंदयात्री म्हणजे आपले लाडके 'पुलं'.

पु.ल. या आनंदयात्रीचं गुणगान यथोचित शब्दात कविवर्य मंगेश पाडगावकरांनी केलंय-

पु.ल. स्पर्श होताच दुःखे पळाली
नवा सूर आनंदयात्रा मिळाली
निराशेतुनी माणसे मुक्त झाली
जगू लागली हास्यगंगेत न्हाली!